காலவெளிக் காடு
பிரக்ஞை வெளி குறித்த கட்டுரைகள்

காலவெளிக் காடு

பிரக்ஞை வெளி குறித்த கட்டுரைகள்

ஆனந்த் (பி. 1951)

ஆனந்த் படைப்புகளாக, ‘காலடியில் ஆகாயம்’ (1992), ‘அளவில்லாத மலர்’ (2007), இளவரசி கவிதைகள் (2016) (கவிதைத் தொகுப்புகள்); ‘வேர்நுனிகள்’ (2003) (குறுநாவலும் சிறுகதைகளும்); ‘இரண்டு சிகரங்களின் கீழ்’ (1983), ‘நான் காணாமல் போகும் கதை’ (2003) (குறுநாவல்கள்); ‘கவிதை என்னும் வாள்வீச்சு’ (2009) (கவிதைகள் குறித்த கட்டுரைகள்); ‘அறியப்படாத தீவின் கதை’ (2006), ‘க’ (2010), ‘மிஸ்டர் ஜூல்ஸுடன் ஒரு நாள்’ (2014) (மொழிபெயர்ப்புகள்) வெளிவந்துள்ளன. தேவதச்சனுடன் இணைந்து ‘அவரவர் கைமணல்’ (1981) என்ற கவிதை தொகுப்பையும் வெளியிட்டுள்ளார்.

தற்போது மனநல ஆலோசகராகவும் மனிதவள மேம்பாட்டுப் பயிற்சியாளராகவும் உள்ளார்.

மின்னஞ்சல்: anandh51ad@gmail.com

ஆனந்த்

காலவெளிக் காடு
பிரக்ஞை வெளி குறித்த கட்டுரைகள்

காலச்சுவடு பதிப்பகம்

காலவெளிக் காடு ♦ பிரக்ஞை வெளி குறித்த கட்டுரைகள் ♦ ஆசிரியர்: ஆனந்த் ♦ © கி. ஆனந்த் ♦ முதல் பதிப்பு: டிசம்பர் 2013, மூன்றாம் பதிப்பு: நவம்பர் 2016 ♦ வெளியீடு: காலச்சுவடு பப்ளிகேஷன்ஸ் (பி) லிட்., 669, கே.பி. சாலை, நாகர்கோவில் 629001

kaalaveLik kaaTu ♦ Essays on space conscious ♦ Author: Anandh ♦ © K. Anandh ♦ Language: Tamil ♦ First Edition: December 2013, Third Edition: November 2016 ♦ Size: Demy 1 x 8 ♦ Paper: 18.6 kg maplitho ♦ Pages: 184

Published by Kalachuvadu Publications Pvt. Ltd., 669, K.P. Road, Nagercoil 629001, India ♦ Phone: 91-4652-278525 ♦ e-mail: publications@kalachuvadu.com ♦ Wrapper printed at Print Specialities, Chennai 600014 ♦ Printed at Mani Offset, Chennai 600077

ISBN: 978-93-82033-20-2

11/2016/S.No. 555, kcp 1629, 18.6 (3) KLL

ஆகாஷ், அம்ருத்
இருவருக்கும்

பொருளடக்கம்

சில எண்ணங்கள் — 11

சஞ்சயன் பார்வை
ஏழு கட்டுரைகள் — 17

ஸரயுகுமாரன் கட்டுரைகள்
நம் சுய அடையாளம் — 65
யாத்திரை — 73
மனிதன் பிறந்தாயிற்றா? — 81
தேடலும் தனிமையும் — 91
நான் என்னும் ஆள் — 102
அனுபவம் பற்றி... — 109
கலாசாரமும் பிரக்ஞையும் — 116

பின்னிணைப்பு:
'பிரக்ஞையின் மர்மீயம்' – ஓர் கண்ணோட்டம் — 127

சில எண்ணங்கள்

'சஞ்சயன்' என்னும் புனைபெயர் கொண்டு 'சஞ்சயன் பார்வை' என்னும் தலைப்பில் எழுதப் பட்ட ஏழு கட்டுரைகளும், 'ஸரயுகுமாரன்' என்ற புனைபெயரில் எழுதப்பட்ட ஏழு கட்டுரைகளும் இந்த நூலில் இடம் பெறுகின்றன. ஸரயுகுமாரன் கட்டுரைகளை 1996இல் எழுதத் தொடங்கி ஒரு வருட அளவிற்குள்ளாக எழுதி முடித்துவிட்டதாக நினைவு. அவற்றில் நான்கு மையம் இதழிலும் மற்ற மூன்றும் நவீன விருட்சம் இதழிலும் வெளி வந்தன. 'சஞ்சயன் பார்வை' கட்டுரைகளில் முதல் ஐந்து 90களின் கடைசியில் எழுதியதாக ஞாபகம். அவை நவீன விருட்சம் இதழில் வெளியாயின. ஆறாவதும் ஏழாவதும் எங்கேயும் பிரசுரமாக வில்லை.

இவை இரண்டும் தனித்தன்மை கொண்ட கட்டுரைத் தொகுப்புகளாக இருந்தாலும் இப்போது ஒரே புத்தகமாக வெளிவருவது ஒரு விதத்தில் பொருத்தமானதுதான். இரண்டும் மனிதப் பிரக்ஞை தொடர்பான விஷயங்களை மையமாக வைத்தே எழுதப்பட்டிருக்கின்றன. 'சஞ்சயன் பார்வை' பிரக்ஞையின் இயக்கம் பற்றிய நுட்பமான விவரங் களை ஆராய்கின்றன. 'ஸரயுகுமாரன் கட்டுரைகள்' பிரக்ஞையின் அடித்தளமாக இயங்கும் 'நான்' உணர்வை மையமாகக் கொண்ட பரிசீலனையாக அமைந்திருக்கின்றன.

இந்தப் பதினான்கு கட்டுரைகளும் அவை எழுதப்பட்ட காலகட்டத்தில் தன்னியல்பாக எழுந்தவை. ‘ஸரயுகுமாரன் கட்டுரைகள்’ எவ்வாறு தொடங்கினவோ அவ்வாறே ஏழு கட்டுரைகள் எழுதி முடித்ததும் தாமே நின்றுபோயின. நானாக வலிந்து இன்னும் சில கட்டுரைகளை எழுத முயன்றும் எதுவும் சரியாக வராமல்போனதால் அதோடு நிறுத்திவிட வேண்டியதாயிற்று. ‘யார் இந்த ஸரயுகுமாரன்?’ என்று என்னை நானே கேட்டுக்கொண்டது ஞாபகம் இருக்கிறது!

‘சஞ்சயன் பார்வை’யின் முதல் ஐந்து கட்டுரைகளும் அதேபோல் தாமே தொடங்கித் தாமே நின்று போயின. கடைசி இரண்டு கட்டுரைகள் மட்டும் தனியாக எழுதப்பட்டவை. சஞ்சயன் பார்வை – 6 2004ஆம் ஆண்டு ஏதோ ஒரு உந்துதலால் எழுதப்பட்டது. சஞ்சயன் பார்வை – 7 2008ஆம் ஆண்டு அவ்வாறே எழுதப்பட்டது. இடைக்காலத்தில் இந்த வரிசையில் ஓரிரண்டு கட்டுரைகள் எழுத முயன்று பலிக்காமல் போயிற்று.

எனக்குள் எப்போதும் நிகழ்ந்து வந்திருக்கும் உள்ளியக்கம் தான் இதற்கும் காரணம் என்று படுகிறது. எப்போதுமே நான் வலிந்து எதையும் எழுதியதில்லை. அவ்வாறு செய்த முயற்சிகள் எதுவும் பலித்ததில்லை. ஆனால் தன்னியல்பான உந்துதல் எழும்போது அதை எழுதாமல் விட்டுவிடும் சுதந்திர மும் எனக்கு இருந்ததில்லை. கவிதை, கதை, நாவல், கட்டுரை என்ற அனைத்துவித எழுத்துக்களும் எனக்கு இவ்வாறுதான் நடந்துவந்திருக்கின்றன. பின்னோக்கிப் பார்க்கும்போது அந்தந்தக் காலகட்டத்தில் எழுதியவை எல்லாம் அந்தந்த நேரங்களில் எனக்குள் நிகழ்ந்துவந்திருந்த சில உள்ளியக்கங் களின் தேவைகளுக்காக வெளிப்பட்டவை என்று தோன்று கிறது. எனக்கு இந்த விஷயங்களில் எந்தவிதமான முடிவும் செய்யும் அதிகாரம் இருந்ததில்லையோ என்றுதான் எண்ணத் தோன்றுகிறது.

எழுத வேண்டும் என்றோ எழுதுவேன் என்றோ என்னால் எழுத முடியும் என்றுகூட உண்மையில் நான் இருபது வயது வரைக்கும் எண்ணியதேயில்லை. வாசிக்கும் ஆசை மட்டும் தான் நிறைய இருந்தது. எழுத வந்தது மிகவும் எதேச்சையாக நடந்த விஷயமாகத்தான் இன்னும் தெரிகிறது. ஏன் எழுது கிறேன் என்ற கேள்விக்கு இதுவரையில் நண்பர்களிடமும் வேறு இடங்களிலும் நான் சொன்ன பதில்: ‘எனக்குள் ஆழங்களில் உணர்ந்ததாகத் தோன்றும் விஷயங்களை நானே விவரமாகப் புரிந்துகொள்ளும் நோக்கத்துடன்தான் இதுவரை

எழுதிவந்திருக்கிறேன். எழுத்து அந்த விதத்தில் எனக்கு மிகவும் முக்கியமான சாதனமாக இருந்துவந்திருக்கிறது.'

இன்னமும் இதேபோல்தான் நடந்துகொண்டிருக்கிறது. அதுவாக என்னைப் பீடிக்கிறது. தானாக விட்டுவிட்டுப் போய் விடுகிறது. நான் எழுதும் விஷயங்களும் ஒவ்வொரு கால கட்டத்திலும் வேறுபட்டவையாகத்தான் இருந்திருக்கின்றன என்று படுகிறது. இந்த விளையாட்டுக்கு என்னை முற்றிலுமாக ஒப்புக்கொடுக்கும்வரையில் பெரும் அயர்ச்சி தரும் விஷய மாகவே இது இருந்துவந்தது.

எழுத்து மட்டுமென்ன, வாழ்க்கையேகூட அவ்வாறுதான் இருக்கிறதோ என்று எண்ணத் தோன்றுகிறது. எதிர்ப்புணர்வு இருந்தவரையில் பெரும் போராட்டமாக இருந்துவந்த வாழ்க்கை, விளையாட்டில் விருப்பத்துடன் பங்குகொள்ளத் தொடங்கியதும் விஷயங்களே வேறு விதமாக மாறிப்போய்த் தெரிகின்றன. சுவாரஸ்யமும் அதிகரித்துவிட்டதுபோல் தோன்றுகிறது.

கிடைத்துவிட்டதாக நினைத்திருந்த புரிதல்களின்மேல் இருந்த பிடிப்பு விட்டுப் போய்விட்டது போல் தோன்றுகிறது. புரியவில்லை என்று நினைத்த காலம்போய், புரிந்துவிட்டது என்ற நினைப்பும் இப்போது விடுபட்டுப்போக, புரிவதற்கு உண்மையில் ஏதுமில்லை என்ற உணர்வு சமீப காலமாக உள்ளத்தில் மேலெழத் தொடங்கியிருக்கிறது. குழப்பத்திற்குத் தீர்வு தெளிவு என்று நினைத்திருந்த எண்ணம் இப்போது இல்லாமல் போய்விட்டது. குழப்பம் தீர்ந்து தெளிவு வந்து விட்டது என்று நினைக்கத் தொடங்கும் நேரத்தில் தெளிவும் விட்டுப்போய்விட்டதாகப் படுகிறது. வாழ்வனுபவம் மிகவும் விநோதமான, ஆனால் மிகவும் சுவாரஸ்யமான விஷயமாக இருக்கிறது.

நான் ஏதோ தெரிந்துகொண்டுவிட்டதாக நினைக்கும் விஷயங்களைப் பகிர்ந்துகொள்ளும் நோக்கத்தோடு எழுதப் பட்டவை அல்ல இந்தக் கட்டுரைகள். தெரிந்துகொள்ளும் விழைவின் பாதையில் வெளிவந்தவை. அந்த அர்த்தத்தில் இவை எனக்காகவே நான் எழுதிக்கொண்டவை என்று சொல்வதுகூடச் சரியானதுதான் என்று படுகிறது. அகத்தின் இருள் படர்ந்த வெளியில், வளைந்து நெளிந்து, குறுக்கும் நெடுக்குமாகச் செல்லும் குறுகியப் பாதைகளில் கையில் சிறுவிளக்குடன் பயணித்த அனுபவங்களின் வழிக்குறிப்புக ளாகவே இவற்றை நான் கருதுகிறேன். இந்த நூலை

வாசிக்கும் ஒருவருக்கு இந்த வழிக்குறிப்புகள் ஓரளவுக்கேனும் அர்த்தமுள்ளவையாக இருந்தால் எனக்கு மகிழ்ச்சி.

இந்த நூலுக்கு ரா. ஸ்ரீனிவாசன் எழுதிக்கொடுத்துள்ள கண்ணோட்டம் இந்த நூலின் பின்னிணைப்பாகக் கொடுக்கப் பட்டுள்ளது. தன்னளவிலேயே முக்கியமானது இந்தக் கட்டுரை. சீர்மையும் செறிவும் தெளிவும் நிரம்பிய இந்தக் கட்டுரைக்கு நன்றி சொல்லி மாளாது.

என் நூல்களைத் தொடர்ந்து வெளியிட்டு என்னை எழுதத் தூண்டிக்கொண்டிருக்கும் காலச்சுவடு கண்ணனுக்கு என் உளமார்ந்த நன்றி.

இந்தக் கட்டுரைகளை நான் எழுதியபோது அவற்றைப் பிரசுரித்து எனக்கு ஊக்கமளித்த 'மையம்' ராஜகோபால், அழகியசிங்கர் ஆகியோருக்கும் நன்றி.

சென்னை
12.05.2013

ஆனந்த்

சஞ்சயன் பார்வை

1

பரதகண்டத்தின் மன்னர் பெருந்தகை மாமன்னர் திருதராஷ்டிரன் அவர்களின் திவ்ய சமூகத்திற்கு அடியவன் சஞ்சயன் தெண்டனிட்டுத் தெரிவித்துக்கொள்வது.

குருக்ஷேத்திர யுத்தம் முடிந்து பல காலம் ஆகிவிட்ட இந்த நிலையில் உலகில் தற்போது நடந்துகொண்டிருக்கும் விஷயங்களை நீங்கள் தெரிந்துகொள்ள ஆவல் கொண்டுள்ள காரணத்தை முன்னிட்டுத் தங்கள் ஆணைப்படி உலகெங்கும் பார்வையால் சுற்றியலைந்து திரிந்து வந்து கொண்டிருக்கிறேன்.

மன்னா, இப்போது என் திருஷ்டியில் நான் காண்பது தென்னவர் நாடென நாமம் கொண்ட நிலப்பரப்பு. இங்கு பேசப்படுவது தமிழ் என்னும் திருமொழி. உலகில் கல்லும் மண்ணும் தோன்று வதற்கு முன்பாகவே இந்த மொழி தோன்றிப் பேசப்பட்டு வந்திருப்பதாக இந்த மக்கள் நம்பி வருகிறார்கள்.

பனை மரத்திலிருந்து நாம் கிழித்து உபயோகிக்கும் ஓலைச் சுவடியைப் போலன்றி மரங்களையே அரைத்து அவர்கள் மிக மெல்லிய தான ஓலைகளைத் தயாரிக்கிறார்கள். அதைக் 'காகிதம்' என்று அழைக்கிறார்கள். அதில் பல வண்ணங்கள் கொண்ட சாயங்களைப் பயன் படுத்துகிறார்கள். ஆனால் நீல வண்ணத்தைத் தான் பெரும்பாலானோர் உபயோகிக்கிறார்கள். நம்மைப் போலல்லாமல் எழுதுகோலைக் குடைந்து சாயத்தை அதற்குள்ளேயே நிரப்பி எழுதுகிறார்கள். இது தவிர பெரும் இயந்திரக் கருவிகளைக் கொண்டு காகிதத்தில் நேரடியாக எழுத்துக்களை

உண்டாக்குகிறார்கள். அதை 'அச்சு' என்று அழைக்கிறார்கள். அந்த இயந்திரம் ஒரே குறுங்காவியத்தை ஆயிரக்கணக்கில் உருவாக்குவது மிகவும் விந்தையாக உள்ளது.

இந்த உலகைப் பற்றி இன்னும் விவரமாக அறிந்துகொள்ள ஆவலாக இருந்ததால் நானே அவர்களைப் போல உருவெடுத்து நேரில் சென்றேன். அங்கு வித்தியாசமான ஒரு நபரைச் சந்தித்தேன். தான் எப்போதாவது ஏதாவது எழுதுவது உண்டு என்றார் அவர்.

அவர் பெயரைக் கேட்டேன். அதுதான் மிகவும் சுவாரஸ்யமான விஷயம். அவருக்கு நான் யார் என்பது தெரியாது மன்னா. தான் 'சஞ்சயன்' என்ற பெயரைப் புனைந்துகொண்டு எழுதுவதாகச் சொன்னபோது எனக்கு வியப்பு தாங்க முடியவில்லை. நம் வியாச முனிவரின் மகாபாரதம் படித்திருக்கிறார். அவருடைய உண்மையான பெயர் என்ன என்று கேட்டதற்கு, "பெயரில் என்ன இருக்கிறது?" என்று சிரித்துக்கொண்டே சொல்லிவிட்டார்.

சில நாட்களுக்கு முன்னால் ஒருநாள் மாலை அந்தச் சஞ்சயனுடன் ஒரு இடத்திற்குப் போனேன். 'கடற்கரை' என்று அந்த இடத்திற்குப் பெயர். கடலைப் பற்றிக் கேள்விப்பட்டிருக்கிறேனேயொழிய இப்போதுதான் நேரில் பார்க்கிறேன். என்ன ஒரு பிரும்மாண்டமான நீர்ப்பரப்பு, மன்னா! பரந்து விரிந்த மணற்பரப்பும் கூட. அதன் விசாலத்தை எப்படிச் சொற்களில் சொல்லுவேன்! காற்று வீசிக்கொண்டே இருக்கிறது. கடலின் கரையில் உள்ள மணற்பரப்பில் நூற்றுக்கணக்கான பேர் அமர்ந்து பேசிக்கொண்டே இருக்கிறார்கள். அனைவருடைய பேச்சுக்கும் அடிநாதமாகக் கடலின் ஓசை கேட்டுக்கொண்டே இருக்கிறது.

நாங்களும் அங்கு அமர்ந்து பேசிக்கொண்டிருந்தோம். எனக்கு ஒரு விஷயம் விந்தையாக இருந்தது. நாங்கள் சந்தித்துப் பல நாட்களாகியும் இன்னும் ஒரு முறைகூட அவர் என்னைப் பற்றி எதுவுமே கேட்கவில்லை. நான் இதுபற்றி அவரிடமே கேட்டேன். எங்கள் சம்பாஷணை இதோ:

"நீங்கள் என்னைப் பற்றி ஒன்றுமே கேட்கவில்லையே?"

"கேட்பதற்கு என்ன இருக்கிறது? (மெல்லப் புன்னகைக்கிறார்) நீங்கள் என்ன சொல்லப் போகிறீர்கள்? ஒரு பெயரைச் சொல்வீர்கள். உங்கள் ஊரின் பெயரைச் சொல்வீர்கள். அவை இரண்டும் பெயர்கள். உங்களைப் பற்றியோ உங்கள் ஊரைப் பற்றியோ அதிலிருந்து ஒன்றும் தெரிந்துகொள்ள முடியாது.

நீங்கள்தான் எதிரிலேயே இருக்கிறீர்களே. உங்கள் ஊரின் சாரமும் உங்களுடன்தான் இருக்கிறது. உங்களோடு பழகுவதில் தான் உங்களைப் பற்றியும் உங்கள் ஊரைப் பற்றியும் தெரிந்து கொள்ள முடியுமே."

"இந்தச் சில நாட்கள் பழகியதில் என்னைப் பற்றி என்ன தெரிந்துகொண்டீர்கள்?"

"நீங்கள் இந்த ஊர் இல்லை. இந்த பிரதேசம் இல்லை. இந்தக் காலத்தையே சேர்ந்தவரில்லை. வேறு ஒரு காலத்தி லிருந்து இங்கு வந்திருக்கிறீர்கள், சரியா?"

"இவ்வளவு சாதாரணமாகச் சொல்கிறீர்கள்? உங்களுக்கு ஆச்சரியமாக இல்லையா?"

"முதலில் கொஞ்சம் ஆச்சரியமாகத்தான் இருந்தது. இடம்விட்டு இடம் போகும்போது காலம்விட்டுக் காலம் போவதில் என்ன அசாத்திய வித்தியாசம் இருக்கிறது? காலமும் ஒரு வகையில் இடத்தைப் போன்றதுதானே என்று தோன்றியது."

"பெயர் முக்கியமேயில்லையா?"

"அவசியம். ஆனால் முக்கியமில்லை."

"எப்படிச் சொல்லுகிறீர்கள்?"

"வெளி அடையாளத்துக்குப் பெயர் உபயோகமானதுதான். ஆனால் அது வெறுமனே சுட்டிக்காட்டும். அவ்வளவே. ஒரு கருத்துக்குப் பின்னால் உள்ள உண்மையை உணரும்போது அந்த உண்மை, மற்ற உண்மைகளிலிருந்து தனியாகப் பிரிக்கப் பட முடியாமல் இருக்கிறது. உண்மை ஒரு கோணத்தில் இருந்து பார்க்கும்போது ஒரு பெரும் படலமாக விரிந்து தெரிகிறது. தனியாக அது பற்றிப் பேசவேண்டியதில்லை என்றுதான் படுகிறது."

சற்று நேரம் அமைதியாக அமர்ந்திருந்தோம். கடலின் ஓசை மட்டும் அந்த அமைதியைச் சற்றும் கலைக்காமல் கேட்டுக்கொண்டே இருந்தது.

சிறிது நேரம் கழித்து நான் கேட்டேன்: "நான் வேறு காலத்திலிருந்து வந்திருக்கிறேன் என்று எப்படித் தெரிந்து கொண்டீர்கள்?"

சிரித்துக் கொண்டே அவர் சொன்னார்: "உங்கள் கண்களில் உங்கள் காலம் விளையாடுகிறதே?"

"நான் யார் என்று உங்களுக்குத் தெரியுமா?" என்று கேட்டேன்.

காலவெளிக் காடு

"தெரியாது. எந்த ஊர் என்றும் தெரியாது. எந்தக் காலம் என்றுகூடக் குறிப்பாகத் தெரியாது," என்றார்.

நான் யாரென்று சொன்னேன். ஒரு கணம் வியப்பு அவர் கண்களில் வீசியது. பணிவுடன் கைகூப்பி வணங்கினார்.

பின்பு அவர் கேட்டார்: "உங்கள் காலத்திலிருந்து இந்தக் காலத்திற்குள் எப்படி வந்தீர்கள்?"

"ஒரு காலத்திலிருந்து இன்னொரு காலத்திற்குப் போவதற்கு ஒரு வழிதான் இருக்கிறது. அந்த வழியில்தான் வந்தேன்," என்று சொன்னேன்.

"எது அந்த வழி?" என்றார்.

"என் காலத்திலும் 'இப்போது' இருந்தது. உங்கள் காலத்திலும் 'இப்போது' இருக்கிறது. இப்போதின் வழியாகத் தான் நான் இங்கு வந்தேன். அஸ்தினாபுரத்திலிருந்து குருக்ஷேத்திரத்தைக் கண்டதும் அதன் வழியாகத்தான். 'இப்போது'தான் பார்வையின் வாசல்," என்றேன்.

அவர் முகத்தில் உடனே ஒரு அமைதி இறங்கியது. பெரும் காற்று ஒன்று வீசிச் சென்றது. வெகுநேரம் மௌனமாக அமர்ந்திருந்தோம்.

சற்று நேரம் கழித்து நீண்ட பெருமூச்சொன்று அவரிட மிருந்து வெளிபட்டது. அவர் கேட்டார்: "நாம் எப்போதும் இப்போதில்தான் இருக்கிறோமா?"

என் மனத்தில் மிகவும் மென்மையானதொரு உணர்ச்சி மெல்ல மலரைப் போல் அரும்பியது. நான் சொன்னேன்: "இல்லை. 'இப்போது' எப்போதும் இருக்கிறது. ஆனால் நாம் எல்லா நேரமும் அதில் இருப்பதில்லை. நாம் பொதுவாக ஏதோ ஒரு காலத்தில்தான் இருக்கிறோம். ஆனால் இப்போதின் வாசல் எப்போதும் திறந்தே இருக்கிறது. பெரும்பாலானவர்கள் அந்த வாசலைக் கவனிப்பதுகூட இல்லை. அதன் வழியாக வெளியே வந்து பார்ப்பவர்கள் மிகவும் சொற்பம். தத்தம் காலங்களில் இருப்பதைத்தான் அனைவரும் விரும்புகிறார்கள். இப்போதின் கதவை யாரும் பூட்டி வைத்திருக்கவில்லை. அது விரியத் திறந்துதான் இருக்கிறது."

பல நிமிடங்களுக்குப் பிறகு அவர், "ஒரு சிலர் இப்போதின் வாசலில் நின்று எழுதுகிறார்கள். சிலருக்கு இப்போதின் தோட்டங்களிலிருந்து வீசும் வாசனை தெரிகிறது. அவர்களது எழுத்திலும் அந்த வாசனை வீசிப் பரவுகிறது," என்று சொல்லி

விட்டுச் சில கதைகளையும் சில கவிதைகளையும் காட்டினார், அவருடையவை ஒன்றிரண்டையும் சேர்த்து.

பிறகு சொன்னார்: "நான் தொடர்ந்து அவ்வப்போது மனத்தில் பட்டவைகளை எழுதலாம் என்றிருக்கிறேன். உங்கள் பெயரிலேயே, உங்கள் ஆசியுடன்."

"சந்தோஷமாக எழுதுங்கள்," என்று சொன்னேன்.

மன்னா, அவரது எழுத்துக்களும் அவர் படித்துக் காட்டிய பிறரது எழுத்துக்களும்கூட அங்கு எப்போதும் நடந்துகொண்டிருக்கும் யுத்தத்தின் ஒரு பகுதிதான். ஆனாலும் அவை வேறொரு தளத்தில் நடக்கின்றன. அவர்களின் யுத்தம் குறிப்பிட்ட யாரோடும் இல்லை. திறந்து கிடக்கும் இப்போதின் வாசலுக்கு உள்ளே காலம் பூட்டி வைத்திருக்கும் கதவுகளுடன் தான் இவர்களது யுத்தம் நடைபெறுகிறது. காலம் அடைத்த கதவுகளை நோக்கித்தான் இவர்களின் அஸ்திரங்கள் பாய்கின்றன.

அவைகளின் காவிய உலகில் மட்டுமல்லாமல் – அவர்கள் அதை இலக்கிய உலகம் என்கிறார்கள் – பிற உலகங்களிலும் இந்த மாதிரியான யுத்தங்கள் நடைபெற்று வருகின்றன. இதன் விளைவாகக் காலவெளிக்காட்டில் விரிசல்கள் ஏற்படத் தொடங்கியிருக்கின்றன.

ஒளியும் சக்தியும் ஓரளவு உள்ளே வரத் தொடங்கியிருக்கின்றன. அவர்களின் பார்வை மெல்ல மாற்றமடையத் துவங்கியுள்ளது. இன்னும் சில தலைமுறைகளுக்குள்ளாக அங்கு பெரிய மாற்றம் ஏற்பட வாய்ப்புள்ளது.

அவ்வப்போது அங்கு நடப்பதை உங்களுக்குத் தெரியப்படுத்துகிறேன்.

◯

2

ஜம்புத்வீபத்தின் ஏகசக்ராதிபதியான மாமன்னர் திருதராஷ்டிரன் அவர்களின் திவ்ய சமூகத்திற்கு, அடியவன் சஞ்சயன் கோடி தெண்டனம் சமர்ப்பித்து எழுதிக்கொள்ளும் மடல்.

ஏற்கனவே தங்கள் சமூகத்திற்கு நான் ஒரு மடல் வரைந்து அனுப்பியது தங்களுக்கு நினைவிருக்கலாம். இப்போது மறுபடியும் இன்னொரு முறை தென்னவர் நாட்டிற்கு விஜயம் செய்தேன். அங்கு நடக்கும் செய்திகளைத் தங்களுக்குத் தெரிவிக்கவே இந்த மடல்.

சஞ்சயன் என்னும் பெயரைப் புனைந்து கொண்டு எழுதும் தென்னவர் நாட்டு மனிதரை நான் மீண்டும் சில முறை சந்தித்தேன். என் வரவை அவர் இப்போதெல்லாம் மிகவும் சகஜமாக எடுத்துக் கொள்கிறார். நாங்கள் சந்திக்கும் போதெல்லாம் பெரும்பாலும் கடற்கரையிலோ அல்லது பூங்கா என்று அவர் அழைக்கும் இடத்திற்கோ செல்கிறோம்.

பூங்கா என்பது நந்தவனம் என்று நாம் அழைக்கிறோமே அதுதான். நம் நந்தவனம் அரண்மனைக் கட்டிடத்துக்கு வெளியில் மதிற்சுவருக்கு முன்னால் இருக்கும் தோட்டம். ஆனால் இங்கு அந்த மாதிரியான தோட்டங்கள் தனியாக அரண்மனை எல்லாம் இல்லாமல் சாலையில் மதிற்சுவர் ஒன்று கட்டி அதற்குள் இருக்கிறது. கடற்கரையைப் போலவே இங்கும் மாலை வேளைகளில் பலர் வந்து அமர்ந்து பேசிக்கொண்டு இருந்துவிட்டுச் செல்கிறார்கள். ஆனால் இங்கு நடுப்பகல் வேளையில்கூடச் சிலர் வந்து படுத்துத் தூங்கிக் கொண்டிருக்கிறார்கள்.

பகலிலும் மாலை வேளைகளிலும் இளவயது ஆண்களும் பெண்களும் ஜோடி ஜோடியாக இங்கு வந்து ஒதுக்குப்புறமாகத் தனியே அமர்ந்து தணிந்த குரல்களில் பேசிக் கொண்டிருக்கிறார்கள். ஒருவரையொருவர் ஆவலுடன் பார்த்தபடி இடைவிடாது ஏதோ பேசிக்கொண்டே இருக்கிறார்கள். ஒவ்வொரு முறையும் அப்போதுதான் முதல் முறையாகப் பார்த்துக்கொள்பவர்கள் போன்றும் அதுவே கடைசி முறை போன்றும் வைத்த கண் வாங்காமல் பார்த்துக்கொண்டே பேசிக் கொள்கிறார்கள்.

எனக்கு என்னவோ இது புது மாதிரியாக இருந்தது. தென்னவர் நாட்டு சஞ்சயனைப் பார்த்தேன். அவர் வெறுமனே சிரித்துவிட்டுச் சும்மா இருந்துவிட்டார். பல சமயங்களில் அவர் புன்சிரிப்புடனே தம் எதிர்வினையை நிறுத்திக் கொள்வது வழக்கமாக இருந்தபோதிலும் ஒவ்வொரு புன்சிரிப்பும் சற்றே வித்தியாசமாக இருக்கிறது.

சில நாட்களுக்கு முன் ஒரு மாலை நேரத்தில் நான் அவருடன் ஒரு பூங்காவில் அமர்ந்து பேசிக் கொண்டிருந்தேன். அப்போது ஒருவர் இரண்டு சக்கரங்கள் பொருத்திய வண்டி ஒன்றில் உலோகத்தால் ஆன கலம் ஒன்றை வைத்துத் தள்ளிக் கொண்டு வந்தார். 'அது என்ன?' என்று கேட்டேன்.

'சுக்குக் காப்பி,' என்றார் அந்தச் சஞ்சயன்.

'அப்படியென்றால்?'

'ஒன்றுமில்லை. சுக்கு தெரியுமில்லையா? அதைப் பொடி செய்து, கூடக் கொஞ்சம் பாலைக் கலந்து கொடுப்பார்கள். அவ்வளவுதான்'

எனக்குக் கொஞ்சம் ஆவலாக இருந்தது. இருந்தாலும் கேட்கக் கூச்சமாக இருந்தது. 'வேண்டுமா? கொஞ்சம் குடித்துப் பார்க்கிறீர்களா?' என்று கேட்டார் அவர். 'சரி' என்றேன். குடித்துப் பார்த்தேன். சூடாகச் சுவையாக இருந்தது.

'உங்கள் உலகம் மிகவும் வித்தியாசமாக இருக்கிறது,' என்றேன். வழக்கம்போல் மெல்லிய சிரிப்பு ஒன்றுதான் அவர் பதில்.

'உங்களிடம் ஒரு முக்கியமான விஷயம் ஒன்று பேச வேண்டும் என்று நினைத்துக்கொண்டுதான் இன்று வந்திருக்கிறேன்,' என்றார் அவர்.

'சொல்லுங்களேன்,' என்றேன்.

‘நீங்கள் பார்வையின் இலக்கணங்களை அறிந்தவர். அதற்கு அப்பாற்பட்டவர். கால தேசங்களைத் தாண்டி உங்கள் பார்வை பாயக்கூடியது. பார்வை தொடர்பாகச் சில விஷயங் களை உங்களிடம் தெளிவுபடுத்திக்கொள்ளலாம் என்று எனக்குப் படுகிறது,’ என்றார் அந்தச் சஞ்சயன்.

‘சொல்லுங்கள். எனக்குத் தெரிந்தவரையில் சொல்கிறேன்,’ என்று சொன்னேன்.

‘பார்வை நேர்கோட்டுத் தன்மை வாய்ந்ததா? எழுத்து – அதாவது காவியம் என்று வைத்துக் கொள்ளுங்களேன் – நேர்கோட்டுத் தன்மை கொண்டதா? இது பற்றிச் சொல்லுங்களேன்.’

காற்று மெல்ல வீசிக்கொண்டிருந்தது. பூங்காவின் மூலைகளில் இருந்த உயரமான அசோக மரங்கள் மெல்லக் காற்றில் அசையும் காட்சி மனத்துக்கு மிகவும் ரம்மியமாக இருந்தது.

மௌனமாக அவர் காத்திருந்தார். கைகளை மடிமீது வைத்து நிச்சலனமாக அவர் அமர்ந்திருந்தார்.

நான் தொடங்கினேன். ‘பார்வை தன் சுயத்தன்மையில் திசைகளற்று விரிந்திருக்கிறது. வரிசைக் கிரமங்களுக்கு அப்பாற் பட்டது அது. அதனால் பார்வையில் நேர்கோட்டுத் தன்மை கிடையாது. ஒரு கணத்தில் முழுக் காட்சியையும் பார்வை உள்வாங்கிக்கொண்டுவிடும். ஆனால் அந்தப் பார்வையில் விவரங்கள் இருக்காது. தனித்தனி அடையாளங்கள் இருக்காது. ஏனென்றால் பார்வையின் சுயத்தன்மையில் மனத்திற்கு ஏதும் பங்கு இல்லை. அடையாளம் காண்பது மனத்தின் வேலை.

மனம் நேர்கோட்டுப் பாதையில், வரிசைக் கிரமத்தில் செயல்படுவது. பார்வை ஒரு வீச்சில் காட்சி முழுவதையும் அடக்கிவிடுவதைப் போல் மனத்தால் செயல்பட முடியாது. மனம் மையம் கொண்டு இயங்குவது. ஏதோ ஒரு மையத்தில் இருந்துதான் மனத்தால் நகர்ந்து இயங்க முடியும். குறிப்பிட்ட ஒரு திசை நோக்கித்தான் அது நகரும். காட்சிப் புலத்தின் ஒவ்வொரு அம்சமாக, அடுத்தடுத்து, வரிசையாக மனம் பார்த்துச் செல்லும்.’

‘கொஞ்சம் விளக்கமாகச் சொல்ல முடியுமா?’

‘இது சிக்கலான விஷயம் ஒன்றுமில்லை. சுலபமானதுதான். இதோ பாருங்களேன். நான் குருக்ஷேத்திரக் காட்சியைப்

பார்க்கிறேன். அந்தப் பார்வையில் அந்தக் காட்சியின் முழுமையும் எனக்குத் தெரிகிறது. ஆனால் அதை நான் விவரிப்பதென்றால் ஏதோ ஒரு விஷயத்திலிருந்துதான் நான் தொடங்க வேண்டும். முதலில் வான நிலை பற்றித் தொடங்கலாம். 'பிரகாசமான சூரிய வெளிச்சம்,' என்று ஆரம்பிக்கலாம். பிறகு இரண்டு புறமும் கௌரவ, பாண்டவ சேனை நிற்பதைச் சொல்லலாம். அடுத்ததாக, பீஷ்மர், துரோணர், துரியோதனன், கர்ணன் என்று தொடங்கி யுதிஷ்டிரன், பீமன், அர்ச்சுனன் என்று வரிசையாகத்தான் சொல்ல முடியும். ஏதோ ஒன்று முதலிலும் பின்னர் அடுத்தடுத்து ஒவ்வொன்றாகச் சொல்லிக் கொண்டேபோய்க் கடைசியில் ஏதோ ஒன்றில்போய் முடிக்க வேண்டும். பார்வையில் இல்லாத ஒரு வரிசைக் கிரமம் சொல்லுவதில் ஏற்பட்டுவிடுகிறது, இல்லையா?'

'இல்லாததொரு கால வரிசையை மனம்தான் உண்டாக்குகிறது என்கிறீர்களா?' என்று கேட்டார் அவர்.

'ஆமாம். மனம் தன் தொடக்கப் புள்ளியை நிர்ணயித்துக் கொள்கிறது. அங்கிருந்து அந்தந்த மனத்தின் இயல்புக்கேற்ப அதன் பாதை அமைகிறது.'

'மனத்தின் அடிப்படை இயல்பிலேயே இந்தத் தன்மை இருப்பது உண்மையென்றால் பார்வையின் முழு வீச்சு விரிந்து காணும் காட்சிப் புலத்தை மனம் காணவே இயலாதா?'

'அப்படி இல்லை. இதை வேறொரு கோணத்தில் பார்க்கலாம். இருப்பதன் ஒருங்கிணைந்த இயல்பைப் பார்வை பார்க்கிறது. மாறாக, மனம் காட்சிப் புலத்தைத் தனக்கு அர்த்தப் படுத்திக் கொள்வதற்காக வகைப்படுத்திப் பிரிக்கிறது. பிறகு, தனித்தனியானவையாக அது பார்க்கும் அம்சங்களிடையே உள்ளதான உறவைக் கண்டுபிடிக்கிறது. அவற்றை இணைக்கிறது. இப்போது நீங்கள் கேட்ட கேள்விக்கு வருவோம்.

மனம் தன்னளவில் பார்வையின் முழுமையை உள்ளடக்க முடியாது. ஆனால் பார்வை மனத்தைத் தன் விரிவில் அடக்கி விட முடியும். அவ்வாறு மனம் பார்வையின் வாகனமாக இயங்கும்போது, அதன் சுய மையம் தனித்து இயங்குவதில்லை. முழு மனமும் பார்வையின் மையமாக இயங்குகிறது. அதனால் தன் பொதுவான நேர்கோட்டுப் பார்வையை விடுத்துப் பல்கோணப் பார்வையை மனம் அடைகிறது. இந்தத் தளத்தில் இயங்கும்போது, மேல்மனம் தன்னியக்கமற்று இருக்க, மனத்தின் ஆழமான பகுதிகள் செயல்படுகின்றன.'

'இம்மாதிரியான பார்வையில் மனம் தன் வரிசைக் கிரமத்தை விட்டுவிடுகிறதா?' என்று கேட்டார் அவர்.

வெளிர் நீலச் சட்டை அணிந்த மனிதர் ஒருவர் பூங்காவினுள் இருந்த பாதை ஒன்றில் சுற்றிச் சுற்றி நடந்து வந்துகொண்டிருந்தார். ஏறக்குறைய இருபது சுற்று சுற்றி வந்திருப்பார் அவர். அவரை ஒருபுறம் கவனித்தபடியே நான் என் பேச்சைத் தொடர்ந்தேன்.

'ஆமாம். பார்வையுடன் ஒன்றிணைந்து இயங்கும்போது மனம் தன் நேர்கோட்டு நகர்விலிருந்து விடுபட்டு விடுகிறது. அப்போது மனத்தின் நுட்பமான ஒரு தளத்தில் பார்வை மையம்கொண்டு இயங்குகிறது. நான் புரியும்படி சொல்கிறேனா?'

'புரிகிறது என்றுதான் தோன்றுகிறது. இதை ஆங்கிலத்தில் intuition என்று சொல்வதுண்டு.'

'அப்படியா? இம்மாதிரியான கணங்களில் மனம் பார்வையின் தன்மையான 'ஒருகணப் பார்வை'யை அடைகிறது. இதில் நேர்கோட்டுத் தன்மை கிடையாது. ஒரு கணத்தில் ஆழமும் அகலமும் கொண்ட ஒரு பார்வையை மனம் அடைகிறது. மனத்தின் பொதுவான பார்வையில் கிட்டாத ஆழம் இங்கு வசப்படுகிறது. இந்த மாதிரியான பார்வைக்கு ஆங்கில மொழியில் ஏதாவது சொல் இருக்கிறதா?'

மென்மையான புன்சிரிப்புடன் அவர் சொன்னார்: 'இருக்கிறது. Insight என்று அதைச் சொல்வார்கள். நேரடியான மொழிபெயர்ப்பில் சொல்வதென்றால் 'உள்பார்வை' என்று சொல்லலாம்.'

'அட, நன்றாகத்தான் இருக்கிறது. நான்கூடக் கொஞ்சம் ஆங்கிலம் கற்றுக்கொள்ளலாம் போலிருக்கிறது. அது இருக்கட்டும். இந்த உள்பார்வையில் மனம் வரையும் காலத்தின் கோடுகள் இல்லை. வகைப்படுத்தும் இயல்பு இல்லை. ஆழமும் கூர்மையும் கொண்டு மனம் இயங்குகிறது.'

'மனத்திற்கு இம்மாதிரியான பார்வை கிட்டிய பிறகு மேல்மனம் இதை எப்படி வாங்கிக் கொள்கிறது?'

'மேல்மனத்திற்குப் பொதுவாக வகைப்படுத்திப் பார்க்கத் தான் தெரியும். ஆனால் இம்மாதிரியான 'ஒரு கணப் பார்வை' அல்லது நீங்கள் சொல்லும் உள்பார்வையின் விளைவான காட்சிப்பதிவு மேல்மனத்திற்குக் கிட்டும்போது, அந்தப் பதிவின் சாரமான ஒருங்கிணைவு மனத்தை நடத்திச் செல்வதால் முன்புபோல் மனம் காட்சிப் பதிவைத் துண்டு போடுவதில்லை.'

'எழுத்துக்கும் இதற்கும் என்ன தொடர்பு?' என்று கேட்டார் அந்தச் சஞ்சயன்.

'ஒரு முறை வியாச முனிவர் அஸ்தினாபுரம் வந்திருந்த போது என் அதிதியாகத் தங்கியிருந்தார். ஒருநாள் இரவு நெடுநேரம் நாங்கள் இருவரும் பல விஷயங்கள் பற்றிப் பேசிக் கொண்டிருந்தோம். இன்னொரு முறை அதுபற்றி விவரமாகச் சொல்கிறேன். அன்று இரவு ஒரு கட்டத்தில் எழுதுவது என்பது பற்றிப் பேசிக்கொண்டிருந்தோம். அப்போது இதே விஷயம் பற்றிப் பேச்சு வந்தது.'

'பார்வைக்கும் எழுத்துக்கும் உள்ள தொடர்பு பற்றியா? என்ன சொன்னார் அவர்?' என்று மிகவும் ஆவலாகக் கேட்டார் அவர்.

'நாங்கள் பேசிக் கொண்டதின் சாரம் இதுதான்: பார்வையில் ஆழம் இல்லையென்றால் காட்சியில் ஆழம் இருக்காது. காட்சியில் ஆழம் இல்லையெனில் அதன் வெளிப்பாடான எழுத்திலும் ஆழம் இருக்க வழியில்லை. மனமும் பார்வையும் ஒன்றிணையாமல், நல்ல ஆழமான எழுத்துப் பிறக்க வாய்ப்பேதும் இல்லை. பார்வையுடன் மனம் ஒன்றிணையும்போது தன்னை விடப் பெரிதான இயக்கம் ஒன்றில் அந்த மனம் பங்கு கொள்கிறது. எழுத்தோ அல்லது வேறெந்தக் கலையுமோ இம்மாதிரியான பாங்கில்தான் பிறக்க முடியும்.'

சிறிது நேரம் கழித்து, 'சரி, கிளம்புவோமா?' என்றார்.

அங்கிருந்து கிளம்பினோம். இந்தத் தென்னவர் நாட்டு விஜயத்தைப் பற்றிய செய்திகள் இவ்வளவுதான் மன்னா. நான் தங்களை நேரில் சந்தித்துச் சில மாதங்கள் ஆகிவிட்டன. விரைவில் தங்கள் அரண்மனைக்கு நேரில் தங்கள் ஆசி பெற வருகிறேன்.

○

3

ஜம்புத்வீபத்தின் ஏகசக்ராதிபதியான மாமன்னர் திருதராஷ்டிரனுக்கு அடியவன் சஞ்சயன் அனேக கோடி தெண்டனம் சமர்ப்பித்துக் கொள்கிறேன். மன்னா, ஏற்கனவே என் தென்னவர் நாட்டு விஜயங்கள் பற்றி நான் உங்களுக்குத் தெரிவித்த செய்திகள் உங்களுக்கு சுவாரஸ்யமாக இருப்பதாக நீங்கள் சொன்னதாலும் அந்நாட்டிற்கு நான் மேலும் சென்றால் அதுபற்றித் தவறாமல் தங்களுக்குத் தெரிவிக்குமாறு தாங்கள் எனக்குப் பணித்துள்ளமையாலும் என் சமீபத்திய விஜயத்தைப் பற்றிய செய்திகளைத் தங்களுக்கு விவரமாகத் தெரிவித்துக்கொள்ளக் கடமைப் பட்டிருக்கிறேன்.

மன்னா, என் இந்த விஜயத்தின்போது, தென்னவர் நாட்டில், சஞ்சயன் என்று என் பெயரைப் புனைந்துகொண்டு ‘எப்போதாவது ஏதாவது’ எழுதும் என் நண்பர் தன் வீட்டுக்கு என்னை அழைத்துச் சென்றார். அவர் தன் வீட்டில் வைத்திருந்த பல விசித்திரமான சாதனங்களைக் காட்டினார். முதலில் சதுரமான ஒரு பெட்டியைக் காட்டினார். அதன் ஒரு பக்கத்தில் கண்ணாடியால் ஆன ஒரு உள்சதுரம் இருந்தது.

கண்ணாடி என்பது இருந்தும் இல்லாதது போல் உள்ள ஒரு பொருள். அதாவது, நாம் அறிந்த வரைக்கும் எந்த ஒரு பொருளும் தன் பின்னால் இருக்கும் மற்ற பொருள்களை மறைக்கும் இயல்புடையது. ஆனால் இந்தக் ‘கண்ணாடி’ என்னும் பொருள், தான் இருந்தாலும் இல்லாதது போல் தனக்குப் பின்னால் இருக்கும் பொருள்களை மறைக்காமல் காட்டுகிறது. விசித்திரமான இந்தப் பொருள் பற்றி இன்னும் விவரமாகப் பின்னொரு முறை சொல்கிறேன்.

நண்பர் தான் காட்டிய சதுரப் பெட்டியின் பெயர் ‘கம்ப்யூட்டர்’ என்று சொன்னார். அதை வைத்துக்கொண்டு என்ன செய்ய முடியும் என்று

கேட்டதற்கு என்னவெல்லாமோ செய்ய முடியும் என்றார். சங்கீதம் கேட்கலாம். காவியம் எழுதலாம். சித்திரம் வரையலாம். கணிதம் செய்யலாம். சதுரங்கம் விளையாடலாம். இன்னும் பல விஷயங்கள் செய்யலாம் என்றார். என் ஒவ்வொரு விஜயத்தின் போதும் அதுபற்றிக் கொஞ்சம் கொஞ்சமாக விளக்கிச் சொல்வதாகச் சொன்னார். ஒரு வட்டமான தகடை அந்தப் பெட்டியில் ஒரு இடத்தில் பொருத்தினார். அடுத்த கணம் அற்புதமான புல்லாங்குழல் ஓசை கேட்கத் தொடங்கியது. எனக்கு நம் கிருஷ்ணனின் நினைவுதான் வந்தது. மதுரமான கானம்.

அவருடைய துணைவியாரையும் குழந்தைகளையும் அறிமுகம் செய்துவைத்தார். வெளியூரில் இருந்து வந்திருக்கும் நண்பர் என்று என்னைப் பற்றிச் சொன்னார். ‘காபி கொண்டு வரட்டுமா?’ என்று கேட்டார் நண்பரின் துணைவியார். நண்பர், ‘கொண்டு வாயேன்’ என்றார். ‘அது என்ன,’ என்று கேட்டேன். ‘அது ஒரு பானம். குடித்துப் பாருங்கள்’ என்றார் நண்பர். காபி வந்தது. குடித்தேன். சிறு கசப்பு, கொஞ்சம் இனிப்பு என்று புது மாதிரியாக இருந்தது அது. குடித்த சில கணங்களில் ஒரு புத்துணர்வு ஏற்பட்டது. தென்னவர் நாட்டில் பலரும் இந்தப் பானத்தை விரும்பிக் குடிப்பதாகவும் அதைக் குடிக்காமல் சிலருக்கு எதுவுமே ஓடாது என்றும் சொன்னார்.

அதன்பிறகு எங்களுக்குள் ஒரு சம்பாஷணை துவங்கியது. அதன் விவரம் இதோ:

தென்னவர்: ஐயா, சில விஷயங்கள் பற்றி எனக்குத் தெளிவில்லாமல் இருக்கிறது. உங்களை இன்று கேட்டுத் தெரிந்து கொள்ளலாம் என்று இருக்கிறேன்.

நான்: சொல்லுங்கள்.

தென்னவர்: எங்களைப் பொறுத்த வரையில், சில ஆராய்ச்சிகளின்படி, இந்தப் பூமியில் மகாபாரதம் நடந்து முடிந்து ஏறக்குறைய ஐயாயிரத்து ஐந்நூறு ஆண்டுகள் ஆகிவிட்டன. இப்போது அது எங்களுக்கு வெறும் ஞாபகங்கள் மட்டுமே. அந்தக் காலம் இப்போது இல்லை. அவ்வாறிருக்க நீங்கள் எங்கிருந்து வருகிறீர்கள்? மறுபடி எங்கு போகிறீர்கள்?

நான்: நண்பரே, நீங்கள் நினைப்பதுபோல் இல்லை விஷயம். உங்கள் கால ஓட்டத்தின்படி நீங்கள் சொல்வது சரிதான். ஆனால் உங்கள் கால ஓட்டம் ஒன்று மட்டும்தான் இருக்கிறது என்று நீங்கள் நம்புவதுதான் தவறு. பல கால ஓட்டங்களில் ஒன்றுதான் நீங்கள் அனுபவம் கொண்டிருப்பது. இதைத் தவிர மேலும் கணக்கற்ற கால ஓட்டங்கள் இருக்கின்றன.

தென்னவர்: (அதிர்ந்து) இன்னும் வேறு பல கால ஓட்டங்களா? என்ன சொல்கிறீர்கள்? ஒன்றும் புரியவில்லையே?

நான்: ஆமாம். வெவ்வேறு திசைகளில், வெவ்வேறு வேகங்களில் காலம் ஓடிக்கொண்டிருக்கிறது.

தென்னவர்: அப்படியென்றால்? புரியும்படி சொல்லுங்களேன்.

நான்: உங்களுக்கு அது புரிவது கடினம்தான். சொல்லிப் புரிய வைப்பதும் முடியாத காரியம்.

தென்னவர்: ஏன்?

நான்: எல்லாவற்றையும் சொல்லிப் புரியவைத்துவிட முடியாது. ஒரு சிறிய உதாரணத்தை எடுத்துக் கொள்வோம். யானையைப் பார்த்தேயிராத ஒருவருக்கு எவ்வளவுதான் விவரமாக, விளக்கமாக எடுத்துச் சொன்னாலும் யானையைப் புரிய வைத்து விட முடியாது, இல்லையா? சொல்பவர், கேட்பவர் இருவரின் குறையும் இல்லை இது. இது 'அறிதல்' என்னும் முறைபாடு சார்ந்த விஷயம்.

தென்னவர்: எப்படித்தான் அவருக்கு யானையைப் புரியவைப்பது?

நான்: அது மிகவும் சுலபம். கூட்டிப் போய் யானையைக் காட்டிவிட வேண்டியதுதான். வேறு ஒன்றும் செய்யவோ சொல்லவோ தேவையில்லை, இல்லையா?

தென்னவர்: (பெரிதாகச் சிரிக்கிறார்) உண்மைதான். அதுதான் உண்மையான அறிதல். நேரில் பார்த்தால்தான் உண்மையில் எதையும் அறிந்துகொள்ள முடியும். சரி. அப்போது காலத்தின் பல்வேறு ஓட்டங்கள் என்று நீங்கள் சொல்வதை நான் எப்படித்தான் அறிந்து கொள்வது?

நான்: நேரில் பார்த்துத்தான்.

தென்னவர்: என்ன சொல்கிறீர்கள்?

நான்: சரி, அதிருக்கட்டும். ஒன்று மட்டும் இப்போது சொல்கிறேன். மகாபாரதம் முடிந்து உங்கள் காலம் இங்கு வந்துவிட்டது. ஆனால் எங்கள் அனுபவத்திலும் காலம் கடந்து பல மாற்றங்கள் ஏற்பட்டு இப்போது எங்கள் உலகத்திலும் தற்காலம் நடந்து கொண்டிருக்கிறது. அங்கிருந்துதான் நான் வருகிறேன். மறுபடி அங்குதான் போகிறேன்.

தென்னவர்: கொஞ்சம் விளக்கமாகச் சொல்லுங்களேன்.

நான்: ஒவ்வொரு கணமும் பல கால ஓட்டங்கள் ஒன்றை ஒன்று குறுக்கிட்டுக் கடந்து போய்க் கொண்டிருக்கின்றன.

மகாபாரதம் நடந்தது உங்கள் காலமும் எங்கள் காலமும் குறுக்கிட்டுக் கடந்த நேரத்தில்தான். அந்தக் காலம் நம் இரண்டு ஓட்டங்களுக்கும் பொதுவானது. பெரிய அகலமான சாலைகள் இரண்டு ஒன்றை ஒன்று கடக்கும்போது நடுவில் பொதுவான ஒரு பிரதேசம் தோன்றுகிறது இல்லையா? அதேபோலத்தான். ஒவ்வொரு கணமும் தன்னளவில் முடிவதேயில்லை. அந்தக் கணத்தின் ஒரு கூறு உங்கள் காலம். உங்களுக்கு அது தொடர்கிறது. எங்கள் கூறு எங்கள் உலகம். அது எங்களுக்குத் தொடர்ந்து கொண்டிருக்கிறது.

தென்னவர்: (கண்கள் பளிச்சிடக் கவனமாகக் கேட்டுக் கொண்டிருக்கிறார்) விவரமாக ஒன்றும் புரியவில்லை. ஆனால் கதை கேட்பதைப் போல் புரிகிறது. இருக்கட்டும். ஒரு சந்தேகம்.

நான்: கேளுங்கள்.

தென்னவர்: நீங்களும் மகரிஷி வியாசரும் காலம் என்பதைக் கடந்து நிற்கக்கூடியவர்கள் என்னும் என் கருத்தின்படி, இன்னும்கூட இருப்பவர்கள். இதை நம்புவது எனக்கு ஒன்றும் கடினமாக இல்லை. ஆனால் மகாபாரதம் முடிவதற்கு முன்பாகவே மாமன்னர் திருதராஷ்டிரன், ராணிகள் காந்தாரி, குந்தி இருவருடனும் கானகம் ஏகிக் காட்டுத் தீயில் சிக்கி மாண்டு விடவில்லையா? அப்படியிருக்க நீங்கள் அவரைக் கண்டு ஆசி பெற்று, தென்னாட்டு விஜயம் பற்றி எடுத்துரைப்பதாகக் கூறுவது எப்படி?

நான்: (லேசாகச் சிரித்து) நண்பரே, நீங்கள் மிகவும் பிரமித்துத்தான் போயிருக்கிறீர்கள். பொதுவாக நீங்கள் எதையும் சட்டென்று புரிந்து கொள்ளக்கூடியவர்தான். ஆனால் இந்த விஷயம் உங்களை ஆழமாகத்தான் பாதித்திருக்கிறது. சரி. நானே சொல்கிறேன். மாமன்னர் திருதராஷ்டிரன் காட்டுத் தீயில் கருகி மாள்வதற்கு முன்னால் இருந்த காலமும் தன்னளவில் தொடரும் இல்லையா? அங்குதான் நான் போய் அவரைப் பார்த்து வருகிறேன்.

தென்னவர்: அப்போது நீங்கள் எப்போது வேண்டுமானாலும் யாரை வேண்டுமானாலும் பார்க்க முடியுமா?

நான்: ஆமாம். சமீபத்தில் கிருஷ்ணனைக்கூடப் பார்த்துப் பேசிவிட்டு வந்தேனே.

தென்னவர்: பல கதைகளில் சிக்கலான கற்பனைகளைப் படித்திருக்கிறேன். சிரமப்பட்டுப் புரிந்துகொண்டும் இருக்கிறேன். ஆனால் நீங்கள் சொல்லும் விஷயம் எனக்குப் பெரிய சவாலாக இருக்கிறது.

நான்: நேரில் பார்க்காத வரைக்கும் எதுவும் புரிந்துகொள்வது மிகவும் கடினம்தான். ஏன் அசாத்தியமானது என்றுகூடச் சொல்லலாம். எல்லாம் நேரில் பார்த்தால் சுலபமாகப் புரிந்து விட்டுப் போகிறது. ஏன் சிரமப்படுகிறீர்கள்?

தென்னவர்: நேரில் பார்ப்பதா? ஐயா, நீங்கள் என்ன சொல்கிறீர்கள் என்று எனக்குச் சற்றும் புரியவில்லை.

நான்: சொல்கிறேன். இப்போது நாம் இருவரும் எங்கள் காலத்துக்குப் போகிறோம். வருகிறீர்களா?

தென்னவர்: உங்கள் காலத்துக்கா? நானா? எப்படி? எப்படி நாம் அங்கு போக முடியும்?

நான்: எப்படி அங்கு போவது என்பது பற்றிச் சொல்கிறேன். ஏற்கனவே நாம் இதுபற்றிப் பேசியிருக்கிறோம். ஆனாலும் மறுபடி சொல்கிறேன். எல்லாக் காலங்களிலும் 'இப்போது' என்பது இருக்கிறது. எல்லாக் காலங்களுக்கும் அது பொதுவானது. அதன் வழியாகத்தான் நாம் போகப்போகிறோம். இன்னொரு முக்கியமான விஷயம். எந்தக் கால வெளியிலும் சுய உணர்வுள்ள ஜீவன்கள் தன்னை 'நான்' என்றுதான் அடையாளம் காண்கின்றன. புரிகிறதா?

தென்னவர்: புரிகிறது என்றுதான் நினைக்கிறேன். இதுபற்றி நான் சிறிது யோசித்திருக்கிறேன்.

நான்: சொல்லுங்கள்.

தென்னவர்: 'நான்' என்னும் உணர்வு சுயப் பிரக்ஞையின் அடிப்படையாக இருக்கிறது. அனுபவத்தின் நினைவுகளை ஒரு தொடர்ச்சியாக மனம் வரிசைப்படுத்திக் கொள்கிறது. அந்த வரிசையின் உள்ளே ஊடுருவிச் செல்லும் இழையாகத் 'தான்' என்ற ஒரு வியக்தியை மனம் உருவகப்படுத்திக் கொள்கிறது. இதுவரையில் புரிந்திருக்கிறது.

நான்: நீங்கள் சொல்வது சரிதான். உண்மையில் 'நான்' உணர்வு மனத்தின் வழியாகப் பாய்ந்து அனுபவம் கொள்ளும் போது தன்னுணர்வும் உலக அனுபவமும் அடைகிறது. காலம் இந்த அனுபவ வரிசையின் ஓட்டம். ஆனால் 'நான்' உணர்வு தன்னைத் தானே அனுபவம் கொள்ளும்போது காலம் என்னும் ஓட்டத்திலிருந்து விடுபட்டு 'இப்போது' என்னும் அனுபவத்தை அடைகிறது.

தென்னவர்: 'நான்' உணர்வின் சுய அனுபவம்தான் 'இப்போது' என்பதா?

நான்: ஆமாம். அதில் கால உணர்வு இல்லை என்பதுதான் முக்கியமான விஷயம். அதில் 'தான்', 'உலகம்' என்று இரண்டு இல்லாததால் கால உணர்வு இயங்குவதில்லை.

தென்னவர்: அப்படியென்றால் இப்போதில் 'நான்' எப்படி இருக்கிறது?

நான்: இப்போதின் வெளியில் 'நான்' எங்கும் நிறைந்ததாக இருக்கிறது. இதில் ஒரு விஷயத்தைச் சரியாகப் புரிந்துகொள்ள வேண்டும். காலத்தை விட்டு 'இப்போது'க்குப் போவது என்பது ஒரு இடத்தைவிட்டு இன்னொரு இடத்துக்குப் போவது போன்ற தல்ல. இடம் விட்டு இடம் மாறுவது காலத்தின் முறைபாடு. இரண்டு இடங்களையும் இணைப்பது காலவெளிக்கோடு.

தென்னவர்: சரி, எப்படிக் காலத்தின் அமைப்பான மனக்கட்டுகளில் இருந்து விடுபட்டு இப்போதின் வெளியை அடைவது?

நான்: அதுபற்றிச் சொல்வதற்கு முன்னால் ஒரு விஷயத்தைத் தெளிவுபடுத்திக் கொள்வோம். 'இப்போது' என்னும் வெளியின் சுயத்தன்மையில் காலம் இல்லை. ஆனால் ஒரு குறிப்பிட்ட கோணத்தில் பார்க்கும்போது காலம் என்பதும் இப்போதின் வெளியில்தான் இயங்குகிறது. காலத்தை விட்டு இப்போதுக்குப் போவது என்பது, காலத்தின் வரம்புகளுக்குள் செயல்பட்டு வந்த அறிவுணர்வு அந்த வரம்புகளைக் கடந்து விரிவதுதான். காலத்தின் இயக்கமும் எப்போதும் இப்போதில்தான் தொடர்ந்து நிகழ்கிறது.

தென்னவர்: புரிகிறது. ஆனால் செய்முறை இயக்கத்தில் அந்த விடுபட்டு விரிதலின் முறைபாடு என்னவென்று சொல்லுங்கள்.

நான்: இது கவனம் சார்ந்தது. பொதுவாக, 'நான்' உணர்வின் வெளிச்சமான கவனம், மனத்தின் இயக்க விதி களுக்கு உட்பட்டு, புலன்களின் வழி தான் அடையும் அனுபவ உலகின் பொருள்களின் மேல் படிந்து அவற்றின் உருவத்தை மேற்கொள்கிறது. தன்னை அதுவாக, அவையாக, அடையாளம் காண்கிறது. அந்தக் கவனம் உலகின் பொருள்களிலிருந்து தன்னை விலக்கிக்கொண்டு தன் மேலேயே குவியும்போது, முதல் முறையாக நேரடியான சுய உணர்வை அடைகிறது. அந்தச் சுய உணர்வின் தன்மைதான் 'இப்போது' என்னும் அனுபவ வெளி.

தென்னவர்: அனுபவ ரீதியாக இந்த இரண்டு நிலை களுக்கும் என்ன வித்தியாசம் இருக்கிறது?

நான்: இதுவும் முக்கியமான விஷயம்தான். 'இங்கு' என்பது உடனடி அனுபவ வெளி. இதில் மனமும் சேர்ந்து இயங்குகிறது. சரியா ?

தென்னவர்: நீங்கள் என்ன சொல்கிறீர்கள் என்று புரிகிறது. ஆனால் நடைமுறை அனுபவத்திலும் 'இப்போது' என்பது இருக்கிறதே ?

நான்: உண்மைதான். காலத்தின் கட்டுப்பாடுகளுக்குள் 'நான்' இயங்கும்போது 'இப்போது' என்பது 'இங்கு' என்னும் வெளியில் ஒரு தொடர்ச்சியாக நிகழ்கிறது. ஆனால் காலத்தின் எல்லைகளை 'நான்' கடந்து நிற்கும் நிலையில் 'இப்போது' என்னும் எல்லையற்ற வெளியில் 'இங்கு' ஒரு தொடர்ச்சியாகக் கணத்துக்குக் கணம் நிகழ்கிறது.

தென்னவர்: (கண்களை மூடிக்கொண்டு ஆழமான நீண்ட பெருமூச்சு வெளிப்படத் தலையசைக்கிறார்) ஆமாம். உண்மைதான். ஒன்றும் மாறவில்லை. ஆனால் எல்லாம் மாறிவிட்டது.

நான்: சரி, போகலாமா ? நமக்காக எங்கள் காலத்தில் ஒரு அதிதி காத்திருப்பார்.

தென்னவர்: நமக்காகவா ? உங்கள் காலத்திலா ? அதிதியா ?

நான்: ஆமாம். முடிந்தால் உங்களை அழைத்து வருவதாக மகரிஷி வியாசரிடம் கூறியிருக்கிறேன். அவரும் சந்தோஷமாக ஒப்புக்கொண்டார். வந்திருப்பார். அவரைச் சந்திப்பதில் உங்களுக்கு விருப்பம்தானே ?

தென்னவர்: (தீவிரமான உணச்சியுடன்) மகரிஷி வியாசரா ? நான் அவரைச் சந்திக்கப் போகிறேனா ? நிஜமாகவா ? எனக்காக அவர் காத்திருக்கிறாரா ?

நான்: ஆமாம். நிஜமாகத்தான். போகலாமா ?

தென்னவர்: நிச்சயமாக. உடனே போகலாம்.

நான்: சரி. கண்களை மூடிக்கொண்டு இப்போதுக்கு வாருங்கள்.

தென்னவர் கண்களை மூடிக் கொள்கிறார். அவர் காண்பதை அவரே சொல்லட்டுமே.

தென்னவர்: கவனத்தை 'என்' மேலேயே குவிக்கிறேன். எண்ணங்கள் மெல்ல வடிகின்றன. 'நான்' விரிந்து அமைதி யெனப் பரவுகிறேன் அல்லது பரவுகிறது. காட்சி வெளியெங்கும் எண்ணற்ற ஒளிப்புள்ளிகள் நிறைந்திருக்கின்றன. ஒவ்வொரு புள்ளியும் மற்ற எல்லாப் புள்ளிகளுடனும் விளக்க முடியாத

படி இணைந்திருக்கிறது. விளக்கங்கள் விளையும் வெளி அல்ல இது. ஒவ்வொரு புள்ளியும் ஒரு கணம். ஒவ்வொரு இணைப்பும் ஒரு காலவெளிக் கோடு. ஒரு பிரபஞ்சம். எல்லாம் எல்லா வற்றிலும் இருக்கிறது. எல்லாம் எல்லாவற்றுடனும் இணைந் திருக்கிறது. எதுவும் தனியாக இல்லை. ஒரு பிரிவும் இல்லை. இதோ ஒரு புள்ளி நெருங்குகிறது. அருகே வருகிறது. விரிகிறது. சுற்றிச் சூழ்ந்து கொள்கிறது. காற்று மெல்ல வீசுகிறது. பறவை களின் ஒலி கேட்கிறது. மலர்களின் மணம் நிறைகிறது. எங்கே இருக்கிறோம்?

நான்: நண்பரே, சற்றுக் கண்களைத் திறவுங்கள்.

தென்னவர்: (மெல்லக் கண்களைத் திறக்கிறார். சுற்றுமுற்றும் பார்க்கிறார்) எங்கே இருக்கிறோம்? இது என்ன இடம்?

நான்: அஸ்தினாபுரத்தின் புறப்பகுதி. என் குடிலின் நந்தவனத்தில் இருக்கிறோம்.

தென்னவர்: மகரிஷி வியாசர் எங்கே?

நான்: உள்ளே இருக்கிறார். வாருங்கள்.

குடிலின் உள்ளே நுழைகிறோம். நெடிய, கரிய உருவமும் பஞ்சென நரைத்திருந்த தாடியுடனும் தாழ்வாக இருந்த ஒரு இருக்கையில் அமர்ந்திருந்த மகரிஷி வியாசர் எழுந்திருக்கிறார். அவர் கண்களில் வீசும் ஒளியைக் கண்ட தென்னவர் உடல் படபடக்க அவர் காலில் விழப் போகிறார். வியாசர் அவரைக் கைகளால் தாங்கிக்கொள்கிறார். நான் குனிந்து அவரை வணங்குகிறேன்.

வியாசர்: வாருங்கள். அஸ்தினாபுரத்துக்கு உங்களை உளமார வரவேற்கிறேன். சஞ்சயன் உங்களைப் பற்றிச் சொன்னார். நிறையப் பேச வேண்டும், பல விஷயங்கள் பற்றிப் பேச வேண்டும் என்று சொன்னீர்களாமே? பேசுவோம். எவ்வளவு நேரம் வேண்டுமானாலும் பேசுவோம். எவ்வளவு நாட்கள் வேண்டுமானாலும் பேசுவோம். வீட்டில் ஒன்றும் சொல்லிக்கொண்டு வரவில்லையே என்று கவலைப்படாதீர்கள். எங்கள் காலத்தின் வேகம் வேறு. இங்கு பல நாட்கள் ஆகும் போது உங்கள் உலகில் சில நிமிடங்களே ஆகும். மகாபாரதம் நிகழ்ந்து கொண்டிருக்கும்போதுகூட அதை நீங்கள் உங்கள் வேகத்திலும் நாங்கள் எங்கள் வேகத்திலும்தான் அனுபவித்தோம். ஆச்சரியம் வேண்டாம் நண்பரே, அனைத்து விஷயங்களைப் பற்றியும் பேசுவோம்.

நான்: முதலில் சிறிது கனிகள் உண்போம். எங்கள் பிரதேசத்துக் கனிகளை நீங்கள் ருசித்ததில்லையே?

○

காலவெளிக் காடு

4

பாரத வர்ஷத்தின் மஹாமன்னராகிய சக்கரவர்த்தி திருதராஷ்டிரன் அவர்களுக்கு அடியவன் சஞ்சயன் அனேக கோடி தெண்டனம். தென்னவர் நாட்டு சஞ்சயனை நம் காலத்திற்கு அழைத்துச் சென்ற விவரத்தைச் சென்ற முறை உங்களுக்குச் சொல்லிக்கொண்டிருந்தேன். அதுபற்றி மேலும் இப்போது சொல்கிறேன்.

தென்னவர் என்னுடன் ஹஸ்தினாபுரத்துக்கு, என் குடிலுக்கு வந்து சேர்ந்தபோது வியாச பகவான் எங்களுக்காகக் காத்திருந்தார். வியாசர், தென்னவர் இருவருக்கும் தாங்கள் சந்தித்துக் கொண்டதில் மிகுந்த மகிழ்ச்சி. வெகுநேரம் பல விஷயங்கள் பற்றி நாங்கள் மூவரும் பேசிக்கொண் டிருந்தோம். எங்கள் சம்பாஷணையின் விவரம் இதோ உங்களுக்குச் சொல்கிறேன்.

வியாசர்: தென்னவரே, நீங்கள் இங்கு வந்தது எங்களுக்கு மிகவும் மகிழ்ச்சி. நீங்களும் சஞ்சயனும் பேசிக்கொண்டிருந்த பல விஷயங்கள் பற்றிய விவரங்களை அவர் என்னிடம் சொன்னார். என்னிடம் ஏதோ பேச வேண்டும் என்று நீங்கள் சொன்னதாகவும் சொன்னார். நீங்கள் விரும்பும் எந்த விஷயத்தைப் பற்றியும் பேசலாம்.

தென்னவர்: ஐயா, தாங்கள் என்னைச் சந்திக்க ஒப்புக்கொண்டதே எனக்குப் பெரிய வரப்பிரசாதம். இதில் என் விருப்பம், வசதி என்று என்ன இருக்கிறது?

வியாசர்: சொல்லுங்கள். எதுபற்றிப் பேச உங்களுக்கு விருப்பம்?

தென்னவர்: சற்றைக்கு முன் நான் இங்கு வந்து சேர்ந்தபோது நீங்கள் சொன்னீர்கள் இல்லையா, இங்கு இரண்டு மூன்று நாட்கள்

ஆனாலும் என் உலகத்தில் சில நிமிடங்கள்தான் ஆகும் என்று? அது பற்றிச் சொல்லுங்களேன்.

வியாசர்: ஆமாம். இந்த உலகத்தின் காலவேகம் வேறு. உங்கள் உலகத்தின் காலவேகம் வேறு. ஒவ்வொரு உலகமும் வெவ்வேறு வேகத்தில் நகர்ந்து போகிறது.

தென்னவர்: அதாவது என் உலகத்தின் வேகம் மிகவும் குறைவானதாக இருக்கிறது என்கிறீர்களா?

வியாசர்: இரு உலகங்களின் வேகங்களை உண்மையில் ஒப்பிட்டுப் பார்க்க முடியாது. ஒப்பிடுதல் உலகத்துக்குள் நடக்கும் ஒரு விஷயம். இரண்டு உலகங்களின் வேகங்களை ஒப்பிட்டுப் பார்க்கப் பொதுவான அளவைகள் கிடையாது. அதனால் ஒரு உலகத்திலிருந்து இன்னொரு உலகத்துக்குப் போய்க் கொஞ்ச நேரம் இருந்துவிட்டு வந்த பிறகுதான் அந்த உலகங்களின் வேகங்களிடையே உள்ள வேறுபாட்டை உணர்ந்து கொள்ள முடியும்.

தென்னவர்: அப்படியானால் ஒரு உலகத்திற்குள் இருக்கும் போது அந்த உலகம் வேகமானதா இல்லையா என்று தெரிந்து கொள்ள முடியாதா?

வியாசர்: பொதுவாக முடியாது. உலகத்தின் வேகமும் அனுபவத்தின் வேகமும் ஒன்றாக இருக்கும் பட்சத்தில் உலகத்தின் வேகத்தைத் தனியாகத் தெரிந்துகொள்ள வழியில்லை.

தென்னவர்: நல்ல வேளையாக இங்கு பல நாட்கள் கழித்தால் என் உலகத்தில் சில நிமிடங்களே ஆகும். ஒரு புத்தகத்தில் படித்தேன். ஒரு முனிகுமாரன் மலை ஒன்றினுள் தன் சித்தத்தால் உருவாக்கியுள்ள சைல லோகம் என்னும் உலகத்திற்குள் ஒரு ராஜகுமாரனை அழைத்துக்கொண்டு போகிறான். அங்கு ஒரு நாள் கழித்துவிட்டு வெளியே வந்தபோது உலகம் முற்றிலும் மாறியிருக்கிறது. அப்போதுதான் தெரிகிறது, அங்கு சைல லோகத்தில் கழித்த ஒரு நாளில் இங்கு பன்னீராயிரம் ஆண்டுகள் கழிந்துவிட்டன என்று. அவனுடைய வம்சத்தில் ஆயிரக்கணக்கான தலைமுறைகள் கடந்துவிட்டன. அப்படியிருந்தால் நான் இங்கு வருவது என்பது மிகவும் கஷ்டமான காரியமாக இருந்திருக்கும்.

வியாசர்: அப்படியானால் நான் அங்கு வந்துவிட்டுப் போகிறேன். உங்களை இங்கு வரச் சொன்னதற்குக் காரணமே உங்கள் உலகின் காலத்தை அதிகம் செலவழிக்காமல் நாம் நிறைய நேரம் கழிக்க முடியும் என்பதற்காகத்தான். நீங்கள்

சொல்வதுபோல் இருந்திருக்கும் பட்சத்தில் நான்தான் உங்கள் உலகத்திற்கு வந்திருப்பேன்.

தென்னவர்: நீங்கள் என்னைப் பார்க்க எங்கள் உலகத்துக்கு வந்திருப்பீர்களா?

வியாசர்: ஆமாம். அதுதானே சாத்தியம்?

தென்னவரின் முகத்தில் மிகவும் மென்மையான ஒரு உணர்வு தெரிகிறது. அவர் உணர்ச்சி வசப்பட்டிருப்பது கண்களில் கசியும் லேசான ஈரத்தில் தெரிகிறது.

தென்னவர்: வெவ்வேறு கால வரிசை, வெவ்வேறு வேகம் என்பது எனக்குத் தெளிவாகப் புரியவில்லை. கொஞ்சம் விவரமாகச் சொல்ல முடியுமா?

வியாசர்: காலம் பற்றிய எல்லாக் குழப்பங்களுக்கும் அடிப்படையான காரணம் ஒன்று இருக்கிறது. அதாவது, 'உலகம் என்று ஒன்று தனியாக வெளியில் இருக்கிறது. அந்த உலகத்தில் நான் இருக்கிறேன்,' என்ற நம்பிக்கைதான் இந்தக் குழப்பத்துக்குக் காரணம்.

தென்னவர்: ஐயா, நீங்கள் என்ன சொல்கிறீர்கள்? வெளியில் உலகம் இருக்கிறதே? அதில் நான் இருக்கிறேனே? இது எப்படி வெறும் நம்பிக்கை ஆகும்? அதுவும் நீங்கள் சொல்கிறபடி பார்த்தால் தவறான நம்பிக்கை ஆகும்?

வியாசர்: ஆமாம். வெளியில் உலகம் இருக்கிறது. யாருக்கு வெளியில்? உங்கள் பார்வையில் தெரியும் ஒரு உலகத்தில் நீங்கள் பார்க்கும் உங்கள் உடம்புக்கு வெளியே ஒரு உலகம் இருக்கிறது.

தென்னவர்: ஆனால் நீங்களும் அந்த உலகத்தில்தானே இருக்கிறீர்கள்?

வியாசர்: நான் எங்கிருக்கிறேன் என்று உங்களுக்கு எப்படித் தெரியும்?

தென்னவர்: ஏன், எனக்கு எதிரில்தானே அமர்ந்திருக்கிறீர்கள்?

வியாசர்: உங்களுக்கு எதிரிலா? நானா? உங்கள் பார்வையில் எது எது எப்படி எப்படித் தெரிகிறதோ அது அது அப்படி அப்படித்தான் இருக்கிறது என்று நம்புகிறீர்கள், இல்லையா?

தென்னவர்: அப்படியென்றால், நீங்கள் எனக்கு எதிரே இல்லை என்கிறீர்களா?

வியாசர்: நான் அப்படி எப்போது சொன்னேன்? நான் எங்கே இருக்கிறேன் அல்லது இல்லை என்பது பற்றி நான் எதுவும் சொல்லவில்லை. உங்கள் பார்வையில் தெரிவது மட்டுமே உங்களுக்கு உண்மையாகத் தோன்றுகிறது என்று சொன்னேன்.

தென்னவர்: அப்போது எதுதான் உண்மை?

வியாசர்: உங்கள் காலம் உங்கள் பார்வைக்குள் ஓடுகிறது. அப்படியே ஒவ்வொருவக்கும். உங்களைப் பொறுத்தவரையில் நீங்கள் பார்க்கும் உலகம் மட்டும்தான் இருக்கிறது. அதில் முழு பிரபஞ்சமும் ஏனைய உயிர்களும் அனைத்தும் அடங்கி விடுகின்றன. அதில் ஒரே 'நான்' நீங்கள் மட்டும்தான். உங்கள் பார்வை அனைத்து உலகத்துக்கும் இருப்பைக் கொடுக்கிறது. புரிகிறதா?

தென்னவர்: ஏதோ புரிகிறது. ஆனால் மிகவும் பிரமிப்பாக இருக்கிறது. எதுதான் உண்மை? மற்றவர்கள் இருக்கிறார்களா இல்லையா, எல்லாம் என் கற்பனையா என்றே குழப்பமாக இருக்கிறது.

வியாசர்: அந்த மாதிரியான குழப்பமெல்லாம் தேவை யில்லை. ஒவ்வொருவருக்கும் அவரவர் பார்வையில் தெரியும் உலகம் உண்மை. வேறு எந்த உலகம் இருக்கிறது யாருக்குமே?

தென்னவர்: ஐயா, ஏதோ புரிந்த மாதிரி இருக்கிறது. அதனாலேயே புரிந்ததாக இருந்த எத்தனையோ விஷயங்கள் இப்போது புரியாமல் போய்விட்டது போல் தோன்றுகிறது. வெளியே உலகம் இருக்கிறதா இல்லையா?

வியாசர்: 'வெளியே' என்பது இருக்கிறதா இல்லையா என்பதுதான் கேள்வி. உலகம் உண்மையானதுதான். ஆனால் அது எங்கே இருக்கிறது என்பது பற்றித்தான் தெளிவு தேவைப் படுகிறது. உண்மையில் எவ்வளவு உயிர்கள் இருக்கின்றனவோ அவ்வளவு பார்வைக் கோணங்கள் இருக்கின்றன. அவ்வளவு உலகங்கள் தெரிகின்றன. அவ்வளவு பிரதிபலிப்புகள். பிரதிபலிப்புகளின் பிரதிபலிப்புகள். அவற்றின் பிரதிபலிப்புகள். இவ்வாறு முடிவற்று உலகம் உயிர்களின் பார்வையில் மாறி மாறிப் பிரதிபலித்துக்கொண்டே இருக்கிறது. 'வெளியே' என்று தனியாக எதுவுமில்லை. எந்த ஒரு பொருளும் யாரோ ஒருவருடைய பார்வையில்தான் இருக்க முடியும்.

தென்னவர்: 'வெளியே', 'உள்ளே' என்பதெல்லாம் வெறும் பொய்யா?

வியாசர்: உண்மை, பொய் என்பதெல்லாம் வெறும் அளவைகள். நாம் உண்டாக்கிய அளவைகள். அது போலவே உள்ளே, வெளியே என்பதும் ஒரு விதமான அளவைதான். காலமும் இம்மாதிரியான ஒரு அளவை. ஒரு சட்டகம். அது இல்லாமல் 'உள்ளதை' அர்த்தப்படுத்திக்கொள்ள முடியாது.

தென்னவர்: அப்போது என்னதான் இருக்கிறது?

வியாசர்: கணக்கற்ற பார்வைக் கோணங்கள் இருக்கின்றன. பிரதிபலிப்புகள் இருக்கின்றன. தொடர்ந்த பிரதிபலிப்புகளின் வரிசைப்படுதலில் ஒவ்வொரு பார்வைக் கோணத்துக்கும் காலம் உண்டாகிறது. தெரிந்துகொள்ள வேண்டியது இதுதான். உங்கள் காலம் உங்களுடையது. என் காலம் என்னுடையது.

தென்னவர்: இது தெரிந்தபிறகு?

வியாசர்: இது தெரிந்தபிறகு காலம் என்பது இருந்தும் இல்லாமல் இருப்பது என்பது தெளிவாகும். இருப்பும் இல்லாமையும் பரஸ்பரம் எதிரெதிரானவை அல்ல என்பது தெரியும். நடப்பதும் நடக்காததும் பற்றிப் புரியும். உள்ளது உள்ளபடி காலமற்று இருக்கிறது என்பது புரியும்.

தென்னவர்: இருப்பதாகத் தோன்றும் எதுவுமே உண்மையில் இல்லையா?

வியாசர்: இதோ, பறவை ஒன்று கூவுகிறது, கேளுங்கள். இது இப்போது உண்மை. இதோ கூவல் முடிந்துவிட்டது. அவ்வளவுதான். காற்று வீசுகிறது பாருங்கள். இப்போது இதுதான் உண்மை. நீங்கள் உட்கார்ந்திருப்பது தெரிகிறது இல்லையா, தெரிவது உண்மை.

தென்னவர்: அதாவது, கேட்பது உண்மை. பார்ப்பது உண்மை. கேட்டது, பார்த்தது என்பது உண்மையில்லை என்கிறீர்களா?

வியாசர்: ஒரு வகையில் சரியாகச் சொல்லிவிட்டீர்கள். கேட்டது பார்த்ததில் காலம் இருக்கிறது. கேட்பது பார்ப்பதில் காலம் இல்லை. நடப்பது காலம் என்னும் சட்டகத்திற்குள் அடங்குவதில்லை. நடந்தபிறகு அதைக் காலம் தன் சட்டகத்தினுள் வகைப்படுத்திவிடுகிறது.

கொஞ்ச நேரத்துக்கு மௌனம் நிலவுகிறது. காற்று மெல்ல வீசிக் கொண்டிருக்கிறது. மலர்களின் வாசம் நிறைந்திருக்கிறது.

தென்னவர்: இப்போது நான் என் உலகத்துக்குப் போனால் எப்படி இருக்கும்?

வியாசர்: என்ன கேள்வி இது? நீங்கள் எங்கே போனால் என்ன? எங்கே போனாலும் நீங்கள் இருக்கப் போகிறீர்கள். நீங்கள் காணும் உலகம் உங்கள் பார்வையில் இருக்கப்போகிறது. காலமும் இடமும் அடிப்படை எதையும் மாற்றிவிடப் போவதில்லை. இந்த உலகமோ உங்கள் உலகமோ அல்லது வேறெந்த உலகத்திற்கு நீங்கள் சென்றாலும் நீங்களும் உங்கள் பார்வையில் அடங்கும் உலகமும்தான் இருக்கப் போகிறது.

தென்னவர்: புரிகிறது. எதுவும் மாறவில்லை. ஆனால் எல்லாம் மாறிப் போயிருக்கிறது. முதல் முறையாகப் பாத்திரம் புரிந்திருக்கிறது. உள்ளே என்ன இருந்தால்தான் என்ன? என்ன மாறினால்தான் என்ன?

வியாசர்: சரி, இப்போது சற்று ஓய்வெடுங்கள். பிறகு தொடர்ந்து பேசுவோம்.

◯

5

பூமண்டலச் சக்கரவர்த்தி திருதராஷ்டிரனுக்கு அடியவன் சஞ்சயன் அனேக கோடி நமஸ்காரங்கள். ஹஸ்தினாபுரத்திற்கு விஜயம் செய்த தென்னவர், வியாச மகரிஷியுடன் பேசியதில் மிகவும் மகிழ்ச்சி கொண்டிருக்கிறார். பல ஆண்டுகளாகத் தமக்குள் உறுத்திக்கொண்டிருந்த கேள்விகளுக்கு விடைகள் கிடைத்ததாகச் சொல்கிறார். வியாசர் வாயிலாகத் தெளிவு கிடைத்தது பற்றித் தென்னவருக்கு மிகவும் பெருமையும்கூட. 'யாருக்குக் கிடைக்கும் இந்தப் பேறு,' என்று மாய்ந்துபோகிறார்.

நம் ஹஸ்தினாபுரத்தைச் சுற்றிப் பார்த்தோம். குருக்ஷேத்திரத்துக்குச் சென்றோம். குருக்ஷேத்திரக் களத்தைப் பார்த்த அவர் மிகவும் ஆச்சரியப்பட்டுப் போனார். "இங்கேயா மஹாபாரத யுத்தம் நடந்தது? இந்த இடத்திலேயா கௌரவரும் பாண்டவரும் கிருஷ்ணரும் துரோணரும் பீஷ்மரும் இருந்து போர் புரிந்தார்கள்? நான் எவ்வளவு பெரியதாக இருக்கும் என்று எண்ணியிருந்தேன்! நான் நினைத்ததைவிட மிகவும் சிறியதாக அல்லவா இருக்கிறது!" என்று அதிசயித்துப்போய்க் கேட்டார்.

பிறகு பீஷ்மர் தன் மரணத்துக்குக் காலம் நிர்ணயித்துக் காத்திருந்த இடத்துக்குப் போக வேண்டுமென்றார். போனோம். வெகுநேரம் அங்கு மௌனமாக நின்றிருந்தார். பிறகு ஒன்றும் பேசாமல் திரும்ப வந்துவிட்டோம்.

மறுநாள் மறுபடியும் வியாச முனிவருடன் பேச்சைத் தொடர்ந்தார். இதோ அவர்களின் சம்பாஷணை.

வியாசர்: வாருங்கள் தென்னவரே. நன்றாகத் தூங்கினீர்களா? நிம்மதியான உறக்கம் இருந்ததா?

தென்னவர்: தங்களுக்கு வந்தனம். நன்றாகத் தூங்கினேன். உடல் மட்டும் சற்று அசதியாக இருக்கிறது.

வியாசர்: அது இருக்கும். நேற்று நாம் பேசியது சக்தியை அதிகம் செலவழிக்கும் விஷயம். அது தானாகச் சரியாகிவிடும். பிறகு, வேறென்ன?

தென்னவர்: ஐயா, நேற்று பேசிக்கொண்டிருந்தது மனத்தில் நிறையத் தெளிவை ஏற்படுத்தி இருக்கிறது. ஆனால் வேறு சில சந்தேகங்களைக் கிளப்பி விட்டிருக்கிறது.

வியாசர்: சொல்லுங்கள்.

தென்னவர்: காலவெளி பற்றி நேற்று சொன்னீர்கள். ஆனால் ‘காலம் கடந்தவர்’, ‘முக்காலம் உணர்ந்தவர்’, என்றெல்லாம் சொல்கிறார்களே, அதெல்லாம் என்ன? அதற்கெல்லாம் ஏதாவது அர்த்தம் இருக்கிறதா?

வியாசர்: (மெல்லச் சிரிக்கிறார்) இந்த வார்த்தைகள் எல்லாம் மிகவும் பிரபலம் ஆகிவிட்டன. கிட்டத்தட்ட எல்லோருமே இந்த வார்த்தைகளை உபயோகிக்கிறார்கள். இதில் சுவாரஸ்யமான விஷயம் என்னவென்றால், எல்லாருமே இந்த வார்த்தைகளைத் தாம் புரிந்துகொண்டுவிட்டதாகப் பாவிக்கிறார்கள். ஆனால் இந்த வார்த்தைகளுக்கு அர்த்தம் உண்டு. புரிந்துகொள்ளாத வரைக்கும் இது ஏதோ பெரிய விஷயம் என்ற பாவனை வந்து விடுகிறது. ஆனால் புரிந்து கொண்ட பிறகு இது யதார்த்தமான, இயல்பான விஷயம் தான் என்று தெரிந்துவிடும். இயல்பானதாக இருந்தாலும் மிகவும் முக்கியமான விஷயம்தான்.

தென்னவர்: உண்மையில் என்னதான் அர்த்தம் இதற்கெல்லாம்?

வியாசர்: பொதுவாக இதற்கு விதவிதமான அர்த்த மெல்லாம் சொல்கிறார்கள். அதாவது, முக்காலமும் உணர்ந்தவர் என்றால், அவருக்கு இதுவரைக்கும் நடந்தது எல்லாம் தெரியும். இனிமேல் நடக்கப் போவது எல்லாம் தெரியும். அவருக்குத் தெரியாததே எதுவும் கிடையாது. அவர் நினைத்தால் என்ன வேண்டுமானாலும் செய்ய முடியும். இறந்தவருக்கு உயிர் கொடுக்க முடியும். நினைப்பினாலேயே எதையும் அழித்துவிடக் கூட முடியும் என்றெல்லாம் நம்புகிறார்கள்.

தென்னவர்: சரி. காலம் கடந்தவர் என்றால்?

வியாசர்: இப்படிப்பட்ட ஒருவரால் இறந்த காலத்துக்கோ எதிர்காலத்துக்கோ நினைத்தபடி எல்லாம் போய் வர முடியும்

என்று சர்வ சாதாரணமாக நம்புகிறார்கள். நம்புவது ஒருபுறம் இருக்கட்டும். அப்படியென்றால் என்ன? வேறு காலங்களுக்குப் போவது என்றால் என்ன? அதில் என்னென்ன சாத்தியங்கள் தாண்டப்பட வேண்டியிருக்கின்றன என்றெல்லாம் யாரும் நினைத்துக்கூடப் பார்ப்பதில்லை.

தென்னவர்: உண்மைதான்.

வியாசர்: அதாவது, தங்களால் என்னவெல்லாம் செய்ய முடியாதோ அதையெல்லாம் இந்தக் 'காலம் கடந்தவர்', 'முக்காலமும் உணர்ந்தவர்', இவர்களால் செய்ய முடியும் என்பது அவர்கள் நினைப்பு. இதைவிடச் சிந்தனை வறட்சி வேறென்ன இருந்துவிட முடியும்?

தென்னவர்: ஆனால் நிறையப் பேர் இதையெல்லாம் நம்புவதில்லையே?

வியாசர்: அது இன்னொரு பக்கம். அவர்களின்படி, இதெல்லாம் வெறும் புரட்டு. காலத்தை உணர்வது என்றெல்லாம் ஏதும் கிடையாது. இது வேலையற்றவர்களின் வெறும் புரளி. ஆனால் இந்த இரண்டு சாராருக்கும் பெரிதாக வித்தியாசம் ஏதுமில்லை. இரண்டு சாராருமே சற்றும் சிந்திப்ப தில்லை என்பதுதான் உண்மை. அந்த அளவில் இருவருமே ஒன்றுதான்.

தென்னவர்: அப்படியென்றால் நம்புவது, நம்பாமலிருப்பது இரண்டுமே ஒன்றுதான் என்றல்லவாகிறது?

வியாசர்: ஆமாம். சற்று யோசித்துப் பாருங்களேன். நம்புவதற்கும் நம்பாமல் இருப்பதற்கும் என்ன அடிப்படையான வேறுபாடு இருக்கிறது? இரண்டுமே மனத்தளவில், கருத்தள வில் நிகழும் செயல்கள்தானே? இப்படிப் பாருங்களேன். 'காலத்தை உணர்வது' என்று ஒரு கருத்து இருக்கிறது, இல்லையா? ஒரு சாரார் அது உண்மை என்று நம்புகிறார்கள். இன்னொரு சாரார் அது உண்மையில்லை என்று நம்புகிறார் கள். என்ன வித்தியாசம்?

தென்னவர்: ஆமாம். அப்படிப் பார்க்கும்போது, நீங்கள் சொல்வது சரியாகத்தான் தெரிகிறது.

வியாசர்: உண்மையில் 'நம்புவது – நம்பாமல் இருப்பது' என்பது எதிரெதிரானவையாகத் தோன்றுவதே மொழியமைப்பு சார்ந்ததுதானே தவிர உண்மை சார்ந்தது அல்ல. சொல்லப் போனால் பெரும்பாலான விஷயங்கள் மொழியமைப்பு சார்ந்தும் மக்களின் பழக்க வழக்கங்கள் சார்ந்தும் பார்க்கப்

படுகின்றன. அர்த்தப்படுத்தப் படுகின்றனவே ஒழிய, அதை விலக்கி உண்மை என்ன என்று பார்க்க பொதுவாக யாரும் முயற்சி எடுப்பதில்லையே.

தென்னவர்: அப்படியென்றால் நாம் பார்ப்பது உண்மை யில்லையா?

வியாசர்: நம் கண்ணெதிரே இருப்பது உண்மைதான். ஆனால் அதை நாம் எப்படிப் பார்க்கிறோம் என்பதில்தான் உண்மை சிதைந்து போகிறது. சிதைந்த பிம்பத்தை உண்மையென நாம் எடுத்துக் கொள்வதால் பார்ப்பது பொய் என்று சொல்ல வேண்டி வருகிறது.

தென்னவர்: சிதைவு எப்படி ஏற்படுகிறது?

வியாசர்: ஏற்கனவே சொன்னோமில்லையா, மொழியும் பழக்க வழக்கங்களும் நம் பார்வையைப் பெருமளவுக்குப் பாதிக்கின்றன என்று, அதுதான் விஷயம். கணந்தோறும் மாற்றத்துக்கு உள்ளாகும் பிரபஞ்சத்தை நிலையான ஒன்றாகக் காட்டுவது, மொழி சார்ந்த நமது சிந்தனைதான். நம் பழக்க வழக்கங்களை மொழியும், நம் மொழி பழக்க வழக்கங்களையும், தொடர்ந்து நிலைப்படுத்திக் கொண்டே இருக்கின்றன. நாம் காணும் பிரபஞ்சம் நிலையானதாக நமக்குத் தெரிந்துகொண்டே இருக்கிறது.

தென்னவர்: அப்படியென்றால், நாம் அனுபவம் என்று கொள்வது மொழி, பழக்க வழக்கம் சார்ந்த நம் சிந்தனையைத் தானா?

வியாசர்: அப்படிச் சொல்லலாம். அனுபவத்தை நாம் நம் நம்பிக்கைகளுக்கு ஆதாரமாகக் காட்டுகிறோம், இல்லையா? ஆனால், உண்மையில் நம் நம்பிக்கைகள்தான் அனுபவத்தையே நிர்மாணிக்கின்றன. விளைவு காரணத்துக்கு ஆதாரமாக எப்படி அமைய முடியும்? ஆனால் நம் சிந்தனை இப்படித்தான் போய்க் கொண்டிருக்கிறது.

தென்னவர்: அப்போது இந்தச் சுழலிலிருந்து வெளியே வருவதற்கு என்னதான் வழி?

வியாசர்: பார்வை சிந்தனையை விட்டு விடுபட வேண்டும். இப்போது சிந்தனைதான் நம் பார்வையை நடத்திச் செல்கிறது. மாறாகப் பார்வை சிந்தனையை வழிநடத்திச் செல்ல வேண்டும்.

தென்னவர்: அது சரி. ஆனால் சிந்தனையின் ஆதிக்கத்தில் நகர்ந்து சென்று கொண்டிருக்கும் பார்வை எவ்வாறு தன்னை அந்த ஓட்டத்திலிருந்து விடுவித்துக்கொள்ள முடியும்?

வியாசர்: இப்போது பார்வைக்குச் சுயப்பிரக்ஞை இல்லை. எண்ணங்களையே தன் சுய இருப்பாகப் பார்வை நினைக்கிறது. பார்வை தன் சுயநிலையில் விழித்துக்கொள்ள வேண்டும். அதாவது பார்வை சுயப்பிரக்ஞை அடைய வேண்டும். அப்போதுதான் அது சிந்தனைப் போக்கிலிருந்து விடுபட முடியும். உள்ளதை உள்ளபடி பார்க்க முடியும்.

தென்னவர்: அப்படியென்றால் இப்போது நாம் 'அனுபவம்' என்று கொண்டிருப்பது மனத்தின் அசைவுகளைத்தான் என்று ஆகிறது. 'நான்' என்று கொள்வதும் மனத்தின் தளத்தில்தான் என்றும் ஆகிறது.

வியாசர்: உண்மைதான். இப்போது நீங்கள் முதலில் கேட்ட கேள்விக்கு வந்துவிட்டோம். அதாவது, 'காலம்' என்பதை உணர்வது என்றால் என்ன என்ற கேள்விக்கு வந்துவிட்டோம். ஞாபகங்களின், அறிந்தவற்றின் அடிப்படையில்தான் சிந்தனை நிகழ்கிறது, இல்லையா? நாம் அறியாத ஒரு விஷயத்தைப் பற்றி நம்மால் சிந்திக்க முடியுமா?

தென்னவர்: முடியாது. நம் அறிவின் எல்லைதான் நம் சிந்தனையின் எல்லை, இல்லையா?

வியாசர்: ஆமாம், சந்தேகமில்லாமல். அறிவு நம் அனுபவத்தின் சேகரிப்பு. அதுதான் காலம்.

தென்னவர்: எப்படி?

வியாசர்: ஒவ்வொரு கணமும் புதியதொரு அனுபவப் பதிவு நம் பிரக்ஞைக்குக் கிடைக்கிறது. ஆனால் சிந்தனையில் ஆழ்ந்து போயிருக்கும் நம் பிரக்ஞை ஞாபகங்களின் வழியாகத் தான் இந்தப் புதிய பதிவை எதிர்கொள்கிறது. முந்தைய பதிவுக்கும் இந்தப் புதிய பதிவுக்கும் இடையே உள்ள வித்தியாசங ்களை அவதானிக்கும் மனம் அதை 'மாற்றம்' என்று அர்த்தப் படுத்துகிறது. மாற்றம் 'காலம்' கழிந்து விட்டிருப்பதான உணர்வை மனத்தில் விளைவிக்கிறது.

தென்னவர்: இவ்வளவு விஷயங்களா நடக்கின்றன நமக்குள் ஒவ்வொரு கணமும்?

வியாசர்: ஆமாம். இதன் வேகம் மிகவும் அதிகமானது. அதனால் நமக்கு இந்த அசைவு தெரிவதில்லை. மாற்றம் 'வெளியே' உலகத்தில் நடப்பதாகத் தோற்றம் கொள்கிறது. உண்மையில் 'உலகம்' நம் பிரக்ஞைக்கு வெளியே எங்கேயும் இல்லை. 'உள்ளே – வெளியே' என்பதெல்லாம் நம் பிரக்ஞையில் தான் இருக்கின்றன.

தென்னவர்: அது சரி, இதற்கும் 'காலத்தை உணர்வது' என்பதற்கும் என்ன தொடர்பு?

வியாசர்: பிரக்ஞை அல்லது பார்வை சிந்தனையில் லயித்திருக்கும் வரைக்கும் 'காலம்' என்பது புறவயமானதாகத் தான் தெரிய முடியும். தன்னில் விழித்துக் கொண்டுவிட்ட பிரக்ஞைக்குக் காலம் ஒரு ஓட்டமாக இல்லாமல் ஒரு வெளியாகத் தெரிகிறது. அனுபவம் என்பது தனக்குள் அடங்கி விடும் ஒரு பரிமாணமாக ஆகி விடுகிறது.

தென்னவர்: அப்போது இறந்த காலம், நிகழ் காலம், எதிர் காலம் என்பதெல்லாம் அதற்குப் பின் இல்லாமல் போய்விடுமா?

வியாசர்: (சிரித்து) அப்படியெல்லாம் ஒன்றுமில்லை. பிரக்ஞை விழித்துக் கொண்டுவிட்ட பிறகு காலம் என்பது புறவயமானதாக இல்லாமல் போகிறது. இறந்த காலம் என்பதும் எதிர்காலம் என்பதும் நிகழ்கணத்தின் உள்ளடக்கமாக ஆகிவிடுகின்றன. அதனால் காலம் என்பது ஒரு ஓட்டமாக இல்லாமல் வெளியின் தன்மையுடன் தெரிகிறது.

தென்னவர்: இதுதான் காலத்தைக் கடப்பதா?

வியாசர்: காலத்தைக் கடப்பது என்பது காலத்தைப் புரிந்துகொள்வதுதான். 'காலம்' என்னும் பிரக்ஞையின் அசைவு வாழ்வனுபவத்தில் தோற்றுவிக்கும் எதிர்பார்ப்பு, ஏமாற்றம், ஏக்கம், பிரிவு, துயரம், துக்கம் போன்ற உணர்ச்சிகளின் சுழலில் இருந்து மனத்தை விடுவிக்க ஒரே வழி இதுதான். பொதுப்பிரக்ஞை காலத்தை 'வெளியில்' நகர்வதாகப் பார்க்கிறது. விடுபட்ட பிரக்ஞை காலத்தை அனுபவ வெளியாகப் பார்க்கிறது. பொதுமனம் தனித்தனியானவையாகப் பார்க்கும் மூன்று காலங்களும் ஒரே இயக்கம் என்று இந்தப் பார்வை தெரிந்து கொள்கிறது.

தென்னவர்: இது தவிர, இந்தத் தெரிந்து கொள்ளுதலின் வேறு விளைவுகள் என்ன?

வியாசர்: அறிவின் ஓட்டத்தில் லயித்திருக்கும் பார்வை ஒரு தனிப் பரிமாணம். அது அறிவின் எல்லைகளுக்கு உட்பட்டது. இதிலிருந்து விடுபட்ட பார்வை முற்றிலும் வேறொரு பரிமாணத்தில் இயங்கத் தொடங்குகிறது. புதிய பார்வைக் கோணங்கள் அத்தகைய மனத்துக்குச் சாத்தியமாகின்றன. இது தவிர அடிப்படையிலேயே அனுபவத்தின் தன்மை மாறிப் போகிறது. இன்னும் நிறையச் சொல்லிக்கொண்டே போகலாம். இப்போதைக்கு இது போதும் என்று தோன்றுகிறது. என்ன?

○

காலவெளிக் காடு

6

காந்தாரி நாதரான மஹாமன்னர் திருதராஷ்டிரன் அவர்களின் திவ்ய சமூகத்திற்கு அடியவன் சஞ்சயன் அனேக கோடி நமஸ்காரங்கள். வியாச முனிவரும் தென்னவரும் பேசிக்கொண்டிருக்கும் விஷயங்கள் மிகவும் சுவாரஸ்யமாக இருக்கின்றன. மேலும் அவர்கள் பகிர்ந்துகொண்ட விவரங்கள் இதோ.

தென்னவர்: வியாச முனிவருக்கு வணக்கங்கள்.

வியாசர்: வணக்கம் தென்னவரே, வாருங்கள். நேற்று சௌகரியமாகத் தூங்கினீர்களா?

தென்னவர்: ஆமாம் உங்களுடன் பேசிக் கொண்டிருந்துவிட்டு இன்று மாலை கிளம்பலாம் என்று இருக்கிறேன்.

வியாசர்: அப்படியா? சரி. எது பற்றியும் குறிப்பாகப் பேச உத்தேசம் இருக்கிறதா?

தென்னவர்: இல்லை. அப்படி எதுவும் இல்லை.

வியாசர்: அப்படியானால் நான் ஒருசில விஷயங்களைப் பேசலாம் என்று நினைக்கிறேன்.

தென்னவர்: ஓ, நிச்சயமாக.

வியாசர்: எதை 'நான்' என்று நாம் கூறுகிறோம்?

தென்னவர்: எல்லோருக்கும் 'நான்' என்ற உணர்வு இருக்கிறது. பிரக்ஞை உள்ள எல்லா உயிர்களும் தத்தமக்கு 'நான்' ஆகத்தான் இருக்கின்றன. இந்த உணர்வைப் பொறுத்தவரையில் ஆண், பெண், ஏழை, பணக்காரன், அமெரிக்கன், இந்தியன், அக்காலத்தவர், இக்காலத்தவர் எல்லோருக்கும் ஒன்றாகத்தான் இருக்கிறது. தன்மையளவில் எந்த வேறுபாடும் இல்லை.

வியாசர்: உண்மைதான். இதைப் பல விதங்களில் சொல்ல முடியும். ஒரே சூரியன் பல கண்ணாடித் துண்டுகளில் பிரதிபலிக்கும்போது அனைத்திலும் அதன் ஒளி தெரிகிற தல்லவா? அல்லது, உங்கள் காலத்திலிருந்தே ஒரு உதாரணத்தை எடுப்போம். மின்சாரம் என்ற சக்தியை நீங்கள் இப்போது கண்டுபிடித்திருக்கிறீர்கள் இல்லையா? அது எப்போதும் இருந்துதான் வந்திருக்கிறது. அதுவும் உங்களுக்கு இப்போது தெரியும். அந்தச் சக்தியைப் பலவிதங்களில் பயன்படுத்துகிறீர்கள். ஒளி பெறுவதற்கு, உஷ்ணத்தை அதிகப்படுத்துவதற்கு அல்லது குறைப்பதற்கு, விசிறியைச் சுழலவிடுவதற்கு, சமையல் செய்வதற்கு என்று பல உபயோகங்கள். சரி, ஒளி விஷயத்துக்கு வருவோம். சிறிய உருண்டை வடிவத்திலும் குழல் போன்ற உருவத்திலும் இன்னும் பல்வேறு வடிவங்களிலும் நீங்கள் விளக்குகளை உருவாக்கியிருக்கிறீர்கள். பல வண்ணங்களில் ஒளி வெளிப் படுகிறது. விளம்பரங்களுக்கு வளைந்த குழல்களைப் பயன் படுத்திப் பல வண்ணங்களில் ஒளியை உண்டாக்குகிறீர்கள், இல்லையா?

தென்னவர்: ஆமாம். அது எப்படி உங்களுக்குத் தெரியும்?

வியாசர்: என்ன இப்படிக் கேட்கிறீர்கள்? நாம்தான் ஏற்கனவே பேசினோமே. நாம் எந்தக் காலத்திலிருந்தும் எந்தக் காலத்துக்கும் இப்போதின் வாசல் வழியாகப் போக முடியும் என்று? மறந்துவிட்டீர்களா?

தென்னவர்: மறக்கவில்லை. என்றாலும் பிரமிப்பாகத்தான் இருக்கிறது.

வியாசர்: நான் பலமுறை உங்கள் காலத்துக்கு வந்திருக் கிறேன். சமீபத்தில்கூட வந்தேன். எனக்கு உங்கள் காலத்தில் நண்பர்கள்கூட உண்டு.

தென்னவர்: நண்பர்களா?

வியாசர்: ஆமாம். நெருங்கிய நண்பர்கள் உண்டு. அவர்களும் இங்கு வருவார்கள். நானும் அங்கு போவதுண்டு.

தென்னவர்: சரி, மின்விளக்குகள்பற்றிச் சொல்லிக் கொண்டிருந்தீர்கள்.

வியாசர்: ஆமாம். மின்சாரம் என்னும் ஒரே சக்தி, நீங்கள் பயன்படுத்தும் விளக்கின் தன்மைக்கேற்பப் பல்வேறு விதங்களில், பல்வேறு வண்ணங்களில் ஒளி தருகிறதில்லையா? பயன்படுத்தும் சாதனங்களுக்கேற்ப வெவ்வேறு விதங்களில் வெளிப்படுகிறது இல்லையா?

தென்னவர்: ஆமாம்.

வியாசர்: விளக்கின் சக்திக்கேற்ப, அதில் நீங்கள் அடைத்து வைக்கும் வாயுவுக்கேற்ப ஒளியின் வண்ணமும் பிரகாசமும் மாறுகிறதில்லையா?

தென்னவர்: ஆமாம்.

வியாசர்: அதேபோல்தான் பிரபஞ்சம் முழுவதிலும் வியாபித்து இருக்கும் பிரக்ஞை, தான் வெளிப்படும் கருவிக்கேற்ப வெவ்வேறு தன்மையுடன் வெளிப்படுகிறது. ஆனாலும் அடிப்படையில் எல்லாக் கருவிகளிலும் அது 'நான்' என்றுதான் வெளிப்படுகிறது. அதாவது எல்லா 'நானும்' ஒரே 'நான்'தான்.

தென்னவர்: ஓகோ!

வியாசர்: இன்னும் வேறு மாதிரியாகக்கூடச் சொல்லலாம். கடலில் கடற்பஞ்சு இருக்கிறதல்லவா? நீங்கள் ஆங்கிலத்தில் ஸ்பாஞ்ச் (Sponge) என்று சொல்கிறீர்களே, அதுதான்.

தென்னவர்: (புன்னகையுடன்) சரி.

வியாசர்: என்ன? நான் ஆங்கிலச் சொற்களைப் பயன் படுத்துவது உங்கள் முகத்தில் புன்னகையை வரவழைக்கிற தல்லவா? ஆனால் தேவைப்படும்போது ஆங்கிலத்தில் மட்டு மென்ன, எந்த உலகின் எந்த மொழியிலும் என்னால் பேச முடியும்.

தென்னவர்: புரிகிறது. ஆனாலும் ஆச்சரியப்பட என்னை அனுமதியுங்கள்.

வியாசர்: (சிரிக்கிறார்) சரி. விஷயத்துக்கு வருவோம். பல கடற்பஞ்சுத் துண்டுகள் கடலில் மிதந்துகொண்டிருக் கின்றன என்று வைத்துக்கொள்வோம். அவற்றில் கடல் நீர் ஊறி நிரம்பியிருக்கும் இல்லையா?

தென்னவர்: ஆமாம்.

வியாசர்: எல்லாவற்றிலும் அதே கடல் நீர் இருக்கும். அந்தக் கடல் நீர் பிரக்ஞை உள்ளது என்று வைத்துக்கொள்வோம். ஒவ்வொரு கடற்பஞ்சுத் துண்டும் தனக்குள் நிரம்பியிருக்கும் கடல் நீரை மட்டும்தான் உணர்ந்துகொள்ள முடியும். அதாவது கடலைப் பற்றிய அறிதல் இல்லாதவரைக்கும் ஒவ்வொரு கடற்பஞ்சுத் துண்டும் என்ன நினைத்துக் கொள்ளும்?

தென்னவர்: (கவனத்துடன் மௌனமாகக் கேட்டுக் கொண்டிருக்கிறார்).

வியாசர்: தனக்குள் இருக்கும் நீர் தனியானதாகவும் மற்றவற்றுக்குள் இருக்கும் நீர் தனியானது என்றுதானே நினைத்துக்கொள்ளும்? சிறிய துண்டுக்குள் குறைவாகவும் பெரியதொரு துண்டுக்குள் அதிகமாகவும் நீர் நிறைந்திருக்கும் இல்லையா? ஆனால் அதே நீர், அதே தன்மை. இதுபோல்தான் பிரபஞ்சப் பிரக்ஞை ஒவ்வொரு உயிரிலும் பிரதிபலிக்கும்போது ஒவ்வொரு உயிரும் தனக்குத் தனியானதொரு சுயப் பிரக்ஞை இருப்பதாகக் கருதிக்கொள்கிறது.

தென்னவர்: (தீர்க்கமான பார்வையுடன் மெல்லத் தலையசைக்கிறார்).

வியாசர்: ஆனால் உண்மை என்னவென்றால் பிரபஞ்சம் முழுவதிலும் ஒரேயொரு 'நான்'தான் இருக்கிறது. ஒவ்வொரு உயிரின் வழியாகவும் அது தன்னை வெளிப்படுத்திக்கொள்கிறது. தன்னை அனுபவம் கொள்கிறது. என்ன தென்னவரே, புரிகிறதில்லையா?

தென்னவர்: புரிகிறது ஐயா.

வியாசர்: இப்போது இது தொடர்பாக இன்னொரு விஷயத்தைப் பார்ப்போம். பிரபஞ்சம் முழுவதும் ஒரே 'நான்' நிறைந்திருக்கிறது என்றோம் இல்லையா? அது நம் சுய உணர்வைப் போலவே சுத்தப் பிரக்ஞை உணர்வு. அதனால் அதற்கு உருவம் உள்ளடக்கம் இரண்டும் இல்லை. அதனால் அதற்கு எல்லை என்று ஒன்று இருக்க முடியாது. அதனால் அந்தப் பிரக்ஞைக்கு 'வெளிப்புறம்' என்ற ஒன்று இருக்கவே இருக்காது! அனைத்துமே 'உட்புறமாக' இருக்கும் அது. ஆனால் இங்கு 'உட்புறம்' என்னும் சொல் பொருளிழந்து போகிறது. ஆக, உட்புறம், வெளிப்புறம் இரண்டும் இல்லாத ஒரு பிரக்ஞை அது. தன்னை விடுத்த மற்றது என்றில்லாதபோது உட்புறமாவது வெளிப்புறமாவது!

தென்னவர்: பிறகு 'நான்', 'நீ' என்பதெல்லாம்?

வியாசர்: பல்லுயிரிலும் தனித்தனி 'நான்' உணர்வு எழுகிற தில்லையா? ஒவ்வொரு நானுக்கும் மற்ற நான்கள் நீ, அவள், அவன் என்று தோற்றம் கொள்கின்றன.

தென்னவர்: இப்போது எனக்குள் ஒரு கேள்வி எழுகிறது. கேட்கலாமா என்று தெரியவில்லை. அசட்டுத்தனமாக இருக்குமோ என்று தயக்கமாக இருக்கிறது.

வியாசர்: தயக்கமென்ன, கேளுங்கள்.

தென்னவர்: பிரபஞ்ச 'நான்'தான் கடவுளா?

வியாசர்: (தன் வெண்ணிறத் தாடியை மெல்ல உருவி விட்டுக்கொண்டு பலமாகச் சிரிக்கிறார்). பிரபஞ்ச 'நான்' எல்லா உயிர்களிலும் 'நான் – நான்' என்று பிரதிபலிக்கிறது என்று சொன்னோமில்லையா? அந்தத் தனி உயிர்களின் தனிமனங்களில் உருவான ஒரு கருத்துதான் 'கடவுள்' என்பது. தனியொரு 'நான்'தான் கடவுள் என்னும் கருத்தைப் பற்றிச் சிந்திக்க முடியும். இப்போது நாம் பேசிக்கொண்டிருப்பது மனம் தோன்றுவதற்கு முந்தைய பிரபஞ்ச நிலை. மனம் கடந்த தளத்திலும் உள்ள நிலை. சொல் தீண்ட முடியாத அந்த நிலையில் இதுபோன்ற கருத்துகளுக்கு எந்த இடமும் கிடையாது. நாம் இப்போது விஷயத்தை நேரடியாக அணுகுகிறோம். கவனத்தின் வழியாக அணுகுகிறோம். வெறும் பரிமாற்றத்துக்கு மட்டும்தான் மனத்தை, சொற்களை, மொழியைப் பயன்படுத்துகிறோம். கடவுள் போன்ற கருத்துக்கள் வெறும் மனக்குழப்பத்தை மட்டுமே விளைவிக்க முடியும். புரிதலுக்கு உதவாது.

தென்னவர்: தனியொரு உயிரில் தோற்றம் கொள்ளும் பிரக்ஞை பிரபஞ்சப் பிரக்ஞையை அறிந்துகொள்ள முடியுமா?

வியாசர்: முடியும். தனக்குள் எழும்பும் பிரக்ஞை தனதல்ல, தனியானதல்ல என்று உணர்ந்துகொள்ள முடிந்தால், அது முடியும். அதாவது, ஒரு கடற்பஞ்சுத் துண்டுக்குள் இருக்கும் கடல் நீரும் கடல்தான் என்று உணர்ந்துகொள்வதைப் போன்றது அது. தனியொரு விளக்கில் ஒளியென வெளிப்படும் மின்சக்தி தன் அடிப்படையான தன்மை ஒளி மட்டுமல்ல என்று உணர்ந்துகொண்டால், பிரபஞ்சம் முழுவதிலும் நிறைந்திருக்கும் மின்காந்தச் சக்தியென்று தன்னை உணர்ந்துகொள்ள முடியும்.

தென்னவர்: அதற்கு என்ன வழி?

வியாசர்: பல தியான முறைகள் இருக்கின்றன. தியானம் என்பது அடிப்படையில் என்ன? தனிப் பிரக்ஞை தனக்குள் தோய்ந்து தன் தோற்றுவாயை அடைந்து அடங்குவதுதானே? இன்று உங்கள் உலகத்தில் மலிந்து கிடக்கும் தியான முறைகளில் பெரும்பாலானவை பிரபஞ்சப் பிரக்ஞையைத் தேடி அடைவதற்கு ஏற்றவை அல்ல. உண்மையான தியானம் என்பது உயிரின் தாகம். தன் ஊற்றுக் கண்ணைத் தேடிப் போகும் ஆழமான விழைவு. தன்னியல்பானது. அது மனத்தின் முறைபாடுகளைக் கடந்தது. மனம் தன்னைத் தானே ஏமாற்றிக் கொள்ளும் நிலைகளை அனுபவம் கொண்டு கடந்த பின்பு தோன்றும் அகமுதிர்ச்சியில் உண்மையான தியானம் இயல்பாக

நிகழும். அதற்கு முன்னால் அதை வலிந்து செய்ய முடியாது. சொல்லப்போனால் அது மனத்தின் செயல்பாடு அல்ல. மனத்துக்கு தியானத்தில் எந்தப் பங்கும் கிடையாது.

தென்னவர்: காரணம் ஏதும் தெரியாமல் என் மனத்தில் ஏதோ ஒரு அமைதி நிறைகிறது. இன்று நம் உரையாடலை இதோடு முடித்துக் கொள்ளலாம் என்று படுகிறது. நான் விடை பெற்றுக்கொள்ளட்டுமா?

வியாசர்: மகிழ்ச்சி. எப்போது வேண்டுமானாலும் நீங்கள் என்னை வந்து சந்திக்கலாம். வேண்டுமானால் அடுத்தமுறை நான் உங்கள் காலத்துக்கு வருகிறேனே.

தென்னவர்: நிச்சயமாக. அது எனக்கு மிகுந்த மகிழ்ச்சியைத் தரும்.

◯

7

அம்பிகாபுத்திரரான மாமன்னர் திருதராஷ்டிரன் அவர்களின் திவ்ய சமூகத்திற்கு அடியவன் சஞ்சயன் அநேக கோடி தெண்டனிட்டுத் தெரிவித்துக்கொள்வது.

இதுவரையில் என் தென்னாட்டு விஜயங்கள் பற்றியும் அங்கே நான் சந்தித்த ஒருவரைப் பற்றியும் அவருடன் நான் வியாச முனிவரைச் சந்தித்தது பற்றியும் உங்களிடம் கூறியபோது நீங்களும் ஒரு முறை அந்தத் தென்னவரைச் சந்திக்க விழைவதாகக் கூறினீர்கள். நானும் அடுத்த முறை உங்களையும் அழைத்துச் செல்வதாகச் சொன்னேன். நேற்று வியாச முனிவரைச் சந்திக்கச் சென்றபோது தென்னவரைச் சந்திக்கச் செல்லலாம் என்று கூறினார். அப்போது உங்கள் வேண்டுகோளையும் அவரிடம் சொன்னேன். அவரும் மகிழ்ச்சியுடன் ஒப்புக்கொண்டார். அதனால் நாளைக் காலையில் உதயத்துக்கு ஐந்து நாழிகை கழித்து நான் அரண்மனைக்கு வருகிறேன் என்பதை இதன் மூலம் தெரிவித்துக்கொள்கிறேன்.

○

சஞ்சயன்: மன்னா, இப்போது நாம் வியாச முனிவரின் குடிலுக்குச் செல்லப் போகிறோம்.

திருதராஷ்டிரன்: சரி, நான் என்ன செய்ய வேண்டும்?

சஞ்சயன்: உங்கள் கவனத்தை உள்வயமாகத் திருப்பிக்கொள்ளுங்கள். என் கைகளைப் பிடித்துக் கொள்ளுங்கள்.

திருதராஷ்டிரன்: சரி.

சஞ்சயன்: மன்னா இப்போது நாம் மகரிஷி வியாச முனிவரின் குடிலுக்கு வந்துவிட்டோம்.

திருதராஷ்டிரன்: அப்படியா?

மகரிஷி வியாசர்: மன்னர் மன்னா, வர வேண்டும். என் குடில் உன் வரவால் மகிழ்ச்சி நிறைந்ததாகிறது.

திருதராஷ்டிரன்: நான் இங்கு வந்தது என் பாக்கியம் மகரிஷி. தென்னவரைச் சந்திக்க நீங்கள் செல்லும்போது என்னையும் அழைத்துச் செல்ல இசைந்தது குறித்தது மகிழ்ச்சி.

வியாசர்: நல்லது. இப்போது தென்னவரைச் சந்திக்கச் செல்வோமா?

○

தென்னவர் மாலை நேரத்தில் கடற்கரையில் ஒதுக்குப் புறமான ஒரு இடத்தில் அமர்ந்திருக்கிறார். அலைகள் வந்து போகின்றன. அவர் மனம் அமைதியாக இருக்கிறது. அந்தக் கணம்தான் எப்போதும் இருந்து வந்திருப்பதான உணர்வு அவர் மனத்தில் நிறைந்திருக்கிறது. ஏதோ முக்கியமான ஒன்று நடக்கப் போகிறது என்று அவருக்குள் ஆழத்தில் தோன்று கிறது. சில கணங்களில் அவரெதிரே மூன்று பேர் தோற்றம் கொள்கின்றனர். ஒரு கணம் அவர் உடல் திடுக்கிடுகிறது. பிறகு சட்டென்று உடலில் எழுந்த சக்தி மெல்ல நெஞ்சுப் பகுதியில் அடங்குகிறது. நிமிர்ந்து பார்க்கிறார். வந்திருந்த மூவரைக் கண்டதும் ஆழமான பரவசம் உடலெங்கும் பரவுகிறது. எழுந்துகொள்கிறார்.

தென்னவர்: வாருங்கள். என்னால் நம்ப முடியவில்லை. நிஜமாகவே நீங்கள் இங்கே வந்திருக்கிறீர்களா அல்லது நான்தான் கனவு காண்கிறேனா, அல்லது இது வெறும் பிரமையா, என்று என்னால் தீர்மானிக்க முடியவில்லை. ஐயா, நீங்கள் மாமன்னர் திருதராஷ்டிரர்தானே?

திருதராஷ்டிரன்: ஆமாம். இது தென்னவரின் குரலா?

தென்னவர்: ஆமாம். எனக்கு மன்னவர் என்றெல்லாம் பேசிப் பழக்கமில்லை. மிகவும் புதிதாக இருக்கிறது. தவறாக நினைக்க வேண்டாம்.

திருதராஷ்டிரன்: அதெல்லாம் ஒன்றுமில்லை. உங்களைப் பற்றிச் சஞ்சயன் சொன்னதிலிருந்து உங்களைச் சந்திக்க வேண்டும் என்ற ஆவல் எனக்குள் இருந்துவந்திருக்கிறது.

தென்னவர்: நீங்கள் இங்கு வந்தது குறித்து எனக்கு மிகவும் சந்தோஷம்.

திருதராஷ்டிரன்: எனக்குப் பிறவியிலேயே பார்வை கிடையாது. பார்வை இருந்த காலம் என்று இருந்திருந்தால் அந்தக் கணத்தின் வழியாக நான் இப்போது வந்து உங்களைப் பார்த்திருக்க முடியும்.

தென்னவர்: மகாபாரத யுத்தம் நடக்கும்போது சிறிது நேரம் உங்களுக்குப் பார்வை கிடைத்ததல்லவா?

திருதராஷ்டிரன்: உண்மைதான். ஆனால் அது விசேஷ சித்தத்தால் நடந்தது. அதைக் கணக்கில் கொள்ள முடியாது. ஆனால் உங்களைப் பார்க்க முடியாமல் இருப்பதுதான் எனக்கு ஆழ்ந்த வருத்தத்தை அளிக்கிறது.

வியாசர்: மன்னா, யுத்தத்தின்போது சஞ்சயன் தன் விசேஷ சித்தத்தினால் ஒரு நாழிகை நேரம் உனக்குப் பார்வை அளித்தார். இப்போது நீ விரும்பினால் இங்கே தென்னவருடன் இருக்கப்போகும் காலம் வரைக்கும் என் விசேஷ சித்தத்தால் உனக்குப் பார்வை அளிக்க நான் சித்தமாக இருக்கிறேன்.

திருதராஷ்டிரன்: (உணர்ச்சி வசப்பட்டு) பெரும் பாக்கியம். தென்னவரையும் அவரது நாட்டையும் பார்ப்பது என் மிகப் பெரும் பாக்கியம். தயவுசெய்து அவ்வாறே செய்யுங்கள்.

வியாசர் ஒருகணம் தன் கண்களை மூடித் திறக்கிறார். திருதராஷ்டிரன் தன் கண்களைக் கைகளால் கசக்கிக் கொள்கிறார். இப்போது திறந்திருக்கும் அவரது கண்களில் பார்வையின் ஒளி பிரகாசிக்கிறது. சுற்றுமுற்றும் பார்க்கிறார். வியாசர் பக்கம் திரும்பியதும் எழுந்துகொள்கிறார். மகரிஷி, சஞ்சயனைப் பார்த்திருக்கிறேன். யுத்தத்தில் பீஷ்மர், துரோணர், பாண்டவர்கள், என் புத்திரர்களான கௌரவர்கள் அனைவரையும் பார்த்தேன். உங்களைப் பார்க்க முடிந்தது என் பாக்கியம். நமஸ்கரிக்கிறார். தென்னவர் பக்கம் திரும்பி, 'உங்களைப் பார்ப்பது எனக்கு அளவில்லாத மகிழ்ச்சியைத் தருகிறது,' என்று சொல்கிறார். சஞ்சயனிடம், 'உம்மைப் பார்ப்பதும் எனக்கு மிக்க சந்தோஷம்தான்,' என்கிறார்.

அப்போதுதான் நிமிர்ந்து கடலைப் பார்க்கிறார். அவர் கண்கள் விரிகின்றன. 'என்ன இது!' என்று வியந்து போகிறார். அவர் முகத்தில் தெறிக்கும் உணர்ச்சியைக் கண்ட மற்ற மூவரின் முகத்திலும் சந்தோஷம் நிறைகிறது.

சஞ்சயன்: இதுதான் கடல், மன்னா.

திருதராஷ்டிரன்: ஆஹா, எவ்வளவு பெரியது! இதுபற்றி நான் கேள்விப்பட்டிருக்கிறேனே ஒழிய, பார்ப்பேன் என்று

நினைத்ததில்லை. ஹஸ்தினாபுரத்தில்கூடப் பெரும்பாலும் இதை யாரும் பார்த்தது கிடையாது.

வியாசர்: ஆமாம். உண்மைதான். சரி, இப்போது எதுபற்றிப் பேசுவோம்?

தென்னவர்: நான் ஒரு விஷயம் கேட்கலாமா?

வியாசர்: நிச்சயமாக. அதற்காகத்தானே உங்கள் உலகத்துக்கு வந்திருக்கிறோம். கேளுங்கள்.

தென்னவர்: எந்தக் காலத்தில் பிறந்து இருக்கிறோமோ அந்தக் காலத்தின் பின்னணி நமக்குள் இருப்பது தவிர்க்க முடியாத விஷயமாக இருக்கிறது. சொல்லப் போனால் அது இல்லாவிட்டால் மற்றவர்களுடன் உறவு கொள்வதே சாத்தியமில்லாமல் போய்விடும் என்று படுகிறது.

வியாசர்: நீங்கள் சொல்வது உண்மைதான். மனத்தளவில் சுயப் பிரக்ஞை உருக்கொண்டு நிலைப்பதற்கு அது அவசியம் தேவைதான்.

தென்னவர்: நீங்கள் இப்போது இந்த உலகத்தில் இந்தக் காலத்தில் வந்திருக்கிறீர்கள். அப்படியென்றால் எவ்வாறு நீங்கள் இந்தக் கணத்தைக் காண்கிறீர்கள்? எப்படி நான் பேசுவதைப் புரிந்துகொள்கிறீர்கள்?

வியாசர்: நல்ல கேள்விதான். சொல்லப் போனால் உங்களுக்கு இந்தக் கணம் என்னவாக அனுபவம் ஆகிறதோ அதுவாக எனக்கு ஆகவில்லை. இதோ இந்த மணல், கடல் எல்லாம் ஒரே மாதிரியாகத்தான் நமக்குத் தெரியும். ஆனால் நீங்கள் இங்கே வாழ்ந்திருக்கும் காலத்தின் பதிவு உங்களுக்குள் இருக்கிறதல்லவா? அது எனக்குள் கிடையாது. அதனால் நம் அனுபவங்களின் வாசனையில் மிகுந்த வேறுபாடு இருக்கும். ஆனால் உங்களுக்குள் இருக்கும் பதிவின் மூலமாகவே நானும் உங்களுடன் உறவு கொள்கிறேன்.

தென்னவர்: அது எப்படிச் சாத்தியம்? உங்களுடைய விசேஷ சித்தத்தினாலா, அல்லது ஞான திருஷ்டியினாலா?

வியாசர்: (சிரிக்கிறார்) உண்மையில் அப்படியெல்லாம் எதுவும் கிடையாது.

திருதராஷ்டிரன் திகைக்கிறார். சஞ்சயன் மெல்லப் புன்னகைக்கிறார்.

வியாசர்: தென்னவரே, ஒரு விஷயம் தெரிந்துகொள்ளுங்கள். மற்ற யாராலும் முடியாத ஒன்று ஒருவரால் மட்டுமோ

ஒரு சிலரால் மட்டுமோ முடியும் என்பது சாத்தியமே இல்லை. 'உள்ளது' ஒன்றுதான் இருக்கிறது. இதில் விசேஷமானவர்கள் என்று யாரும் கிடையாது. ஒருவருக்குச் சாத்தியமான ஒன்று அடிப்படையில் யாருக்கும் சாத்தியம். ஆனால் அதற்கான முயற்சிகள் தேவை. எது 'உள்ளதோ' அதற்கு வேண்டியவர் வேண்டாதவர் என்றெல்லாம் கிடையாது. எல்லாம் எப்போதும் திறந்துதான் கிடக்கிறது. நாம் எவ்வளவு பார்க்க விரும்புகிறோம், எந்த அளவு ஆயத்தமாக இருக்கிறோம் என்பதைப் பொறுத்துத் தான் எல்லாம் இருக்கிறது.

தென்னவர்: தெளிவாகப் புரியவில்லை.

வியாசர்: உண்மையில் உங்கள் பிரக்ஞை என் பிரக்ஞை என்ற பிரிவுகளெல்லாம் மன வசதிகளின் பொருட்டுதான். உங்கள் வீட்டில் இருக்கும் இடமும் என் வீட்டில் இருக்கும் இடமும் வீடுகள் கட்டுவதற்கு முன்பாகவே இருந்துவந்திருக்கும் வெளிதான், இல்லையா? அதுபோலத்தான் இதுவும். வெறும் நடைமுறை வசதிகளுக்காகத்தான் இந்த ஏற்பாடுகள். இந்த உண்மை தெளிவாகத் தெரியும்போது உங்கள் பிரக்ஞையில் உள்ள தகவல்களை நான் பயன்படுத்திக்கொள்ள முடியும். உங்களாலும் அது முடியும்தான். சொல்லப்போனால் அது உங்கள் பிரக்ஞை என்பதே ஒரு அடையாளத்திற்காக மட்டும் தான்.

தென்னவர்: என்னால் முடியுமா?

வியாசர்: ஆமாம். உண்மையில் நாம் புதிதாக எதுவும் கற்க வேண்டியதில்லை. எல்லோருக்கும் வேண்டியது அனைத்தும் எப்போதுமே உள்ளது. ஆனால் மறுபக்கம், 'இது என்னால் முடியும்', 'இது முடியாது', என்பன போன்ற நம்பிக்கைகள் நமக்குள் ஏராளமாக இருக்கின்றன. நம் தனிமனப் பிரக்ஞையையே இவைதான் கட்டமைக்கின்றன. இந்த வரையறைகள் இருக்கும்வரை இவற்றை மீறி நம்மால் ஒன்றும் செய்ய முடியாது. இந்த வரையறைகள் 'உள்ள'தில் இல்லை. நம் தனிமனப் பிரக்ஞையில்தான் இருக்கின்றன. விழிப்புக் கொள்ளாத தனிமனப் பிரக்ஞை சுதந்திரமற்றது. அன்பற்றது. ஒளியற்றது. பிரக்ஞையின் இந்தக் கட்டமைப்பு களிலிருந்து நாம் விடுபட முடியும். இந்த வரையறைகள் உள்ளதில் இல்லை என்பது நமக்குத் தெளிவாக வேண்டும். பிரக்ஞை தன் சுயத்தன்மையில் கட்டற்றது. வெட்டவெளியைப் போன்றது. ஒளிமயமானது. சொல்லப்போனால் ஒளியும் சக்தியும் பிரக்ஞையிலிருந்துதான் பிறக்கின்றன.

தென்னவர்: எனக்கு இதெல்லாம் மிகவும் பிரமிப்பாக இருக்கிறது.

வியாசர்: உங்கள் மனத்துக்குப் பரிச்சயம் இல்லாத விஷயங்களை இப்போது நாம் பேசுவதால் அவ்வாறான உணர்வு ஏற்படுவது இயல்புதான். நம் நம்பிக்கைகள்தான் நம்மைக் கட்டுப்படுத்துகின்றன. நம் நம்பிக்கைகளின் அடிப்படையில்தான் நம் சுயபிம்பம் கட்டமைக்கப்பட்டிருக் கிறது. நம்பிக்கைகள் நாம் கற்பித்துக்கொண்டவை; அல்லது நம்மிடம் சொல்லப்பட்டு நாம் ஏற்றுக்கொண்டவை. அவற்றை மாற்ற முடியும்.

தென்னவர்: அப்படியானால் ஏன் எல்லோரும் தம்மை மாற்றிக்கொள்வதில்லை? அது மிகவும் கடினமானதா?

வியாசர்: ஒருவிதத்தில் தன்னை மாற்றிக்கொள்வது சுலபமானது. ஆனால் அதில் பெரிய சிக்கல் ஒன்று இருக்கிறது. நம்பிக்கைகளின் அடிப்படையில்தான் நம் சுயபிம்பம் கட்டமைக்கப்பட்டிருக்கிறது என்று சொன்னோமல்லவா? அந்தக் காரணத்தால் நம்பிக்கைகள் மாறும்போது நம் சுயபிம்பமும் மாறுவது தவிர்க்க முடியாதது. மனத்தில் இருந்து இயங்கும் சுயபிம்பத்தையே 'நான்' என்று நாம் நம்புவதால் அது மாறிப் போவது என்பதை நம்மால் சகித்துக்கொள்ளவே இயலாது. 'நான்' இல்லாமல் போய்விடுவதாகத்தான் மனத்துக்குத் தோன்றும். அந்தவிதமான 'மாற்ற'த்தைத் தவிர்க்க மனம் தன்னால் இயன்ற அளவுக்குப் பாடுபடும். அதுதான் சிக்கல். 'நான்' அந்தச் சுயபிம்பம் அல்ல என்பது தெளிவாகும் வரை நம்பிக்கைகளின் கட்டுப்பாட்டிலிருந்து விடுபடுவது சாத்தியமில்லை.

தென்னவர்: அப்படியென்றால் எதுவும் என்னால் சாத்தியப்படுமா?

வியாசர்: 'என்னால்' என்று எதைக் குறிப்பிடுகிறீர்கள் என்பதைப் பொறுத்துத்தான் இந்தக் கேள்விக்குப் பதில் சொல்ல முடியும். ஒரு குறிப்பிட்ட இடத்தில், குறிப்பிட்ட நாளில், குறிப்பிட்ட பெற்றோரின் மகனாகப் பிறந்து வளர்ந்த மனிதனான 'நான்' என்று நீங்கள் உங்களைக் கருதினால் 'உங்களால்' எதுவும் சாத்தியம் இல்லை. உங்களுக்கு நானும் எந்த உதவியும் செய்ய முடியாது. ஏனென்றால் அந்த 'நான்' வெறும் பிம்பம். அதற்கு உண்மையான இருப்பு இல்லை. அது வெறும் கருத்து. அவ்வளவுதான்.

தென்னவர்: அப்படியென்றால் யாரால் முடியும்?

வியாசர்: யாராலும் முடியாது.

தென்னவர்: ஐயா, இப்போதுதான் எல்லோராலும் முடியும் என்றீர்கள். இப்போது யாராலும் முடியாது என்கிறீர்கள். எனக்கு மிகவும் குழப்பமாக இருக்கிறது.

திருதராஷ்டிரன்: ஆமாம். எனக்கும் பெரும் குழப்பமாகத் தான் இருக்கிறது. தென்னவருக்குப் புரிந்த அளவுக்குக்கூட இந்த விஷயம் எனக்குப் புரிந்ததாகத் தெரியவில்லை. அவருக்கே இது புரியவில்லை என்றால் நான் என்ன சொல்வது?

வியாசர்: எது எல்லோராகவும் உள்ளதோ அதற்கு எந்தவிதமான கட்டுப்பாடுகளும் இல்லை. வரையறைகள் இல்லை. மனத்தின் சட்டங்கள் அதைக் கட்டுப்படுத்தாது. தான் 'அது'தான் என்ற தெளிவு உள்ள யாராலும் எதுவும் சாத்தியம். அந்தத் தெளிவு இல்லையென்றால் எதுவும் சாத்திய மில்லை.

தென்னவர்: ஐயா, நீங்கள் சொல்வது உள்ளே ஆழத்தில் எங்கோ போய்த் தொடுகிறது. ஆனால் மனத்தில் இன்னும் தெளிவில்லை.

வியாசர்: தென்னவரே, உங்களுக்குப் புரியும் என்பதில் எந்த விதமான சந்தேகமும் எனக்கில்லை. மேல்மனத்துக்கு உடனடியாகப் புரிந்தாக வேண்டிய கட்டாயமில்லை. கவனத்தோடு கேட்டுக்கொண்டிருங்கள். திறந்த மனத்தோடு இருங்கள். அது போதும். மேல்மனம் புரிந்துகொள்ள முயலாமல் ஆனால் திறந்த கவனத்துடன் இருந்தால் வேறொரு ஆழமான முறைபாடு ஒன்று தொடங்கி நிகழ முடியும். புரிதல் தானாக, இயல்பாக மேலெழும்.

தென்னவர்: அது உண்மைதான் என்று படுகிறது. சில சமயம் நூல்களைப் படிக்கும்போது சில விஷயங்கள் உடனடி யாகப் புரிவதில்லை. ஆனால் புரியவில்லை என்று ஒதுக்கி விடாமல் படிக்கும்போது சட்டென்று தெளிவு வருகிறது. இது பல முறை எனக்கு நிகழ்ந்திருக்கிறது.

வியாசர்: உண்மைதான். மேல்மனத்தின் புரிதலுக்கும் ஆழ்தளங்களையும் உள்ளடக்கிய முழுமனத்தின் புரிதலுக்கும் இடையில் அடிப்படையான வேறுபாடு இருக்கிறது. படிக்கும் போதோ, அல்லது வாழ்வனுபவத்திலும் கூட இந்த முறைபாடு செயல்படுகிறது. முழுமனத்தின் புரிதல்தான் முழுப் புரிதல்.

புரிதலில் பகுதிப் புரிதல் என்று இருக்க முடியாத காரணத்தால் முழுமனப் புரிதலை மட்டும்தான் புரிதல் என்று கொள்ள வேண்டும்.

தென்னவர்: தன்மையளவில் இந்த இரண்டு புரிதல்களுக்கும் இடையில் என்ன வேறுபாடு இருக்கிறது?

வியாசர்: மேல்மனப் புரிதல் சொற்தளத்தில் அர்த்தப்பட்டு, கருத்தளவில் தெளிவான அர்த்தம் பெறுவது. அது அவசியம் தான். ஆனால் போதாது. முழுமனப் புரிதல் சொற்களும் கருத்துகளும் இயங்கும் தளத்தோடு நிற்பதில்லை. அனுபவத்தின் சாரம் ஊறிய ஆழ்மனத்தளங்களிலும் அது நிகழ்கிறது. ஒவ்வொரு கண அனுபவமும் முழுமனத்தையும் மாற்றுகிறது. மனமும் அடுத்த அனுபவத்தை மாற்றுகிறது. இந்த முறை பாட்டின் இயல்போடு இயைந்து செல்லும் மனத்துக்கு இடர்களில்லை.

தென்னவர்: நீங்கள் சொல்வது மிகவும் முக்கியமான விஷயம் என்று தெரிகிறது. ஆனால் பொதுவாக யாரும் இவ்வாறு சிந்திப்பதாகத் தெரியவில்லையே. யாருக்கும் இது சொல்லிக் கொடுக்கப்படுவதாகக்கூடத் தெரியவில்லையே? இதுதான் உண்மையென்றால் ஏன் இது பரவலாகச் சொல்லித் தரப்படுவதில்லை?

வியாசர்: மிகவும் சிறு வயதில் இதைப் புரிந்துகொள்வது சாத்தியமில்லை. அதுவும் மேல்மனத் தளங்கள் சரிவர உருவாகி, சுயபிம்பம் உருக்கொள்வதற்கு முன்னால் இதை நுட்பமாகப் புரிந்துகொள்ள முடியாது. ஆனால் வேறுவிதத்தில் சிறு வயதிலிருந்தே இந்த உண்மையின் திசையில் குழந்தைகளை ஆற்றுப்படுத்த முடியும். ஆனால் இப்போது இயங்கிவரும் சமூக அமைப்பு இதை அனுமதிக்காது. இதைத் தனக்கு ஆபத்தை விளைவிக்கக்கூடிய விஷயமாகத்தான் அது பார்க்கும். அதனால் எதிர்க்கும்.

தென்னவர்: அப்போது என்னதான் வழி?

வியாசர்: வழியென்று எதுவுமில்லை. இந்த உண்மையை வாழ்வனுபவத்திலிருந்து உணர்ந்துகொண்ட மனிதர்களின் எண்ணிக்கை கூடும்போதுதான் இந்த நிலையில் மாற்றம் ஏற்பட முடியும். சரி. நாம் பேசத் தொடங்கிய விஷயத்துக்கு வருவோம். இப்போது இங்கே உங்களுடன் உங்கள் உலகத்தில் இருக்கிறோம். பிரக்ஞையில் – தனிமனப் பிரக்ஞையில் அல்ல – காலத்தின் சாரம் அனைத்தும் தோய்ந்திருக்கிறது. அதிலிருந்து

நேரடியாக நான் தகவல்களை எடுத்துக்கொள்ள முடியும். உங்களாலும் முடியும், உங்கள் உலகத்தை வரையறுக்கும் நம்பிக்கைகளிலிருந்து விடுபட நீங்கள் ஆயத்தமாக இருந்தால்!

தென்னவர்: அதற்கு நான் என்ன செய்ய வேண்டும்?

வியாசர்: ஒன்றும் செய்யத் தேவையில்லை. முழுக் கவனத்தையும் இக்கணத்தில் நிலைக்க வையுங்கள். அதற்குப் பழகிக்கொள்ளுங்கள். மற்றவை எல்லாம் தானாக நடக்கும். இக்கணத்தின் அகண்ட வெளியில் பிரக்ஞையின் சக்தி முழு வீச்சுடன் செயல்படும். தென்னவரே, ஒரே பிரக்ஞைதான் இருக்கிறது. அதுதான் எல்லா உடல்களின் வழியாகவும் தன்னைத் தானே அடையாளம் கண்டுகொள்கிறது. அது மட்டும்தான் இருக்கிறது. அதன் பார்வையில் வேறு யாரும், வேறு எதுவும், இல்லை. அதற்குப் புறம் என்பதே இல்லை. அதனால் அதை அகம் என்று சொல்வதும் பொருத்தமில்லாமல் போகிறது. அதுதான் உள்ளது. அது மட்டும்தான் உள்ளது.

தென்னவர், சஞ்சயன், திருதராஷ்டிரன் மூவரும் மௌனமாக இருக்கிறார்கள். மகரிஷி வியாசர் அவர்கள் மூவரையும் நோக்கிப் புன்னகை புரிகிறார். அவர்களும் பணிவுடன் அவரை வணங்குகிறார்கள்.

☾

ஸரயுகுமாரன் கட்டுரைகள்

நம் சுய அடையாளம்

நான் ஆணாகவோ பெண்ணாகவோ இருக்கிறேன். நல்லவனாகவோ அல்லாமலோ இருக்கிறேன். கோபக்காரனாகவோ சாந்த ஸ்வரூபியாகவோ இருக்கிறேன். இந்தியனாகவோ அமெரிக்கனாகவோ இந்துவாகவோ கிருஸ்துவனாகவோ இருக்கிறேன். இளைஞனாகவோ முதியனாகவோ ஆரோக்கியமானவனாகவோ நோயாளியாகவோ டாக்டராகவோ குமாஸ்தாவாகவோ ஏழையாகவோ பணக்காரனாகவோ இருக்கிறேன். அதற்கு முன்னால் நான் 'நானா'க இருக்கிறேன். ஐந்து வயதிலும் ஐம்பது வயதிலும் நான் 'நானா'கவே இருக்கிறேன்.

'நான்' உணர்வுதான் நம் அடிப்படை சுய அடையாளம். வேறு எதுவாகவும் இருப்பதற்கு முன்னால் நான் 'நானா'க இருக்கிறேன்.

பணக்காரனான என்னை ஏழையாக்கலாம். ஆரோக்கியமான என்னை நோயாளியாக்கலாம். ஆனால் நான் 'நானா'க இருப்பதை யாரும் ஒன்றும் செய்ய முடியாது. நான், 'நான்' என்கிற சுய நிலையை யாரும் அண்ட முடியாது; தீண்ட முடியாது; மாற்ற முடியாது.

'நான்' என்ற சுய உணர்வு, வாழ்க்கையின் ஓட்டத்தில் சற்றும் மாற்றமுறுவதில்லை. வாழ்வின் அனுபவங்கள் உடலை மாற்றுகின்றன; ஆனால் 'நான்' என்னும் சுய உணர்வை அவை எந்த விதத்திலும் மாற்றுவதில்லை. எந்தவிதமான

அனுபவமும் என்னை 'நீயாகவோ' 'அவ'னாகவோ அல்லது 'அவ'ளாகவோ மாற்றிவிடுவதில்லை. நான் என்னைப் பற்றி என்ன நினைத்துக் கொண்டிருக்கிறேனோ அது மாறலாம். அல்லது சில விதமான மன நோய்கள் ஒரு மனிதன் தன்னை வேறு யாரோவாக நினைக்கும்படி செய்யலாம். ஆனால் அப்போதும் தன்னை 'நான'ாகத்தான் நினைத்துக்கொள்கிறான்.

இப்படிப் பார்ப்போம். 'சரவணன்' என்ற மனிதன், மனநோயாலோ அல்லது வேறு காரணங்களாலோ தான் ராஜராஜசோழன் என்று நினைத்துக்கொள்ள முடியும். அப்போதும்கூட ராஜராஜசோழன் என்கிற 'நான்' என்று தான் அவன் தன்னை நினைத்துக்கொள்வான். 'நான்' என்பது வேறு எதுவாகவும் ஆக முடியாது.

முன்பே சொன்னதுபோல் உடலும் மனமும் மாறக்கூடும். 'நான்' உணர்வு உடலையோ மனத்தையோ சாராதது. உண்மை யில் உடலும் மனமும்தான் 'நான்' உணர்வைச் சார்ந்து இருந்து இயங்குகின்றன. 'நான்' என்பது உயிருணர்வின் சுவை.

'நான்' உணர்வு அனைத்துப் பிரக்ஞைக்கும் அடிப்படை யானது. 'நான்' உணர்வு உடலையும் மனத்தையும் பாதிக்க முடியும். ஆனால் உடலும் அதன் அனுபவங்களும், மனமும் அதன் அனுபவங்களும் 'நான்' உணர்வைப் பாதிக்க முடியாது.

இந்தக் கண்ணோட்டத்தில் பார்க்கும்போது, உலகின் பெரும்பாலான மனிதர்கள் மிகவும் முக்கியமானது என்று கருதும் மேற்சொன்ன ஆண், பெண் முதலிய சுய அடையாளங் கள், மாற்றங்கள், மிகவும் மேலோட்டமானவையாகத் தெரிகின்றன. அதனதன் அளவில் சார்பு நிலை முக்கியத்துவம் அந்தச் சுய அடையாளங்களுக்கு இருக்கிறது என்பதை மறுக்க முடியாவிட்டாலும் அழிக்க முடியாத சுய அடையாளங் கள் அல்ல அவை என்பதும் தெளிவாகவே தெரிகிறது.

சமூகம் தீண்ட முடியாத 'நான்' என்னும் அடிப்படைப் பிரக்ஞை நிலை, அந்தச் சமூகத்துக்கே அடிப்படையான தளம். ஒரு விதத்தில் சொல்லப் போனால் சமூகமே இந்த உண்மையை இன்னும் உணரவில்லை என்றுதான் சொல்ல வேண்டும். மனிதர்கள் இந்த அடிப்படை நிலைபற்றி அறிந்து கொள்ளும் உந்துதலை சமூகம் எக்காலத்திலும் பலவீனப் படுத்தியே வந்திருக்கிறது. முற்றிலும் அவ்வாறு செய்ய முடியாதபோது இதை ஏதோ மதம் சம்பந்தப்பட்ட விஷயம் என்று அடையாள வில்லை ஒன்றை ஒட்டி, தன் சுய நிர்வாக அமைப்பின் அங்கமென்று பொய்யான அங்கீகாரம் அளித்து அந்த உந்துதலைத் திசை திருப்பிவிடுகிறது.

'நான்' உணர்வின் தன்மை, இயக்கம், செயல்பாடு, இவை பற்றிப் பரிசீலிப்பதற்கு முன்னால், இதனை நோக்கிய வேட்கை உணர்வைச் சமூகம் ஏன் பலவீனப்படுத்த முயல்கிறது, ஏன் நீர்த்துப் போகச் செய்ய யத்தனிக்கிறது என்பதை முதலில் புரிந்துகொண்டாக வேண்டும்.

சமூகம் என்பது மனித ஜீவனின் முழுமை அல்ல. பல தளங்கள் கொண்ட அந்த ஜீவனின் ஒரு தளம் மட்டுமே அது. இன்னும் சொல்லப் போனால் மிகவும் மேலோட்ட மானதொரு தளம் அது.

அந்தத் தளம், மற்ற பிரக்ஞைத் தளங்களைப் போல 'நான்' உணர்வை அடிப்படையாகக்கொண்டு, அதைச் சார்ந்து இருந்த போதிலும் அதைப் பற்றிய நேரடிப் பிரக்ஞை இல்லாதது. அதைப் பற்றிய புரிந்துகொள்ளலோ அறிவோ இல்லாதது. தான் தன்னையே சார்ந்து இருப்பதான பொய்யான சுய நிர்ணயத்தில் இயங்குவது. தான் கற்பித்த அடையாளங்களே முடிவானவை என்னும் குறுகிய நோக்கு உடையது. தன் எல்லைகளைத் தாண்டிப் பார்க்கும் திறன் இல்லாதது.

இந்தக் காரணங்களால், தன் எல்லைகளைக் கடக்க முற்படும் எந்த ஒரு விழைவையும் தனக்கு நேரும் ஒரு அபாயமெனவே பார்க்கும் கண்ணோட்டத்தை அது கொண் டுள்ளது. தன் எல்லைகளைக் கடக்க விழையும் முயற்சிகளை அது மிகவும் கடுமையாக எதிர்க்கிறது. இந்த எதிர்ப்பு பெரும்பாலும் நேரடியான வழிமுறைகளில் இல்லாமல் கள்ளத் தனமான வழிகளில் செயல்படுகிறது. சமூக அடையாளங்களை முன்னிறுத்தி, அவைகளைப் பெரிதும் விரும்பத்தக்கவையாக வெளிச்சம் போட்டுக் காட்டி, அவற்றிற்குப் பெரும் அங்கீகாரம் அளித்து, சமூக அந்தஸ்து, பணம், மற்ற வகையான செல்வங்கள் போன்றவற்றை இரையாகக் காட்டி இளம் மனங்களைத் தன் தளத்திற்குள்ளேயே தக்க வைத்துக்கொள்ள முயற்சிக்கிறது.

மறுபுறம் சமூக அந்தஸ்து, அங்கீகாரம் இவற்றின் இழப்பு, ஒதுக்கப்படுதல், சுய அடையாளத்தின் மறுப்பு, தனிமைப் படுத்தப்படுதல் போன்ற விரும்பத்தகாதது என அது காட்டும் அச்சுறுத்தல்களினால், மனிதர்கள் தன் தளத்தின் எல்லை களைத் தாண்டிச் செல்வதைச் சமூகம் கட்டுப்படுத்துகிறது.

இதைத் தவிர மேலும் ஆழமானதொரு காரணமும் 'நான்' உணர்வை நோக்கிய வேட்கையைக் கட்டுப்படுத்தி, சமூகத் தளத்தின் எல்லைச் சுவர்கள் பலப்படுத்துகிறது.

சிறுவயது முதற்கொண்டே சமூக அடையாளங்களைச் சுய அடையாளங்களாகக் காட்டி, கற்பித்து, கல்வி முறை

பாட்டிலும் அதனையே பெரிதுபடுத்திக் காட்டி, உண்மையான, உண்மையின் பாற்பட்ட சுய அடையாளத்தைப் பற்றிய சிந்தனையைத் திசை திருப்புகிறது சமூகம். சமூகம் என்று நாம் குறிப்பிடுவது நம் முன்னோர், நம் பெற்றோர், ஆசிரியர், நம் பிள்ளைகளின் பெற்றோராகிய நாம், அண்டை அயலார், அனைவரும்தான்.

சமூக அடையாளங்களையே சுய அடையாளமாகக் கருதி, அதன் அடிப்படையிலேயே வாழ்க்கையை, மனத்தை, பிரக்ஞையை அமைத்துக் கொண்டுவிட்ட மனிதனுக்கு அந்த அடையாளத்தைத் துறப்பது என்பது மரணத்திற்கு ஒப்பானதாகப் படுகிறது. ஆழ்நிலைப் பிரக்ஞையின் இயக்கத்தில் சமூக அடையாளங்களை விடுத்துச் செல்லும் சக்திவாய்ந்த தன்னியல்பான விழைவுகள் மனத்தில் இயக்கம் கொள்ளும்போது, 'தான்' இல்லாது போவதான ஆழமான பயம் மனத்தை ஆட்டம் கொள்ளச் செய்கிறது. இந்த ஆழமான பயத்தை எதிர்கொண்டு அதைக் கடந்து செல்வது கிட்டத்தட்ட அசாத்தியமானதாகவே இருக்கிறது; உண்மையில் அவ்வாறு இல்லாவிட்டாலும்கூட. சமூக மனத்தளத்தின் எல்லைகளைக் கடந்து செல்வதற்கு எதிரான மிகவும் சக்தி வாய்ந்த தடையாக இந்தப் பயம் (ஏறக்குறைய மரண பயம்) செயல்படுகிறது.

இந்தப் பயத்துக்கு இன்னொரு பின்னணியும் உண்டு. சமூகம் கற்பித்து, அங்கீகாரம் அளிக்கும் அனைத்துச் சுய அடையாளங்களும் காலத்தின் போக்கில், அனுபவங்களின் பாதிப்பில், சந்தர்ப்பங்களின் கணிக்கவியலாத அசைவுகளில் எக்கணமும் அழிக்கப்படக்கூடியவை என்பதால், மனத்தின் பின்னணியில் எந்நேரமும் ஒரு பய உணர்ச்சி, கலையாத பெரும் கருமேகமெனத் தொங்கி நிற்கிறது. ஆனாலும் அழிக்க முடியாத சுய அடையாளம் பற்றிய அறிதல் சிறிதும் இல்லாத காரணத்தால் இல்லாமலே இருப்பதைவிட இந்தப் பயத்துடன் வாழ்வது பெரிதும் நல்லது என்னும் பொய்யுணர்வு மனத்தை, மனச்சுயத்தை, மனத்தின் அனுபவ எல்லைக்குள் கட்டி வைக்கிறது.

ஆனாலும்கூடச் சமூகத் தளத்தின் எல்லைகளுக்குள் மட்டுமே இயங்கும் வாழ்க்கை அரைகுறையானது; அடிப்படை யிலேயே பொய்யானது. தான் அல்லாத ஒரு வெறும் மன அமைப்பைத் 'தான்' என்று கருதிக்கொண்டு வாழும் வாழ்க்கை பொய்யானதாக அல்லாமல் வேறு என்னவாக இருக்க முடியும்? அதனால், தன் உண்மையான சுய அடையாளத்தை அறிந்து உணரும் அதி முக்கியமான காரியத்தை நாம் மேற்கொண்டாக வேண்டியது அவசியம்.

ஆனால் சமூகத்தை எதிர்ப்பது என்பது சரியான வழியல்ல. சமூகம் நம்மிடமிருந்து வேறானதல்ல. சமூகம் நமக்குள் நம் பிரக்ஞையாக இருந்து இயங்குகிறது. வெளியில் இருப்பவை மரங்கள், மலைகள், மனிதர்கள், காற்று, வெளிச்சம், ஒலிகள், வானம், மேகங்கள், மிருகங்கள் இவையே. சமூகம் நம்முள்ளே, நாமாக இருக்கிறது. அதை எதிர்ப்பது, அதாவது மற்ற மனிதர்களைச் சமூகமாகக் கருதி எதிர்ப்பது, சிறுபிள்ளைத் தனமான எதிர்வினையே. இதைப் புரிந்துகொள்வதற்குக்கூட மனமுதிர்ச்சி இல்லாதவர்கள் தம் உண்மையான சுய அடை யாளத்தைத் தேடும் காரியத்தில் இறங்குவது முற்றிலும் வியர்த்தமானது. இம்மாதிரியானவர்கள் தனக்கும் தன்னைச் சுற்றி உள்ளோருக்கும் பெரும் துன்பத்தை மட்டுமே விளைவிப் பார்கள்.

சமூகத்தைத் தாண்டிச் செல்வது என்பது வெறும் போக்கிரித்தனம் செய்வது அல்ல. மிகவும் பொறுப்பு வாய்ந்த, முதிர்ச்சி அடைந்த ஒரு மனநிலை அதற்குத் தேவை. பொது நலன் தொடர்பான விஷயங்களில் சமூகத்தின் கட்டுப்பாடு களை மதித்து நடப்பதுதான் ஆரோக்கியமான மனநிலை. உண்மையான தேடலில் ஆழ்ந்திருப்போர் மற்றவர்கள் பார்வை யில் மிகவும் அடக்கமானவர்களாகவே தென்படுவார்கள். அவர்களுடைய வேலை அவர்களின் பிரக்ஞையின் ஆழங்களில் மௌனமாக நடைபெற்றுக் கொண்டிருக்கும். சில சந்தர்ப்பங் களில் பழமைவாதிகள் என்று மேலோட்டமாகப் பார்ப்பவர் களுக்குத் தோன்றும் விதத்தில்கூட அவர்கள் நடந்து கொள்வார்கள். புறவயமாகச் சமூகத்தை எதிர்ப்பது என்பதும் கூடச் சமூக சக்திகளின் ஆட்சிக்கு உட்பட்டு இருப்பதுதான் என்னும் உண்மையை அவர்கள் அறிவார்கள்.

'நான்' உணர்வின் தன்மையை, இயக்கத்தை, அதன் செயல்பாட்டை, அது மனத்தில், பிரக்ஞையில் ஏற்படுத்தும் பிரதிபலிப்புகள் மூலம் புரிந்து கொண்டாலொழிய, சமூக மனத்தளத்திலிருந்து விடுபட முடியாது. அந்தப் பிரதிபலிப்பு களின் வழியாகத்தான் அவற்றின் தோற்ற மையமான 'நான்' உணர்வை அடைய முடியும். தன் உண்மையான சுய அடை யாளத்தை அறிந்து நிலைகொள்ள முடியும். அதை மேற்கொள்ள முடியும்.

சரி, நம் உண்மையான சுய அடையாளத்தின் தன்மை, இயக்கம், செயல்பாடு என்ன? நம் சுய அடையாளமாகச் சமூக மன நிலைகளைக் கடந்த 'நான்' உணர்வு இருக்கிறது என்பதைப் புறவயமாக நாம் நிரூபிக்க முடியாது. தன்னளவில் ஒவ்வொருவரும் கண்டு உணர்ந்துகொள்ள வேண்டியது

அது. அந்நிலையில் நிரூபணம் எதுவும் தேவையில்லாது போகிறது. அதைக் கண்டுகொள்வது மிகவும் கடினமானது அல்ல. காணப்படும் பொருள்களில் ஆழ்ந்து இருக்கும் கவனத்தை அவற்றிலிருந்து விலக்கி, காணும் மையத்தில் குவிக்க வேண்டும். அதைக் கண்டுகொள்வது கடினம் இல்லையே ஒழிய, அந்த மையத்தில் கவனத்தை நிலைக்கச் செய்வது கடினமானது.

'நான்' உணர்வின் நேரடிப் பிரதிபலிப்பாக நம் மனத்தில் 'நான்' என்னும் எண்ணம் இருக்கிறது. மனச்சுயத்தின் மையமாக அது செயல்படுகிறது. அதன் மூலமாகத்தான் மனத்தளவில் நம்மை நாம் அடையாளம் கண்டுகொள்கிறோம். அதுவும் ஒரு எண்ணம்தான் என்ற போதிலும் மனத்தில் ஓடும் மற்ற எண்ணங்களுக்கும் 'நான்' என்னும் எண்ணத்திற்கும் முக்கியமான வேறுபாடு ஒன்று இருக்கிறது.

தூக்கத்திலிருந்து விழிக்கும்போது முதலில் பிரக்ஞையில் தோன்றுவது இந்த 'நான்' என்னும் எண்ணம்தான். இந்த 'நான்' எண்ணத்துடன் 'நான்' ஒரு ஆண், 'நான்' இந்தத் தேசத்தின் குடிமகன், 'நான்' தைரியசாலி போன்ற பிம்பங்கள் தம்மை இணைத்துக் கொள்கின்றன. மற்ற எண்ணங்கள் சில கணங்கள் வந்து, இருந்து, மறைந்துபோகும் நிலையில் இந்த 'நான்' எண்ணம் மட்டும் ஒரு நிலையான மனப் பின்னணியாக இருந்து செயல்படுகிறது. அனைத்து எண்ணங ்களும் மறைந்து போனபின் தூக்கத்துக்கு முன்னால் கடைசி யாக இந்த 'நான்' எண்ணம் அடங்குகிறது. இந்த 'நான்' எண்ணம்தான் தன்னையும் உலகையும் வெவ்வேறாகப் பிரித்துக் காட்டுகிறது. மனச்சுய அமைப்பின் மையமாக இருந்து, தினசரி வாழ்வின் அனுபவங்களை எதிர்கொண்டு செயல்படுகிறது; முடிவுகள் எடுக்கிறது; நிறைவேற்றுகிறது. தவறான அறிவின் அடிப்படையில் தவறான முடிவுகள் எடுத்து நிறைவேற்றும்போது விளையும் வலியையும் துயரத்தையும் நேரடியாக அனுபவிக்கிறது. அதீதமான துயரத்தின்போது சில சமயம் மனச்சுய அமைப்பிலிருந்து விடுபட்டு, தான் யார், தன் தோற்றுவாய் என்ன என்ற கேள்விகளை எழுப்பிப் பதில் தேட யத்தனிக்கிறது.

மனச்சுய அமைப்பின் மையம் என்ற அளவில் இது உண்மையான இருப்பு இல்லாதது என்ற போதிலும் நம் அடிப்படை சுய அடையாளமான 'நான்' உணர்வின் பிரதிபலிப்பு என்னும் நிலையில் இது உண்மை சார்ந்ததுதான்.

'நான்' உணர்வு மனத்தில், 'நான்' எண்ணமாகப் பிரதி பலிக்காது போனால் 'நான்' இருக்கிறேன் என்ற அனுபவமே

நமக்கு இருக்காது. அதனால் உண்மையான சுய அடையாளத் திற்கான தேடலில் நமக்கு மனத்தளவில் கிடைக்கக்கூடிய ஒரே தொடக்கப்புள்ளி இந்த 'நான்' எண்ணம்தான். அதுதான் தேடலின் ஆரம்ப மூலதனம்.

தூக்கத்தின்போதும் மயக்கம் போன்ற நிலைகளிலும் 'நான்' எண்ணம் மனத்தில் பிரதிபலிப்பதில்லை. 'நான்' உணர்வில் அடங்கிவிடுகிறது. விழிப்பு நிலையில் 'நான்' எண்ணம் மனத்தின் மீது கவனம் செலுத்துகிறது. மனம் தன்னை நிர்வகிப்பதில் துணைபுரிகிறது. ஆனால் 'நான்' எண்ணத்தின் மேல் கவனம் குவிந்து நிலைப்படும்போது, அந்தக் கவனம் 'நான்' உணர்விலிருந்து இயங்குகிறது.

'நான்' உணர்வு ஒரு அடிப்படையான நிலை. அது ஒரு தனித்தளம் அல்ல. அனைத்து மனத் தளங்களுக்கும் பிரக்ஞைத் தளங்களுக்கும் அடிப்படையானது அது. அதனால் 'நான்' உணர்வில் 'நான்' என்னும் எண்ணம் இல்லை. அதாவது 'நான்' உணர்வு தன்னை 'நான்' என்று நினைத்துக் கொள்வ தில்லை. அனைத்து அனுபவங்களிலும் வெளிப்படையாகத் தெரியாத பின்னணியாக 'நான்' உணர்வு இருக்கிறது. அதனால் அது ஒருபோதும் ஒரு அனுபவமாக இருப்பதில்லை. வேறு வகையில் சொல்லப் போனால் மனம் எப்போதும் 'நான்' உணர்வை ஒரு அனுபவமாக அடைய முடியாது. மனத்தின் அனுபவ எல்லைக்குள் இல்லை 'நான்' உணர்வு. காலம் என்னும் ஓட்டத்தில் நிகழ்வுகள் நிகழ்வதாகவும் பொருட்கள் அனைத்தும் வெளியில் இருப்பதாகவும் உள்ள அனுபவம் பிரக்ஞையின் இயக்கம். பிரக்ஞையின் எல்லைகளையும் 'நான்' உணர்வு கடந்து நிற்பதால் 'நான்' உணர்வில் காலம் – வெளி என்னும் அமைப்புக்கு இடமில்லை. காலம் வெளியைத் தோற்றுவிக்கும் பிரக்ஞைக்கே இது அடித்தளமாக இருப்பதால் 'நான்' உணர்வில் கால – வெளி அனுபவம் இல்லை.

'நான்' உணர்வுக்கும் பிரக்ஞைக்கும் உள்ள உறவில் 'நான்' உணர்வு அறிவுணர்வாகச் செயல்படுகிறது. இதை நாம் சரியாகப் புரிந்துகொள்ள வேண்டும். அறிவு என்று நாம் குறிப்பிடும் சேகரிப்பு 'நான்' உணர்வு தொடர்பானது அல்ல. அது மனத்தின் ஆட்சி எல்லைக்குள் நிகழும் ஒரு இயக்கம். ஆனால் அறிவுணர்வாகச் செயல்படும் 'நான்' உணர்வு அனைத்தையும் அறிகிறது. ஆனால் அறிவாக ஆக்கிக் கொள்வதில்லை. அகவயமாக 'நான் இருக்கிறேன்' என்றும் புறவயமாக 'உலகம் இருக்கிறது' என்றும் அந்த அறிவுணர்வு இயக்கம் கொள்கிறது.

‘அறிதல்’ என்னும் இயக்கம் ‘நான்’ உணர்வு தரும் ஒளியில் தான் நிகழ்கிறது. சூரியன் எதையும் வெளிச்சப்படுத்திக் காட்டும் எண்ணத்துடன் செயல்படுவதில்லை. ஆனால் அனைத்தும் சூரிய ஒளியில் வெளிச்சமாகின்றன. காட்டுவதற்கு ஒன்றும் இல்லாத நீள்வெளிகளிலும் சூரிய ஒளி பாய்ந்து கொண்டு தான் இருக்கிறது. சூரிய ஒளி சூரியனின் செயல்பாடு அல்ல. அதன் அடிப்படைத் தன்மை. அவ்வாறே ‘நான்’ உணர்வு அறிவுணர்வாக இருப்பது அதன் தன்மை. செயல்பாடு அல்ல.

‘நான்’ உணர்வு சுயநிர்ணயங்களுக்கு அப்பாற்பட்டது. அதனால் அதற்கு எனத் தனியான இயக்கங்களோ செயல் பாடோ கிடையாது. அனைத்து இயக்கங்களும் செயல்பாடு களும் பிரக்ஞையையும் மனத்தையும் சார்ந்தவை. ஆனால் ‘நான்’ உணர்வின் வெளிச்சம் இல்லாமல் எந்த இயக்கமும் செயல்பாடும் நிகழ முடியாது.

‘நான்’ உணர்வின் ஒளி பிரக்ஞையில் குவியும்போது கவனம் தோன்றுகிறது. அந்தக் கவனம் உலகின், மனத்தின் பொருள்களிலிருந்து விலகி, தன்னில் தானே குவியும்போது, பிரக்ஞையின் அமைப்பிலிருந்து விடுபட்டு, தன் தோற்ற மையமான ‘நான்’ உணர்வில் அடங்கிப் போகிறது.

இவ்வாறு அடங்கிப்போன பின்பு அனுபவம் கடந்து, பிரக்ஞை கடந்து, ‘நான்’ உணர்வே தானாக, ‘நான்’ நானாக இருக்கிறேன் என்னும் நிலையையும் கடந்து, காலமற்று, வெளியற்று, அறிவு – அறியாமை, இருப்பு – இன்மை என்னும் இருமை நிலை தாண்டி, முடிவற்று, எல்லையற்று விகசிக்கிறது ‘நான்’ உணர்வு.

ஆனால், மறுபடியும், தளம் தளமாக, கழற்றிப் போட்ட ஆடைகளை மறுபடியும் அணியும் வண்ணமாகக் காலம், வெளி, பிரக்ஞை, அனுபவம் என்று கடைசியில் உலகமே தானாக, புதியதொரு ‘நானா’கப் புதிய பிரவேசம் கொள்கிறது.

அனைத்தும் முன் போலவே இருக்கிறது. ஆனால், ஏதோ ஒரு பொருளில் எதுவும் முன்போல அல்லாமல் புதியதாக, புதிய இருப்புணர்வுடன் அனுபவம் நிலைக்கிறது.

கண்ணாடியில் தன்னைப் பார்த்துக் கொள்ளும்போது, தான் தானாக இல்லாமல், அதே சமயம் வேறு யாரோ வாகவும் இல்லாமல், அப்போதே ஆக்கிய உலகில் புதிய ஜீவனாக, தன்னைத் தானே அதிசயித்துக்கொண்டு, ஆச்சர்யத் துடன், ஆனாலும் ஸ்வபாவமாக மிதந்து நிலைக்கிறது ‘நான்’.

நவீன விருட்சம்

❖

யாத்திரை

வீடு கட்டி வெளியை அடைப்பது போல், காலத்தைக் கட்டிப் பிரக்ஞையை அடைக்கிறோம். வீட்டின் அமைப்பு அடைபட்ட வெளியின் அளவையும் அமைப்பையும் நிர்ணயிக்கிறது. மனத்தின் அமைப்பு தத்தம் கால உணர்வின் எல்லைகளையும் அமைப்பையும் நிர்ணயிக்கிறது.

ஒவ்வொரு மனிதனும் தன் காலத்தைத் தானே உருவமைத்துக்கொள்கிறான். நாம் அனைவரும் ஒரே காலத்தில் வாழ்ந்துகொண்டிருப்பதான நினைப்பில் வாழ்கிறோம். இது ஒரு நினைப்புதான். நடைமுறை வசதிக்காக நாம் வைத்துக்கொண்டிருக்கும் நினைப்பு. தேவையானதும்கூட. ஆனாலும் அது ஒரு நினைப்புதான்.

நேரடி அனுபவத்தில் பொதுவான காலம் என்று ஒன்று இல்லை. இதன் காரணம், நேரடி அனுபவத்தில், நாம் மட்டுமே அனுபவிப்பவர். நம்மைத் தவிர அனைவரும் அனைத்துப் பொருட்களும் முழு பிரபஞ்சமும் அனுபவ வெளியில் அடங்கிப் போகிறது. நம் உடலும் எண்ணங்களும் உள் அனுபவங்களும்கூடத்தான். பொதுவான காலம் என்று கணிப்பதற்கு நம்மைத் தவிர – அதாவது ஒவ்வொருவருக்கும் – வேறு அனுபவிப்பவர் யாரும் இல்லை.

இதனால் ஒவ்வொரு மனிதனும் தன் பிரத்தியேகமான காலவெளியில் வாழ்கிறான். செங்கல், சிமெண்ட், மணல் இவைகளைக் கொண்டு

வீட்டைக் கட்டுவதைப் போல, மனித மனம் புலனுணர்வு களையும் நினைவுப் பதிவுகளையும் வைத்துத் தன் கால வெளியைக் கட்டுகிறது.

இந்தக் கட்டுமானத்திற்குள் மனிதன் வாழ்கிறான். உள்ளே இருக்கும் இந்தக் கட்டுமானம் வெளியே இருப்பதாகக் கருதி வாழ்கிறான். ஒருவிதச் சுய மனோவசியத்தில் நடக்கிறது அவன் வாழ்க்கை. உள்ளே நடப்பதை வெளியேயும் வெளியே நடப்பதை சில சமயம் உள்ளேயும் நடப்பதாக நம்பி, அரைக் கனவு நிலையில் வாழ்கிறான்.

எப்போதாவது வாழ்வில் பெரும் சிக்கல் ஒன்றையோ அதிர்ச்சியையோ, ஆழமான துயரத்தையோ சந்திக்க நேரும் போது பளிச்சென்று 'தன் வாழ்க்கை' என்று தான் நினைப்பது, வெளியே இல்லாமல் உள்ளேயே நடப்பதை அறிகிறான். தன் அறிவை வெளி உலகமாகக் கணித்து வைத்திருந்ததை உணர்கிறான். உலகை, வாழ்க்கையை, தன்னை, இன்னும் தான் அறியவில்லை என்று அவனுக்குத் தெரிகிறது. ஆனால் சிக்கலும் துயரமும் தீர்ந்து போனதும் தெரிந்த உண்மை பெரும்பாலும் மறந்து போகிறது. மின்னல் வெட்டில் தெரிந்து மறைந்து போவதுபோல் மறந்து போகிறது. மனம் மறுபடி பழைய தடங்களில் 'சௌக்கியமாக, சொகுசாக' நகரத் தொடங்குகிறது. பழைய மனோவசியம், ஒன்றும் நடக்காதது போல் தொடருகிறது. எப்போதோ ஒரு முறை கண்ட உண்மை யின் நினைவு வரும்போது, வெளுத்துப் போன புகைப்படம் போல் தெளிவின்றி, சுய சக்தி இன்றித் தெரிகிறது. அரைக்கனவு வாழ்க்கை உண்மை போலவும் கண நேரம் தெரிந்த உண்மை, கனவின் ஞாபகம் போலவும் போய்விடுகிறது.

ஆனால் சிலருக்கு, வெகு சிலருக்கு, இந்த விபத்து நிகழ்வ தில்லை. துயரம் காரணமாகவோ அல்லது இயல்பாகவோ சுய நுண்ணுணர்வாலோ கண நேரம் தெரிந்த உண்மையின் நினைவு, தொடர்ந்து ஒரு தூண்டுதலாக, வழி காட்டும் தூரத்து நட்சத்திரமாக, எங்கோ நின்று அழைக்கும் குரலாகத் தொடர்ந்து வருகிறது. எதிர்பாராத நேரங்களில் மிகவும் அருகில், அந்நியோன்னியமாக, பரிவுடன் கைபிடித்து, வெளிச்சம் போட்டுக் காட்டுகிறது. அதுபோன்ற நேரங்களின் வெளிச்சங்கள் ஒரு விதமான ஆழ்ந்த மாற்றங்களை மனத்தில் தோற்றுவிக்கிறது. தன் பிரக்ஞையின் காலவெளி அமைப்பில் இருந்து அந்தக் கணங்களில் விடுபட்டு, அவன் தன்னைத் தனித்து உணர்கிறான். அவன் மனத்தில் ஒரு புதிய மையம்

உருவாகிறது. அந்த மையம் புதிய அனுபவங்களை, புதிய மனோரூபங்களைக் கவர்ந்து இழுத்து, புதியதொரு உள் அமைப்பை, ஒழுங்கை நிர்ணயிக்கிறது.

உலகம் பற்றியதொரு மனப்படம் நம் எல்லோர் மனத்திலும் உண்டு. இந்தப் படம் நிலையானதொன்றல்ல. கணத்திற்குக் கணம், நாளுக்கு நாள் மாறிக்கொண்டே இருக்கும் ஒரு தன்னியல்பான இயக்கம் சார்ந்தது அது. அந்தப் படம் தான் நம் சிந்தனைப் போக்குகளையும் வாழ்வு, சுயம் பற்றிய நம் கண்ணோட்டங்களையும் நிர்ணயிக்கிறது. நம் உறவுகளின் தன்மையையும் வாழ்வனுபவத்தின் சுவையையும் முடிவு செய்கிறது.

இந்தப் படம் பொதுவாக முதலில், சுற்றியுள்ள சமூக, கலாச்சாரச் சூழலால் உருவாக்கப்படுகிறது. குடும்பத்தின் மனப்பின்னணி, குறிப்பிட்ட சமூகத்தின் வரலாற்றுப் பின்னணி, தட்ப வெப்ப நிலை, உணவு முறைகள் போன்ற பல காரணி களால் உருவாக்கப்படுகிறது. இந்தப் படம் மனத்திற்குக் கட்டுப்பாடுகளையும் எல்லைகளையும் விதிக்கிறது. பார்வை ஆழமாகவும் அகலமாகவும் விரிவதைத் தடுக்கிறது. வாழ்வின் ஓட்டத்தில் இந்தப் படம் பல மாறுதல்களுக்கு உள்ளான போதிலும் அடிப்படையில் தன் இயந்திரத் தன்மையிலிருந்து விடுபடுவதில்லை. பொதுவாகச் சமூகம் விதிக்கும் முறைபாடு களுக்கு வெளியே என்றும் அது செல்வதில்லை.

இம்மாதிரியான நிலையில் சமூக மனம் தனி மனிதனின் மனத்தின் வழியே பாய்ந்து அனுபவம் கொள்கிறதே ஒழிய, அங்கு தனி மனிதன் யாருமில்லை. ஒரு தனி உடல் இருக்கிறது. தனிப் பெயர் இருக்கிறது. ஆனால் உள்ளே யாருமில்லை. வெறும் ஒட்டு மொத்த சமூகப் பிரக்ஞையின் உள்ளடக்கம் தான் ஓடுகிறது.

ஏற்கனவே சொன்னது போல், சிலருக்கு, வெகு சிலருக்கு, அதாவது மனம் கட்டிய காலவெளி அமைப்புக்கு அப்பால் தன் இருப்பை ஓரளவுக்கேனும் உணர்ந்த சிலருக்கு மட்டும் தான் உள்ளே உண்மை சார்ந்த ஒரு சுயம் இருக்கிறது. அப்படியானால், இவர்கள் உண்மையை அறிந்தவர்களா? ஞானிகளா? அப்படியெல்லாம் ஒன்றுமில்லை. இப்போதுதான் பொதுப் பிரக்ஞையின் உள்ளடக்கத்தை மீறி உண்மை ஒன்று இருக்க முடியும் என்பதே ஒருவருக்குத் தெரிய முடியும். இதுவரையில் உண்மையைத் தேட யாரும் இல்லை. இப்போது தான் தேடலுக்கான சாத்தியமே உருவாகி இருக்கிறது.

இந்தத் தேடல் என்பது உண்மையில் யாரும் எதையும் எங்கும் தேடிப் போவது இல்லை. இது ஒரு ஆழ்ந்த, சக்தி வாய்ந்த வேட்கை உணர்வு. மனச்சுயத்தைக் (*Ego*) கணக்கில் எடுத்துக்கொள்ளாமல், அதை மீறிச் செயல்படும் ஒரு இயக்கம் அது. இதன் காரணமாகத்தான் இந்த வேட்கை உணர்வு, மனச்சுயத்துக்கு மிகுந்த அவஸ்தையைக் கொடுப்பதாக இருக்கிறது.

இந்தத் தேடலில் மனச்சுயத்திற்கு எந்தவிதப் பங்கும் இல்லை. செய்வதற்கும் ஒன்றுமில்லை. செய்யாமல் இருப்ப தற்கும் ஒன்றுமில்லை. மனச்சுயம் தானும் இந்தத் தேடலில் பங்குகொள்ள விழைகிறது.

இந்த மனச்சுயம் எவ்வாறு உருவாகிறது என்பதை நாம் புரிந்துகொண்டால், ஏன் உண்மைக்கான தேடலில் அதற்கு எந்தப் பங்கும் இருக்க முடியாது என்பது புலனாகும்.

மனச்சுயம் ஒரு ஆள் இல்லை. அது ஒரு மன அமைப்பு. கணத்துக்குக் கணம் ஏற்படும் அனுபவங்களின் நினைவு வரிசையின் விளைவு அது. ஒவ்வொரு கண அனுபவமும் தன்னளவிலேயே முழுமையானது; தனித்துவம் வாய்ந்தது. காலச்சட்டகத்தினுள் அடைபடாதது. அந்த அனுபவத்தில், அனுபவிப்பவன் என்று தனியாக யாரும் கிடையாது. ஆனால் அந்த அனுபவத்தின் மனப்பதிவு, அனுபவம் – அனுபவிப்பவன் என்று இரண்டாகப் பிரிவது முதல் கட்டம். ஒவ்வொரு அனுபவமும் தனியானது என்ற காரணத்தால், பிரிக்கப்பட்ட ஒவ்வொரு அனுபவிப்பாளனும் தனியானதுதான். ஆனால் ஞாபகம், கற்பனை இரண்டும் சேர்ந்து, வரிசையான அனுபவங் களின் ஒரே அனுபவிப்பாளன் என்பதாக உண்மைக்கு மாறான ஒரு மனச்சுயம் உருவாகிறது. இது இரண்டாவது கட்டம். நினைவுகள் இல்லையெனில் மனச்சுயம் கிடையாது. எண்ணங் கள் ஓடாத மனத்தில் 'நான்' என்று தன்னை நினைத்துக் கொள்ளும் 'ஆள்'(!) இல்லை. உண்மையில், மனிதன் ஒரு 'ஆள்' இல்லை. மனித 'உடல் – மனம்' வழியாக இயங்கும் ஒரு உணர்வு வெளி. 'ஆள்' என்பது மனத்தின் கற்பனை அமைப்பு. அதாவது மனச்சுயம். அடிப்படையில், மனச்சுயம் உண்மைக்குப் புறம்பானது. அதனால்தான் உண்மைக்கான தேடலில் அதற்கு எந்தப் பங்கும் கிடையாது

மனச்சுயத்திற்குச் சுயப்பிரக்ஞை இருப்பது போல் தோன்றுகிறதே என்ற கேள்வி வருகிறது. உண்மைதான். ஆனால் அதற்குக் காரணம் வேறு. நமக்குள் 'நான்' என்ற இருப்புணர்வு

இருக்கிறது. அது மனச்சுயம் என்னும் அமைப்பைவிட இன்னும் அடிப்படையானது. அந்த 'நான்', மனச்சுயமல்ல. அது ஆணோ பெண்ணோ இந்தியனோ அமெரிக்கனோ ஹிந்துவோ இஸ்லாமியனோ கிருஸ்துவனோ அல்ல. அது தன்மைகள் ஏதுமற்ற, குணங்கள் ஏதுமற்ற, அடையாளங்கள் எதுவுமில்லாத ஒரு அடிப்படை உணர்வு. சுயப்பிரக்ஞையின் தோற்ற மையம். உடல், மனம் இவற்றுக்கு அப்பாற்பட்டது. அதன் ஒளியில் தான் அனைத்துப் பிரக்ஞையும் உயிர் கொள்கிறது.

இந்த 'நான்' என்னும் அடிப்படைப் பிரக்ஞை, மனச்சுயத் தின் அமைப்பின் மூலமாக இயக்கம் கொள்ளும்போது, மனச்சுயத்திற்குச் சுயப்பிரக்ஞை இருப்பதுபோல் தோன்றுகிறது. எரியும் விளக்கில் மின்சாரத்தின் பங்கு போன்றது அது. 'விளக்கு எரிகிறது' என்று நாம் சொல்வதுபோல்தான் 'மனச்சுயத்திற்குச் சுயப்பிரக்ஞை இருக்கிறது' என்பதும். இந்த 'நான்', மனச்சுய அமைப்பிலிருந்து தன்னை விடுவித்துக் கொண்டால் மனச்சுயத்திற்கு எந்த விதமான பிரக்ஞையும் கிடையாது. தூங்கும்போது இதுதான் நேருகிறது.

உண்மைக்கான தேடலில் மனச்சுயத்திற்கு எந்தப் பங்கும் இல்லை என்று சொன்னோம். காரணம், மனச்சுயம் உண்மைக்குப் புறம்பானது. அதனால் இந்தத் தேடலில் மனச் சுயம் செய்வதற்கு ஒன்றுமில்லை. அது இந்தத் தேடலுக்கு முக்கியமானதொரு தடையாகத்தான் செயல்படுகிறது. இதையும் அறிவளவில் உணர்ந்த மனச்சுயம் 'சும்மா' இருக்க முயற்சி செய்கிறது. ஆனால் 'சும்மா' இருப்பது மனத்தின், மனச்சுயத்தின், இயல்புக்கு மாறானது. அதனால் 'சும்மா' இருப்பதையும் ஒரு செயல்பாடாகவே மனச்சுயம் செய்ய எத்தனிக்கிறது.

இந்தத் தேடல், மனச்சுயம் இயங்காமல் இருக்கும்போது தான் முழுமையாக நிகழ முடியும். இயங்காமல் இருக்கும்போது, மனச்சுயம் 'இல்லாமல்' போகிறது. அதனால் மனச்சுயம் ஆழமான, சக்தி வாய்ந்த, பய உணர்வால் தாக்கப்படுகிறது. இதைத் தவிர்க்கத்தான் 'மனச்சுயம்' தேடலில் பங்கு கொள்வதான பிரமையை உருவாக்கிக்கொள்கிறது.

உண்மையில் 'நான்' உணர்வுதான் இந்தத் தேடலை மேற்கொள்ள முடியும். ஆனால் அதற்கு முன் 'நான்' உணர்வு மனச்சுய அமைப்பிலிருந்து தன்னை ஓரளவுக்காவது விடுவித்துக் கொள்ள வேண்டும்.

மனச்சுயம் காலத்தின் பாற்பட்டது. ஞாபகங்களின் வரிசைக்கிரமம் கால உணர்வை மனத்தில் தோற்றுவிக்கிறது.

கற்பனையாக ‘எதிர்காலம்’ என்ற ஒரு மன நீட்சியையும் அது உருவாக்குகிறது. மனச்சுய அமைப்பில் அடைபட்ட ‘நான்’ உணர்வு தன்னை அந்த மனச்சுயமாக அடையாளம் கண்டுகொள்கிறது. ‘நான்’ உணர்வு மனச்சுய அமைப்பில் எப்படி அடைபடுகிறது என்பதைப் பார்க்க வேண்டும்.

பிறந்த ஒவ்வொரு ஜீவனுக்குள்ளும் இந்த ‘நான்’ உணர்வு இருந்து இயங்குகிறது. புழு, பூச்சி, மிருகங்கள், மனிதன் என்ற எல்லா ஜீவ்ராசிகளிலும் இந்த ‘நான்’ உணர்வு பிரக்ஞையாக இயக்கம் கொண்டிருக்கிறது. மனிதன் தவிர மற்ற உயிரினங்கள் பிரக்ஞை கொண்டிருக்கின்றனவே ஒழிய, சுயப்பிரக்ஞை அடையும் அளவுக்கு இன்னும் பரிணாம வளர்ச்சி அடைய வில்லை.

மனிதன் என்னும் உயிரினம், பரிணாம வளர்ச்சி வேறு ஒரு தளத்தை அடைந்ததற்கான அடையாளம். மற்ற உயிரினங்களி லிருந்து மனிதனை வேறுபடுத்திக் காட்டுவது சுயப்பிரக்ஞை தான். மனிதக் குழந்தை பிரக்ஞை அளவில் மிருகங்களிடமிருந்து பெரிதும் மாறுபட்டதல்ல. ஆனால் மனத்தில் பதிவாகும் புலனுணர்வுகள், அனுபவங்கள், திரும்பத் திரும்ப நிகழும் சில அனுபவங்களின் பதிவுகள், ஒரு நிலைத்த தன்மையை மனத்துக்கு அளிக்கிறது. நிலையானதொரு உலகம் இருப்பதான உணர்வைத் தோற்றுவிக்கிறது. அந்த நிலையான உலகை அனுபவம் கொள்ளும் ஒரு ‘நிலையான’ அனுபவிப்பாளனாக ஒரு மன அமைப்பு உருவாகிறது. இவ்வாறு நிலைப்பட்ட மன அமைப்பில் ‘நான்’ உணர்வு அடைபடுகிறது. சுயப் பிரக்ஞை அடைகிறது. வேறு எப்படியும் ‘நான்’ உணர்வு சுயப்பிரக்ஞை அடைய முடியாது. சுவர்களுக்குள் அடைபடும் வெளியைப் போல் மன அமைப்பிற்குள் ‘நான்’ உணர்வு அடைபடுகிறது. உருவம் கொள்கிறது. அடையாளம் அடைகிறது. மனச்சுயமாகிறது.

உண்மையில் ‘நான்’ உணர்வு காலத்தின் பாற்பட்டதல்ல. கால உணர்வு மனத்தில் தோன்றுவதற்கு முன்னாலேயே ‘நான்’ உணர்வு இருக்கிறது. ஆனால் காலவெளிப் பரிமாணத்தில் அதற்கு வியாபகம் *(Manifestation)* இல்லை. மன அமைப்பின் வழியேதான் அது முதலில் சுயப்பிரக்ஞை அடைகிறது. அதன் காரணமாக, காலாதீதமான அது ‘கால’த்திற்குள் அடைபடுகிறது.

ஆனால், முழுவதும் மன அமைப்பில் அடைபட்டு, தன்னை மனச்சுயமாக மட்டுமே அறியும் ‘நான்’ உணர்வு, உண்மைக்கான தேடலில் ஈடுபட முடியாது. அது மனச்சுயத்தின்

வேட்கைகளான இன்பம் தேடுதல், துன்பம் தவிர்த்தல், பொருள் சேர்த்தல், வெற்றி பெறுதல், தோல்வி தவிர்த்தல், முன்னேறுதல், பாதுகாப்பு தேடுதல் போன்ற கதிகளில் மட்டுமே ஈடுபடுகிறது.

முன்பே சொன்னது போல் வாழ்வின் துயரமோ அதிர்ச்சியோ 'நான்' உணர்வை ஒரு கணமேனும் மனச்சுய அமைப்பிலிருந்து விடுபட வைக்கிறது. அவ்வாறு விடுபட்ட கணங்களில் முதல்முறையாக 'நான்' உணர்வு தன்னைத் தானே மனச்சுயத்தின் இடையூறின்றி, நேரிடையாக உணர்கிறது. 'நான்' தன்னைத்தானே நேரிடையாக உணர்வதுதான் உண்மை யான சுயப்பிரக்ஞை. ஆனால் அது முதலில் நிலைத்திருப்ப தில்லை. 'நான்' உணர்வு பெரும்பாலும் மறுபடியும் மனச்சுய அமைப்புக்குள் விழுந்துவிடுகிறது. மனச்சுயம், 'தான்' இல்லாத அந்தக்கணம் – ஒருகண மரணம் – விளைவித்த பயம் காரணமாக அம்மாதிரியான கணங்கள் ஏற்படாதவண்ணம் பார்த்துக் கொள்ள முயற்சி செய்கிறது. கேளிக்கைகளிலும் பல்வேறு வகையான தப்பித்தல் முயற்சிகளிலும் அது 'நான்' உணர்வை ஆழ்த்துகிறது. ஆனாலும், உடனேயோ அல்லது காலம் கடந்தோ 'நான்' உணர்வு மறுபடியும் தன்னைத் தான் உணர்வதற்கான சூழ்நிலைகள், சந்தர்ப்பங்கள் உருவாகின்றன.

இவ்வாறு தன்னைத் தானே நேரிடையாக உணர்ந்த 'நான்' உணர்வுதான் உண்மைக்கான தேடலில் ஈடுபடுகிறது. ஏதோ அடிப்படையான 'தவறு' ஒன்று இருக்கிறது என்பதையும் உணருகிறது.

'நான்' தன்னை உணர்ந்தபோதிலும் 'தான் யார்', தன் மூலம் எது, தன் தன்மை என்ன என்று முழுமையாக அறிவது என்பது எல்லோருக்கும் உடனடியாக நிகழ்வதில்லை. 'நான்', தன்னை உணர்ந்தவுடன்தான் 'யாத்திரை' தொடங்குகிறது. தன் மூலத்தை, தன் தன்மையை, தன் முழுமையை அது உணரும்போது 'யாத்திரை' முடிவடைகிறது. அதன் பிறகு 'நான்' என்று தனியாக ஒன்றுமில்லை.

இந்த யாத்திரை காலத்தில் பாதையில் நிகழ்வதல்ல. காலத்தின் கட்டுமானங்களை அவிழ்த்துச் செல்வதுதான் இந்த யாத்திரை. இது நீண்டதாகவோ குறுகியதாகவோ இருக்கக் கூடும். அடிப்படையானதொரு பார்வைக் கோணத்தில் இது முக்கியமல்ல.

முதல் தன்னுணர்விலிருந்து தொடங்கி, முழுமையான தன்னறிவில் முடிவதுதான் இந்த யாத்திரை.

இந்த அர்த்தத்தில் எல்லோருடைய யாத்திரையும் ஒன்று தான். உண்மையில், இந்த யாத்திரை, தொடங்கிய கணத்திலேயே முடிவடைகிறது. உலகமும் அப்படித்தான். அது ஒவ்வொரு கணமும் பிரக்ஞையில் தோன்றி மறைகிறது. யாத்திரை முடியும் போது உலகமும் முடிகிறது. அதன் பின் தனியாக 'உலகம்' என்று ஒன்று கிடையாது.

சுவர்களுக்குள் அடைபட்ட வெளி, சுவர்களை உடைத்துக் கொண்டு, முதலில் தன்னைப் பெருவெளியின் அங்கமாகவும் பின்னர் முழுப் பெருவெளியாகவும் முழுமையாக அடையாளம் கண்டுகொள்வதுதான் இந்த யாத்திரை.

மையம்

❖

மனிதன் பிறந்தாயிற்றா?

மனிதன் இன்னும் முழுமையடையவில்லை என்னும் கருத்து புதியதல்ல. பரிணாம வளர்ச்சியில் ஒரு கட்டத்தைக் கடந்து, ஆனால் இன்னும் அடுத்த கட்டத்தின் முழுமையை அடையாத, ஒரு முறை பாட்டின் பாதிவழியில் மனிதன் இருப்பதாக ஒரு கருத்து உண்டு.

மிருகம் முழுமையாகச் சுயப்பிரக்ஞை அற்று இருக்கிறது. இன்றைய மனிதன் முழுமையற்ற சுயப் பிரக்ஞையுடன் இருக்கிறான். முழுமையான மனிதன் முழுமையான சுயப்பிரக்ஞையுடன் இருப்பான் என்று எங்கேயோ படித்த ஞாபகம்.

பரிணாம வளர்ச்சியின் போக்கில் மனிதனிடம் இன்னும் என்னென்ன மாற்றங்கள் ஏற்படப்போகின்றன என்று நம்மால் இப்போது ஒன்றும் சொல்ல முடியாது. பரிணாம வளர்ச்சியை மேற்கத்திய விஞ்ஞானம் உயிரினங்களின் உடல் ரீதியான வளர்ச்சியாகவே பார்த்து வந்திருக்கிறது. ஆனால் ஆழமாகப் பார்க்கும்போது பரிணாமம் என்பது பிரக்ஞையின் வளர்ச்சியாகவே தெரிகிறது. பிரக்ஞையின் வெளிப்பாடு மேலும் மேலும் உச்ச நிலையடைவதற்கேற்ப உடலின் வளர்ச்சி, அதாவது நரம்பு மண்டலம், மூளை, இவற்றின் நுட்பம் அதிகரிப்பதையே பரிணாம வளர்ச்சியாக நாம் காண்கிறோம். இப்படிப் பார்க்கும்போது, உடல் ரீதியான, அதாவது உருவ ரீதியான, வளர்ச்சியை உபமுக்கியத்துவம் வாய்ந்ததாகவே கொள்ள வேண்டியிருக்கிறது. இயற்கையின் ஒட்டுமொத்தப்

பரிணாம வளர்ச்சியைக் கணக்கில் கொள்ளும்போது இப்படித் தெரிகிறது. ஒரு தனி மனிதனிடத்தில் பரிணாமத் தத்துவம் எந்த வகையான பாதிப்புகளை ஏற்படுத்துகிறது, எந்த வகையில் அவனுடைய சுய அனுபவம், வாழ்வனுபவம், மாற்றம் கொள்கிறது என்று பார்க்க வேண்டும்.

ஒரு மனிதக் குழந்தை கருவாக உருவாகி, தாயின் வயிற்றில் பத்து மாதங்கள் திரவபூர்வமான உலகில் வாழ்கிறது. உலகில் உயிர் வாழ்வதற்கான அடிப்படைகளில் ஒன்றான சுவாசம் என்பதுகூட, தாயின் உடலிலிருந்து பிறந்து, பிரிந்து, உலகில் சுய உயிருள்ள ஒரு தனி ஜீவனான பிறகுதான் தொடங்குகிறது. அதன் பின், பிரக்ஞை இருந்த போதிலும் சுயப்பிரக்ஞை சிறிதும் இல்லாமல் இருந்து, மெல்ல மெல்ல, வளர்ச்சியடையும்போது உடல் ரீதியான வளர்ச்சியுடன் மனோரீதியான வளர்ச்சியும் சேர்ந்து சுயப்பிரக்ஞை அடைகிறது. தத்தித் தவழ்ந்து, அமர்ந்து, எழுந்து, இரண்டு கால்களில் நடக்கத் தொடங்கி, பின் மனம் வளரும் மனிதக் குழந்தையின் வளர்ச்சியின் ஆரம்பக் கட்டங்கள், உயிரின் மொத்தப் பரிணாம வளர்ச்சியை, ஒரு சுருக்கமான அளவில் பிரதிபலிக்கின்றன என்ற கருத்துச் சரியானதாகத்தான் படுகிறது.

சரி, பரிணாம வளர்ச்சியின் அடுத்த கட்டங்கள் என்னென்ன? அவை தனிமனிதனிடம் எப்படித் தெரிகின்றன?

இயற்கை, உயிரினங்கள், மனித இனம் என்று ஒரு வசதிக்காக மொத்தமாகப் பார்க்கிறோமே ஒழிய, உலகில் என்றும் எப்போதும் தனி ஜீவன்கள்தான் இருக்கின்றன. தனி சிங்கங்கள், புலிகள், பறவைகள், குரங்குகள், தனி மனிதர்கள், இவர்களால் ஆனது இந்த உலகம். பரிணாம வளர்ச்சி வெளியே எங்கிருந்தும் இயக்கப்பட்டு நடைபெற வில்லை. தனி ஜீவன்களின் உள்ளே, அவற்றின் பிரக்ஞை வெளியில்தான் பரிணாமம் நிகழ்கிறது.

நான்கு கால்களில் நடந்துகொண்டிருந்த பல குரங்குகளில் ஏதோ ஒரு குரங்குக்குத்தான் முதன் முதலில் நிமிர்ந்து, இரண்டு கால்களில் நிற்கும் விழைவு தோன்றியிருக்க முடியும். அந்த விழைவு, அந்தத் தனிக்குரங்கின் தனிப் பிரக்ஞையின் விளைவாக இல்லாமல் இருக்கலாம். பிரபஞ்ச ரீதியானதாக இருக்கலாம். ஆனால், அந்தத் தனிக்குரங்கின் பிரக்ஞை வழியாகத்தான் அந்த விழைவு முதன் முறையாக வியாபகம் கொண்டிருக்க முடியும். அதுபோலத் தனிமனிதனின் பிரக்ஞையில்தான் பரிணாமம் இன்றும் விகசிக்க முடியும். பரிணாமம் என்னும் தத்துவம் உண்மையானால், இன்று,

இங்கு, உயிர் வாழும் தனிமனிதர்களுக்குள், அவர்கள் பிரக்ஞையில், இந்தக் கணம் அது நிகழ்ந்துகொண்டிருக்கிறது.

பெரும்பாலான மனித ஜீவன்கள், “அப்படி ஒன்றும் அசாதாரணமாக நடக்கக் காணோமே,” என்று சொல்லக் கூடும். ஆனால், முதல் குரங்கினுள், எழுந்து இரு கால்களில் நிற்கும் விழைவு தோன்றியவுடன் எல்லாக் குரங்குகளும் எழுந்து நின்று விடவில்லை என்பதைக் கணக்கில்கொள்ள வேண்டியது அவசியம்.

இன்னொரு விஷயம், மீன்களிலிருந்து நிலம் – நீர் வாழ்வன தோன்றியது என்கிறது பரிணாம தத்துவம். எல்லா மீன்களும் அவ்வாறு பரிணாமமுற்று இன்று மீன்களே இல்லாமல் போய்விடவில்லை அல்லவா? பரிணாம வளர்ச்சி யின் வெவ்வேறு கட்டங்கள் என்று நாம் கருதும் எல்லா உயிரினங்களும் – சிலவற்றைத் தவிர – இன்னும் உயிர் வாழ்ந்து கொண்டு இருக்கின்றன. ஒவ்வொரு கட்டத்திலும் ஒரு தனி ஜீவனிடத்தில்தான் மாறுதல்கள் தோன்றி வெளிப்பட்டு, அவற்றின் சந்ததிகளிடம் அவை தொடர்கின்றன. புறவுலகம் தன்னிலிருந்து வேறுபட்டதாக, தனியானதாகத் தெரிந்தது முதலில் ஒரு தனிமனிதனின் பிரக்ஞையில்தான். தனி மனிதனிடத்தில்தான் பரிணாமம் நிகழ்ந்து இயங்குகிறது. வேறெங்கு நிகழ முடியும்? சிந்தனை வசதிகளுக்காகத்தான் மனிதன் என்ற ஒரு கருத்தை உண்டாக்கி உபயோகிக்கிறோமே ஒழிய, உண்மையில் இருப்பது தனி மனிதர்கள்தான். எக்காலத்தி லும் பரிணாம வளர்ச்சியின் இந்தக் கண உயிர்த்துடிப்பு தனிமனிதனை மீறியதாக இருந்தபோதிலும் அந்த விதையின் துடிப்பு அவனுக்குள்தான் நிகழ்கிறது – இந்தக் கணத்தில்.

பரிணாமத்தின் ஒவ்வொரு புதிய அடியும் ஒரு தனி மனிதனிடத்தில்தான் நிகழ்கிறது. அதற்காக, அந்தத் தனி மனிதன் பிரத்யேகமான, விசேஷமான ஒருவன் என்று கணக்கில் கொண்டுவிட முடியாது. முதல் ரோஜாச் செடி, மண்ணில் ஒரு குறிப்பிட்ட இடத்தில் வேர்கொண்டு வளர்ந்தது என்ற காரணத்தால் அந்த இடம் புனிதத்துவம் வாய்ந்தது என்று பொருளல்ல. இந்தக் கோணத்தில் பார்க்கும் போது, தனிமனிதன்கூட உரம் கலந்த மண் போன்றவனே. அவன் வழியாகப் பரிணாமம் நிகழ்கிறது. அவன் இல்லாது போன பின்பும் பரிணாமத் துடிப்பு அப்போது இருக்கும் தனிமனிதர் களிடம் நிகழ்ந்து தொடர்கிறது.

நதியின் நீர் நதியல்ல. நதியிலிருந்து எடுத்த ஒரு வாளி நீர் நதியல்ல. நதியின் ஓட்டம்தான் நதி. ஆனால் நீர் இல்லாமல்

நதியின் ஓட்டம் வெளிப்படுவதில்லை. முன்பு நதியில் ஓடிய நீர் கடலில் சேர்ந்துவிட்டாலும் புதிய நீரில் நதியின் ஓட்டம் நிகழ்ந்து கொண்டே இருக்கிறது. நாம் அந்த நதியை இன்னும் அதே நதியாகத்தான் கருதுகிறோம்; அதே பெயரைக் கொண்டு தான் குறிப்பிடுகிறோம். இந்தக் கணம் நாம் பார்க்கும் நீர் இல்லாமல் நதியில்லை. இந்த நீர் கடலில் சேர்ந்து விட்டாலும் நதி மட்டும் இருந்துகொண்டே இருக்கிறது. நதியில் நீரைப் போலத்தான், பரிணாமத் தத்துவத்தின் வெளிப்பாட்டில் உயிரினங்களின் பங்கும். அது போலவே, ஒன்று அல்ல. ஆனாலும், பிரிக்க முடியாதது.

சரி, தனிமனிதனின் பார்வையில் பரிணாமத்தின் பொருள் என்ன? அவனுடைய மனத்தில் உள்ள வெறும் கருத்தா? ஒருசெல் உயிரினத்திலிருந்து இக்கணம் வரை வந்துள்ள பரிணாம ஓட்டத்தின் தொடர்ச்சியைத் தனிமனிதன் தன் பிரக்ஞையில் வரிசைக் கிரமமாகக் காண முடியாது. அவனுடைய மனத்தில் உள்ள ஒரு எண்ண வரிசையே அது. ஆனால் அந்த வளர்ச்சி ஓட்டத்தின் இக்கண அனுபவத்தை அவன் காண முடியும். அவன் இக்கணம் கொள்ளும் அனுபவம்தான் நகர்ந்து கொண்டே இருக்கும் அந்தப் பரிணாமப் புள்ளி.

மனிதன் இந்தக் கணம் காணும் உலகம்தான் அவனுடைய பரிணாம வளர்ச்சிக்கும் சாட்சி; அத்தாட்சி; நிரூபணம். பொதுவாக நாம் நினைப்பது போல், நாம் (நான்) இந்தக் கணம் காணும் உலகம் முற்றிலும் புறவயமானதல்ல. நான் எவ்வாறு காண்கிறேனோ அவ்வாறு உலகம் காட்சியளிக்கிறது. நான் காணும் உலகின் தோற்றமும் என் பரிணாம வளர்ச்சி யுடன் உடன் வளர்கிறது. சுயபிரக்ஞை மிகவும் வளர்ச்சியுறாத ஆதிமனிதன் கண்ட உலகிலிருந்து நான் (நாம்) இன்று காணும் உலகு தன்மையளவிலேயே வேறானது. சொல்லப்போனால் உயிரின் பரிணாம வளர்ச்சி மட்டுமல்லாது, மனிதக் கலாசாரத் தின் பரிணாம வளர்ச்சிகூட உலகனுபவத்தின் தன்மையை அடிப்படையிலேயே மாற்றுகிறது. உலகம் இன்று இவ்வாறு எனக்குக் காட்சி அளிக்கிறது என்றால், நான் இன்று, இவ்வாறாக இதைக் காண்கிறேன் என்று பொருள்.

உலகம் என்னிலிருந்து தனியான, சுதந்திர இருப்புள்ளது என்னும் எண்ணத்தைத் துறந்து, என் பிரக்ஞையில் அனுபவம் ஆகும் உலகம் என் பிரக்ஞை சார்ந்தது என்பதை நான் உணர வேண்டும். இந்தக் கணத்தில்கூட, ஒரு தவளையை நான் பார்ப்பதற்கும் ஒரு பாம்பைப் பார்ப்பதற்கும் உள்ள இடைவெளி இணைக்க முடியாதது. பாம்பின் பிரக்ஞைக்கும்

என் பிரக்ஞைக்கும் உள்ள இடைவெளி அது. தவளையைப் பார்க்கும்போது நம் பிரக்ஞையில் – உடலிலும் மனத்திலும் – தோன்றும் எதிர்வினைகளும் பாம்பின் பிரக்ஞையில் தோன்றும் எதிர்வினைகளும் தன்மை அளவிலேயே வேறானவை. இரண்டு அனுபவங்களுமே வெவ்வேறானவை. ஒவ்வொரு உயிரினத்தின் உலக அனுபவமும் அதன் பரிணாம வளர்ச்சிக்கேற்ப வெவ்வேறானது.

நம் அனுபவம் முற்றிலும் புறவயமானதல்ல. அதே சமயம், முற்றிலும் அகவயமானதும் அல்ல. அதாவது, அது வெறும் கற்பனையல்ல. அனுபவத்தின் அடிப்படைத்தன்மை, அதன் உள்ளமைப்பு, அகம் – புறம் என்னும் பிரிவுகளுக்கு அப்பாற்பட்டது. ஆக, என் இந்தக் கண உலக – பிரபஞ்ச அனுபவம், என் பரிணாமத்தின் இந்தக் கண வளர்ச்சியின் ஒரு பிம்பம்.

இயற்பியலில் இன்று நிகழ்ந்துவரும் தேடலில், ஆராய்ச்சியில், மனிதார்த்தத் தத்துவம் *(Anthropic Principle)* என்று ஒரு கருத்தாக்கம் இருக்கிறது. நடைமுறை மொழியில் சுருக்கமாக அது சொல்வது இதுதான்: 'இன்று மனிதன் இப்படி இருப்பதனால், இன்று பிரபஞ்சம் இப்படி இருக்கிறது.' விஞ்ஞானம் புறவுலகத்தை மட்டுமே ஆராய்கிறது என்ற கண்ணோட்டத்திலிருந்து இந்த மனிதார்த்தத் தத்துவம் ஒரு இழை விலகிச் செல்கிறது. அகம் – புறம் என்னும் பிரிவு இந்தத் தத்துவத்தின் பின்னணியில் சற்றுப் பொருளிழந்துதான் போகிறது.

தாயின் வயிற்றில் இருக்கும் குழந்தைக்கு உலகம் திரவ வடிவில் இருக்கிறது. இருள் சூழ்ந்து இருக்கிறது. குழந்தைக்குப் பிரக்ஞை பூர்வமாக அது தெரியாது என்றாலும் பிறந்த பிறகு ஒளிமயமாக, ஒலிகள், உருவங்கள், வண்ணங்கள் நிரம்பி இருக்கிறது உலகம். இந்த உலகம் முடிவானதா? அல்லது தாயின் வயிற்றிலிருந்து குழந்தை பிறந்ததுபோல், இப்போது நான் காணும் உலகத்திலிருந்தும் நான் பிறக்க வேண்டியுள்ளதா? இதுவும் ஒரு சார்பு உலகம்தானா? தாயின் கருவறை உலகமாக இருந்தது. கட்டுப்பாடுகளுக்கு உட்பட்டதாக இருந்தது. அதிலிருந்து இந்த உலகத்தில் பிறந்தாயிற்று. அதைவிட விசாலமானதாக இருந்தாலும் வேறானதாக இருந்த போதிலும் இதுவும் வேறு விதமான கட்டுப்பாடுகள் உடையதாகவே இருக்கிறது. இந்த உலகத்திலிருந்தும் நான் பிறக்க வேண்டியுள்ளதா? இதுவும் ஒரு கருவறையா? ஒளியும் ஒலியும் வண்ணங்களும் வடிவங்களும் வானமும் மேகங்களும் நீள் வெளியும் கொண்ட ஒரு மாபெரும் கருவறையா? அப்படியானால் இதன் பிறப்பு வாயில் எது?

இன்னொரு உவமையைப் பார்க்கலாம். வண்ணத்துப் பூச்சி முட்டையாகத் தோன்றிப் புழுவாகப் பரிணமித்து, கூட்டுப்புழுவாக உள்ளடங்கி, மாறுதலுற்று உள்ளேயே இறகு முளைத்து, வண்ணமும் வடிவமும் பெற்றுக் கூட்டை உடைத்துக்கொண்டு முழுமையான வண்ணத்துப்பூச்சியாக வெளியே பறக்கிறது. நான் ஒரு கூட்டுப்புழுவா? வெளியுலகில் நான் பறந்து திரிவதற்கான இறகுகளும் வண்ணங்களும் வடிவமும் பெறும் கூடுதானா இந்த உலகம்? இதை உடைத்துக் கொண்டு வந்தால் வெளியே என்ன இருக்கிறது? எப்படி உடைப்பது இந்த உலகக் கூட்டை?

தாயின் வயிற்றில் உருவாகும் குழந்தைக்கும் எனக்கும், அதே போல், கூட்டுப்புழுவிற்கும் முழு வண்ணத்துப் பூச்சிக்கும் உள்ள ஒற்றுமை என்ன? இரண்டு விஷயங்களிலும் உருவம் அடிப்படையான மாறுதலுக்கு உள்ளாகிறது. இந்த வளர்ச்சி முறைபாட்டில் மாற்றம் அடையாத ஏதாவது அம்சம் இருக்கிறதா? இருக்கிறது. உயிர்த்துடிப்பு, உருவத்தில் மாற்றம் ஏற்படுகிறது. வளர்ச்சியுற வேண்டியிருக்கிறது. உயிர் மாற்ற முறுவதில்லை. வேண்டியதும் இல்லை. ஒரு உலகிலிருந்து வளர்ச்சியின் அடுத்த கட்டமான இன்னொரு உலகில் பிறப்பதற்கு, பிறந்து உயிர் வாழ்வதற்கு ஏற்ப உருவம் மாற வேண்டும். மாறியவுடன் உயிர் அந்த உலகிலிருந்து விடுபட்டுப் புதிய உருவத்துடன் புதிய உலகில் பிறக்கிறது.

இப்போது நான் என்ன உருமாற்றம் அடைந்துகொண் டிருக்கிறேன்? எந்த உலகில் பிறக்கப் போகிறேன்? என் பிரக்ஞை எந்த மாதிரியான புதிய அனுபவ உலகை அனுபவிக்கப் போகிறது? அதிலும் கட்டுப்பாடுகள் உண்டா? அந்த உலகம் முடிவானதா? அல்லது பின்னொரு கால கட்டத்தில் அதிலிருந்தும் மறுபடி பிறக்க நேரிடுமா?

வளர்ச்சி முறைபாட்டில் மாற்றமுறாதது உயிர்த்துடிப்பு என்று சொன்னோம். அந்த உயிர்த்துடிப்பு மனிதனிடத்தில், அவன் பிரக்ஞையில் எவ்வாறு தோற்றமளிக்கிறது? அனுபவ மாகிறது? பரிணாம வளர்ச்சியின் இன்றைய கட்டத்தில் பிரக்ஞை மனிதனிடத்தில் சுயப் பிரக்ஞையாக விகசிக்கும் அளவுக்கு வளர்ந்திருக்கிறது. அவன் பிரக்ஞையில் உயிர்த் தத்துவம் 'நான் – நான்' என்று துடிக்கிறது. இந்த 'நான்' என்னும் உயிர்த்துடிப்பு மிருகங்களின் பிரக்ஞையிலேயே இருந்தாலும்கூட, 'நான் இருக்கிறேன்' என்னும் இருப்புணர் வாக மிருகங்களின் பிரக்ஞையில் பரிணமிக்கவில்லை. மனிதனின் பிரக்ஞையில் உயிரின் துடிப்பு 'நான் இருக்கிறேன்' என்ற சுய இருப்புணர்வின் பிரக்ஞையாக மலர்ந்திருக்கிறது.

நான் என்ற சுய இருப்புணர்வுதான் இந்த உலகக் கருவறையிலிருந்து நான் பிறக்க வேண்டிய வாயிலா? திரவ உலகத்தில் இன்பமாக மிதந்த குழந்தை பிறப்பின் தருணத்தில் சிறு வாயில் வழியாக வெளிப்படத் தன்னை ஒடுக்கிக்கொள்ள வேண்டியிருந்ததுபோல் என் அடுத்த கட்டப் பிறப்புக்கு 'நான்' உணர்வில் என் பிரக்ஞை முழுவதையும் நான் ஒடுக்கிக் கொள்ள வேண்டுமா? இந்த உலகப்பிரக்ஞை இயற்கை என்னும் தாயின் கருவறையா? நான் உணர்வு இந்தக் கருவறையின் பிறப்பு வாயிலா?

பரிணாம வளர்ச்சி உயிரினங்களின் பிரக்ஞைக்குள்தான் நிகழ்ந்து வந்திருக்கிறது. உருவத்தில் ஏற்பட்ட மாறுதல்கள், பிரக்ஞை மாறுதல்களின் அவசியத்தினால் ஏற்பட்ட விளைவுகள்தான். மனிதனின் பரிணாம வளர்ச்சியின் அடுத்த கட்டங்களில் அவன் உடலில், குறிப்பாக மூளை, நரம்பு மண்டலங்களில், காலப்போக்கில் மாறுதல்கள் ஏற்படலாம். அது இப்போது முக்கியமல்ல – அது ஒரு விளைவே என்ற காரணத்தால்.

மனிதன் என்ற உருவில் உயிர் சுயப்பிரக்ஞை அடையும் வரைக்கும் பரிணாம வளர்ச்சியின் முறைபாட்டில் உயிரினங் களுக்கு நேரடியான பங்கேற்பு இருந்ததில்லை. ஆனால் சுயப்பிரக்ஞை அடைந்த பிறகு, பரிணாம வளர்ச்சி என்று ஒன்று இருக்கிறது என்று பிரக்ஞை பூர்வமாக உணர்ந்த பிறகு, அந்த முறைபாட்டில் மனிதனுக்கு நேரடியான பங்கு இல்லாமல் இருக்க முடியாது. அவனுடைய சுயப் பிரக்ஞையும் இனி அந்த வளர்ச்சியில் நேரடியாக ஈடுபட வேண்டும்; பங்கேற்க வேண்டும்.

கலாசார வளர்ச்சியில் மனிதன் கருவிகளை உருவாக்கிய பிறகு, கருவிகள் தாங்களாக ஒன்றும் செய்யவில்லை. மனிதன் தான் அந்தக் கருவிகளைப் பயன்படுத்த வேண்டியிருந்தது. அது போலவே உயிரின் பரிணாம வளர்ச்சியிலும் புதிதாக ஏற்பட்ட சுயப்பிரக்ஞை என்னும் கருவியை அவன் அந்த வளர்ச்சியின் முறைபாட்டில் ஈடுபடுத்த வேண்டும்.

'செயல்பாடு' என்பது சுயப்பிரக்ஞையின் வெளிப்பாடு. மிருகங்கள் எதையும் 'செய்வ'தில்லை. மனிதன் 'செய்'கிறான். மிருகங்கள் தம் இயல்புகளின் ஆதிக்கத்தில் வாழ்கின்றன. மனிதன் இயல்புகளின் ஆதிக்கத்திலிருந்து விடுபட்டுச் சுய நிர்ணயத்தை அடைந்திருக்கிறான். செயல் என்பதற்குப் பின்னால் சுயநிர்ணயம் இருந்தாக வேண்டும். அதனால்தான் மிருகங்கள் ஜீவித்திருக்கின்றன. மனிதன் 'செயல்' புரிந்து வாழ்கிறான்.

மனிதனின் மனத்தில் சுயப்பிரக்ஞை 'நான்' என்னும் நிலைப்பாட்டை ஏற்படுத்தியிருக்கிறது. மிருகங்களின் பிரக்ஞை, அனுபவ உலகில் ஆட்பட்டு இருக்கிறது. மனிதனின் பிரக்ஞை, அனுபவ உலகிலிருந்து விடுபட்டு 'நான்' என்ற சுய நிலையில் இருக்கிறது. முடிந்த அனுபவங்களின் பதிவுகளை எதிர் காலத்திற்கான வழி காட்டியாக அவன் பயன்படுத்துகிறான். 'காலம்' என்ற பிரக்ஞைபூர்வமான 'உணர்வு' மனிதப் பிரக்ஞையில்தான் இருந்து இயங்குகிறது. சில வகைகளில் அவனை, அவன் பிரக்ஞையை, இயக்குகிறது. இந்தச் சுய நிர்ணயத்தினால்தான் ஒரு குறிக்கோளை முன்னிறுத்தி அவனால் செயல்பட முடிகிறது. ஒரு கயிற்றில் முடிச்சுப் போடுவது, ஊசியில் நூல் கோர்ப்பது போன்ற அவசியமான செயல்களையும் செயல்பாடு தரும் மகிழ்ச்சிக்காகவே, அந்த மன நிறைவுக்காகவே செய்யும் கவிதை எழுதுவது போன்ற செயல்களையும் மனிதனால்தான் செய்ய முடியும்.

சுயநிர்ணய நிலையை அடைந்துவிட்ட மனிதன் உயிரின் பரிணாம வளர்ச்சியில் நேரடியாக, பிரக்ஞைபூர்வமாக, பங்கு கொண்டு 'செயல்'பட வேண்டியிருக்கிறது. அவன் என்ன 'செய்ய' வேண்டும்?

'நான் இருக்கிறேன்' என்பது அவனுக்குத் தெரியும் என்பது மட்டுமல்ல; அவன் பிரக்ஞை பிரதிபலிக்கக்கூடியது. தன்னையே, தன் அறிவையே பிரதிபலிக்கக்கூடியது. அதன் காரணத்தால் தான் 'நான் இருக்கிறேன்' என்று தனக்குத் தெரியும் என்பதும் அவனுக்குத் தெரிகிறது. இந்த அறிவுதான் அவனுக்குத் தன் உள் இயக்கங்களை, எண்ணங்களை, உணர்ச்சிகளை, உணர்வு களை, தன் 'நான்' உணர்வை, கவனத்தில் நிறுத்த உதவுகிறது. தான் அறிவதையும் அறிய முடிவது இந்த அறிவால்தான். இந்த அறிவு முழுமையாக விழித்துக்கொள்ள வேண்டும். இந்த அறிவின் அடிப்படையில்தான் பரிணாம வளர்ச்சியில் மனிதன் நேரடிப் பங்குகொள்ள முடியும்.

'நான்' உணர்வு, பிரக்ஞையின் சாரம். அதனால்தான் கவனம் என்னும் ஒரு அம்சம் மனிதனுக்கு வாய்த்திருக்கிறது. பொதுவாக, மனிதனின் கவனம் தன்னை விடுத்துப் பிற பொருட்களின் மேல், புற உலகின் பொருட்கள் மீதும், அகவுலகின் பொருட்களான எண்ணங்கள், உணர்ச்சிகள், நினைவுகள் போன்றவை மீதும் குவிகிறது. பரிணாம வளர்ச்சி யில் நேரடியாகப் பங்குகொள்ள விழையும் மனிதன், கவனத்தைப் பிற பொருட்களின் மீதிருந்து விலக்கிக்கொண்டு, தன் மேலேயே குவிக்கக் கற்றாக வேண்டும். தன்மேல் குவிந்த கவனத்தின் – 'நான்' உணர்வின் – தன்மை, கவனத்தின் பொதுவான செயல்

பாட்டிலிருந்து முற்றிலும் மாறுபட்டது. பிற பொருட்களின் மேல் குவியும் கவனம் காலத்தையும் இடத்தையும் அனுபவத்தில் தோற்றுவிக்கிறது. மாறாக, தன் மேலேயே குவிந்த, அல்லது தன்னில் நிலைத்த கவனம் கால உணர்வையும் இட உணர்வையும் அதன் பரிமாணங்களையும் கடந்துச் செல்கிறது. தன்னில் குவிந்த கவனத்தில் காலம் ஒரு இடமாகிப் போகிறது. அந்த நிலையில் உலகின் பொருட்கள் பிரக்ஞைக்குப் புலப்படலாம் அல்லது புலப்படாமல் போகலாம். அந்நிலையில் அந்த வேறுபாடு அடிப்படையில் முக்கியமில்லாது போகிறது.

கவனம் தன்னில் குவிவது பொதுவான கோணத்தில் பார்த்தால் ஒரு செயல்பாடல்ல. ஆனால் செயலற்று இருக்கும் ஒரு பலவீனமான மனநிலையும் அல்ல அது. மனத்தின் செயல்பாட்டை மீறிய, மனத்தை நிராகரித்த ஒரு நிலை அது. இந்தக் காரணத்தால்தான் இந்த நிலை பிரக்ஞையில் அமைவதைத் தடுக்க மனம் தன்னால் இயன்றதையெல்லாம் செய்கிறது. சிறுபிள்ளையின் எதிர்வினையைப் போல், "அப்படியெல்லாம் ஒன்றும் கிடையாது," என்று அந்த நிலையையே நிராகரிக்க முற்படுகிறது. தன்னில் குவிந்த கவனம் நிலைகொள்வதற்கு மனம் முதலில் இடையூறுகளை ஏற்படுத்த முடியுமே தவிர, அத்தகைய கவனம் நிலை கொண்டானபின் மனத்தால் ஒன்றும் செய்ய இயலாது. ஏனெனில், அந்த நிலை மனத்தின் கட்டுப்பாட்டுக்குள் இல்லை.

முதலில் புறவுலகின் பொருட்களிலிருந்து விடுபட்ட கவனம், பின்னர் அகவுலகின் பொருட்களிலிருந்தும் அதாவது மனத்திலிருந்தும் விடுபடுகிறது. மனத்திலிருந்து முற்றிலுமாக விடுபட்டுத் தன்னில் நிலைத்த கவனத்தை மனம் சிதறடிக்க முடியாது.

புறவுலகின் பொருட்களிலிருந்தும் மனத்திலிருந்தும் விடுபட்ட கவனம் அந்தத் தளங்களில் செயல்பட முடியாது என்று இல்லை. தேவைக்கேற்ப, அந்தத் தளங்களில் கவனம் செயல்பட முடியும். அந்தத் தளங்களின் கட்டுப்பாட்டில் அது இல்லாமல் போகிறது என்பதுதான் உண்மை. சொல்லப் போனால் அவ்வாறு விடுபட்ட பின்புதான் அந்தத் தளங்களில் கவனம் செம்மையாக, சீராகச் செயல்பட முடியும்.

தன்னில் குவிந்த கவனம்தான் இந்த உலகத்திலிருந்து வெளியேறுவதற்கான நுழைவாயில். இந்த உலகம் என்னும் பரிமாணத்திலிருந்து அடுத்த பரிமாணத்தினுள் செல்வதற்கான நுழைவாயில். இந்த நிலையே ஒரு பரிமாணமல்ல. அனைத்துப் பரிமாணங்களுக்கும் அப்பாற்பட்ட, அனைத்துப் பரிமாணங்களுக்குமான நுழைவாயில் அது.

தனிச்சுயத்தின் அடையாளங்கள் அனைத்தும் அழிந்து போய்த் தன்னில் முற்றிலும் நிலைத்த கவனம் என்னும் நிலையை, ஒரு உலகம் என்று ஒரு பேச்சுக்காகக் கொண்டோ மானால், அந்த உலகில் ஒன்றுமில்லை, பொருட்கள் இல்லை. அனுபவம் இல்லை. நான் இல்லை. எதுவும் இல்லை. அனைத்துப் பரிமாணங்களின், அனைத்து உலகங்களின் மையப்புள்ளி அது. அந்நிலையின் முழுமையில் காலம் – இடம் இல்லை.

ஒரு சக்கரத்தில் அனைத்துப் புள்ளிகளும் சுழன்றாலும் மையப் புள்ளி அசையாது, சுழலாது இருப்பது போல, இந்த நிலை அனைத்து அனுபவ உலகங்களுக்கும் மையப் புள்ளியாக, அச்சாணியாக, தான் இயங்காமல் இருந்து, அனைத்து உலகங்களையும் இயக்குகிறது.

பரிணாம வளர்ச்சியில் இன்னும் பல புதிய உலகங்களைப் பிரக்ஞை அடைந்து அனுபவம் கொள்ளலாம். முடிவற்றுப் புதிய உருவங்களை உயிர் மேற்கொள்ளலாம். இயற்கையின் எல்லையற்ற ஆக்க சக்தியின் விளைவாக எண்ணற்ற பிரபஞ்சங் கள் மலரலாம்.

ஆனால் தனி அடையாளங்கள் அற்றுப்போய், சுயப் பிரக்ஞை என்னும் பரிமாணத்தையும் பிரக்ஞையின் அனைத்து உள்ளடக்கத்தையும் கடந்து, கவனமே தானாக நிலைத்து நிற்கும் பிரக்ஞையின் இந்தச் சாரத்திற்கு மேல் பிரக்ஞை அடைவதற்கு ஒன்றுமில்லை.

மையம்

❖

தேடலும் தனிமையும்

மனிதப் பிரக்ஞையின் இயக்கத்தில், தேடல் என்று சொல்லப்படும் வேட்கை உணர்வு, மைய முக்கியத்துவம் கொண்டது. பிரக்ஞையின் அனைத்து அசைவுகளுடனும் இந்த உணர்வு நேரடியாகவோ அல்லது வேறு வகையிலோ தொடர்பு கொண்டிருக்கிறது.

பொதுவாகத் 'தேடல்' என்னும் உணர்வுடன் தொடர்புபடுத்தப்படாத 'பொருள் தேடுதல்', இணையைத் தேடுதல், நிம்மதியைத் தேடுதல் போன்ற 'தேடல்'களின் பின்னாலும் இந்தத் தேடல் உணர்வுதான் இயங்குகிறது. ஆனால் 'தேடல்' என்னும் இந்த வேட்கை, பிரக்ஞைபூர்வமாக இயங்கத் தொடங்குவது ஒரு மனிதனின் வாழ்க்கையில் மிகவும் முக்கியமானதொரு கட்டம்.

பிரக்ஞைபூர்வமாகத் 'தேடு'வது எல்லா மனிதர்களின் வாழ்க்கையிலும் நிகழும் ஒன்று அல்ல. அதற்காக, இது மிகவும் விசேஷமான, பிரத்யேகமான ஒரு விஷயம் என்று எடுத்துக் கொள்ள வேண்டியதில்லை. பலபேருக்குத் 'தேடல்' என்பது ஒரு வகையான 'கௌரவ'மான விஷயமாக இருக்கிறது. கிட்டத்தட்ட இது ஒரு விசேஷமான மதிப்பு நிலைக் குறியீடாகவே (status symbol) ஆகிவிட்டிருக்கிறது. 'தேடல்' என்ற சொல் பல பேரிடத்தில் மிகவும் பொதுமைப்பட்டுப்போய், உட்பொருள் இழந்து, ஆழமற்றுப் போயிருக்கிறது.

உண்மையில் தேடல் என்பது இன்பமான விஷயமோ கௌரமான அடையாளமோ இல்லை. மிகவும் சிக்கலான, துன்பமும் அயர்ச்சியும் தரக்கூடிய ஒரு பிரக்ஞை இயக்கம் அது. மேல்மனத்தின், மனச்சுயத்தின், கட்டுப்பாட்டில் இல்லாத ஒரு இயக்கம் அது. பல நேரங்களில் மேல்மனம் இந்த இயக்கத்திலிருந்து விடுபடவே விரும்புகிறது; யத்தனிக்கிறது. வலியும் அயர்ச்சியும் மிகும் கணங்களில் இதை ஒரு 'சாபக்கேடு' என்றுகூட மேல்மனம் எண்ணக்கூடும். ஆக, இது பெருமைப் படக் கூடிய, பெருமைப்படவேண்டிய விஷயமில்லை.

மேல்மனம் தேடுவதில்லை. மேல்மனம் 'தேடல்' என்னும் வேட்கை உணர்வின் இயக்கத்தில் சிக்கிக்கொண்டு தவிக்கிறது. பல நேரங்களில், 'சராசரி' வாழ்க்கை வாழும் மனிதர்கள்மேல் பொறாமைகூட மேல்மனத்துக்கு ஏற்பட முடியும்.

இந்த வேட்கை உணர்வு எவ்வாறு பிரக்ஞை பூர்வமாக இயங்கத் தொடங்குகிறது என்று பார்க்கலாம்:

பிரக்ஞை என்பது அளவற்ற ஒரு விருட்சம் போன்றது. ('அளவற்ற' என்பதற்கு 'மிகப் பெரிய' என்று பொருளில்லை. 'சிறிய – பெரிய' என்னும் அளவுகளுக்கு அப்பாற்பட்டது என்றுதான் பொருள்). இந்த விருட்சம் உயிருள்ளது; உள் இயக்கம் கொண்டது; உள்ளிருந்து தோன்றி வளர்வது (endogenic). விருட்சம் போன்றே பல தளங்களையும் பல பாகங்களையும் கொண்டிருக்கிறது. அதே நேரத்தில், பிரிக்க முடியாத முழுமையை யும் கொண்டிருக்கிறது. இந்த அளவற்ற விருட்சத்திற்கு வித்தாக இருப்பது 'நான்' உணர்வு. அந்த உணர்விலிருந்து, அதை மையமாகக் கொண்டுதான் பிரக்ஞை முழுவதும் பிறந்து வளர்கிறது.

பிரக்ஞையின் மேல்தளத்தில் 'மனம்' என்று நாம் பொதுவாகக் குறிப்பிடும் 'மேல்மனம்' இயங்குகிறது. இந்தப் பிரக்ஞை விருட்சம், தன் முழுமையில் உள்ளிருந்து தோன்றி வளர்வதாக இருந்தபோதிலும் மேல்மனம், பெருமளவுக்கு – முழுவதும் அல்ல – வெளியிலிருந்து ஆக்கி, வளர்க்கப்படுவது (exogenic).

மேல்மனம், சுற்றியுள்ள சமூகத்தால், கலாசாரத்தால் ஆக்கப்படுவது. ஒரு குறிப்பிட்ட சமூகத்தில் வாழும் மனிதர்கள், பொதுவான நம்பிக்கைகள், மதிப்பீடுகள், பழக்க வழக்கங்கள், நடைமுறைக் கண்ணோட்டங்கள் போன்றவற்றைப் பகிர்ந்து கொள்கிறார்கள். சிற்சில சிறு விவரங்களில் வேறுபாடுகள் இருந்தபோதிலும், இவர்களின் மனங்கள் ஒரே வாழ்க்கை முறையின் பிரதிகளாகத்தான் இருக்கின்றன. 'மற்றவர்களிட

மிருந்து நான் வேறுபட்டவன்' என்று ஒவ்வொருவனும் ஒவ்வொருத்தியும் நம்பினாலும் கூட, அந்த நம்பிக்கையிலும் அனைவரும் பங்குகொள்வதால் அதுவும் அந்தப் பிரதியிலேயே தான் அடங்குகிறது. அடிப்படையான வேறுபாடுகள், மாறு பாடுகள் இல்லாததால், மேலோட்டமான சிறு வேறுபாடுகள் பற்றிப் பெரிய அளவில்கூடச் சண்டையிட்டுக் கொள்கிறார்கள். இதிலும்கூட இவர்கள் ஒரே மாதிரியாகத்தான் நடந்து கொள்கிறார்கள்.

சமூக, கலாசாரச் சூழலால் உருவாக்கி அமைக்கப்பட்ட இவர்களிடம் தனித்துவம் ஏதும் கிடையாது. இவர்களது சுயமனப்படம் *(personality)* ஒரு வெறும் பிரதி. இந்த அளவில் இவர்கள் அனைவரும் ஒன்றே. ஒரே பொதுமனப்படத்தின் பிரதியாகவே பிரதிநிதியாகவே ஒவ்வொருவரும் இருக்கிறார் கள். இவர்கள் சேர்ந்து அனுபவம் கொள்ளும் உலகம் ஒரு கூட்டு உடன்பாட்டு உலகம் *(Consensus world)*. இயற்கையின் அங்கங்களான சூரியன், சந்திரன், நட்சத்திரங்கள், பருவங்கள் போன்றவற்றைப் பற்றிக்கூட, உடன்பட்ட நம்பிக்கைகளைத் தான் இவர்கள் அனுபவமாகக் கொள்கின்றனர். பௌர்ணமி, அமாவாசை, மூன்றாம் பிறை தொடர்பான நம்பிக்கைகள் போன்றவை இந்த வகையே. இவர்களது உலகம் முற்றிலும் அகவயமானது *(subjective)* – புறவுலகின் பொருட்கள் பற்றிக் கூட இவர்கள் அனுபவமாகக் கொள்வது அவற்றைப் பற்றிய நம்பிக்கைகளைத்தான் என்ற காரணத்தால்.

இவர்களுக்குச் சுயமனப்படம் *(personality)* இருக்கிறது. ஆனால் சுயமை *(individuality)* இல்லை. இவர்களது மனச்சுயம், சமூக, ஜாதீய, கலாசார, மத, மொழி சார்ந்தது.

இந்த நிலையில் வாழும் மனிதர்களுக்கும் தேடலுக்கும் எந்தச் சம்பந்தமும் இல்லை. இவர்கள் தனிமை உணர்வைத் *(loneliness)* தவிர்ப்பதற்காகவே இந்தக் கூட்டு உடன்பாட்டில் தம்மை ஈடுபடுத்திக்கொள்கிறார்கள். அதே சமயம், தனிமை நிலை *(solitude)* இவர்களது அனுபவ எல்லைக்குள் இல்லை.

இம்மாதிரியான பிரக்ஞை நிலையை மட்டமானது என்றோ இகழ்ச்சிக்குரியது என்றோ கொள்ளவேண்டிய அவசியமில்லை. பிரக்ஞையின் வளர்ச்சியில் இது ஒரு நிலை. அவ்வளவே.

பிரக்ஞைக்கு வித்தான, அதன் இருப்புக்கு, வளர்ச்சிக்கு அடிப்படையான 'நான்' உணர்வுபற்றி மறுபடியும் பார்ப்பது இங்கு அவசியமாகிறது.

'நான்' உணர்வு நிலைத்து நிற்கக்கூடிய மன அமைப்பு ஒரு குழந்தையின் பிரக்ஞையில் இல்லை. அதன் காரண மாகவே, குழந்தையின் பிரக்ஞையில் கால உணர்வு இல்லை; நேற்று, நாளை போன்ற கருத்துருவங்கள் இல்லை; காலம் ஒரு சீரான ஓட்டமாகக் குழந்தையின் பிரக்ஞையில் உணரப் படுவது இல்லை. திரும்பத் திரும்ப நிகழும் அனுபவங்கள், தாயின் முகம் போன்றவை, குழந்தையின் பிரக்ஞையில், நிலைத்த ஒரு உலக பிம்பத்தை உருவாக்குகின்றன. தாய் இல்லாத நேரங்களில் குழந்தை தாயைத் தேடுகிறது; எதிர் பார்க்கிறது. கால உணர்வு தோன்றிவிட்டது. இல்லாமை (absence) ஒரு அனுபவமாகக் குழந்தையின் பிரக்ஞையில் தோன்றத் தொடங்குகிறது.

இவ்விதமாக நிலைப்பட்ட ஒரு மனத்தில்தான் 'நான்' உணர்வு நிலைகொள்ள முடியும்; அவ்வாறுதான் நிலை கொள்கிறது. குணங்கள் ஏதுமற்ற 'நான்' உணர்வு, இப்போது 'நான்' என்று தன்னை அடையாளம் கண்டுகொள்ளும் மனச்சுயம் ஆகிறது. மனச்சுயம் தவறான ஒரு அமைப்பல்ல. பிரக்ஞையின் வளர்ச்சியில் மிகவும் முக்கியமான, தவிர்க்க முடியாத ஒரு கட்டம் மனச்சுயத்தின் தோற்றமும் வளர்ச்சியும் நிலைபடுதலும். மனச்சுயம் என்னும் அமைப்பு இல்லாமல் 'நான்' உணர்வு சுய உணர்வு அடையவே முடியாது. ஒரு குறிப்பிட்ட கலாசாரத்தில் தோன்றும்போது அந்தக் கலாசாரம் தோற்றுவித்த மாதிரி ஆளுமையின் (Model personality) மன அமைப்பில் அந்தக் கலாசாரம் சார்ந்த நம்பிக்கைகளும் மதிப்பீடுகளும் உடைய ஒரு 'ஆளாக' 'நான்' உணர்வு வெளிப் படுகிறது.

ஆனால் மனச்சுயம் தன்னை முடிவான, முழுமையான ஒரு ஜீவனாகக் கருதி, அந்தக் கருத்தின் அடிப்படையில், தன் அமைப்பின் எல்லைகளுக்குள் வாழ்க்கையைக் கட்டிவிட முயலும் போதுதான் சிக்கல் நேருகிறது. முழுப் பிரக்ஞையின் இயக்கத்தில் தான் ஒரு அங்கம் என்பதை உணர மறுத்து, நடுநாயகமாகத் தன்னை நிலைநிறுத்திக்கொள்ள எத்தனிக்கும் போது மனச்சுயம் தன் இயக்கத்தின் எல்லையை எட்டி விடுகிறது; உள் முரண்பாடுகளுக்கு ஆட்படுகிறது; துன்பத்தை அடைகிறது.

அனுபவப் புலத்தின் மையமாக, அதிலிருந்து விடுபட்ட சுதந்திரமான இருப்பு உள்ளதாக மனச்சுயம் தன்னைக் கருதிக் கொள்கிறது. அந்தக் கருத்தின் அடிப்படையில் அனுபவப் புலத்தை அடக்க, தன் கட்டுப்பாட்டுக்குள் கொண்டுவர, மனச்சுயம் முயற்சிக்கிறது. உண்மைக்கு மாறான இயக்கமாக

அது இருப்பதால், மனச்சுயம் வேதனையையும் துயரத்தையும் எதிர்கொள்ள நேருகிறது. ஆனால் மறுபுறம் பிரக்ஞையின் இயக்கம் வலுவடைந்து, ஆழம் பெற்று, முழு மனிதப் பிரக்ஞையின் ஆழ்நிலைகளோடு தொடர்புகொள்கிறது. வேதனையும் துயரமும் வாழ்வின் அதிர்ச்சிகளும் மனச்சுயத்தின் நடுநாயகமான தன்மையை ஆட்டம் கொள்ளச் செய்கின்றன. சுய இரக்கம் என்ற உணர்ச்சியால் மனச்சுயம் ஆட்டி வைக்கப்படுகிறது. இந்தக் கட்டத்தில் பிரக்ஞையின் வளர்ச்சி, அடுத்த கட்டத்தை அடைவதற்கான சாத்தியத்தை அடைகிறது.

மனச்சுயம் தன்னைப் பற்றிச் சிந்திக்கும்போது, சுயபச்சாதாபம் போன்ற உணர்ச்சிகளால் அலைக்கழிக்கப்படும்போது, மனச்சுய அமைப்பில் முழுவதுமாகப் பொதிந்து கிடந்து, கட்டுண்ட 'நான்' உணர்வு, மெல்லத் தன்னைத் தனியே உணரத் தொடங்குகிறது. வேதனை, துயரம் இவற்றின் உச்சத்திலும் அதிர்ச்சிகள் ஏற்படுத்தும் மனச்சுய உறைதலிலும் 'நான்' உணர்வு தன்னை நேரிடையாக அனுபவம் கொள்கிறது. 'நான்' உணர்வு தன்னை அனுபவம் கொள்வது நிலைத்த ஒரு அனுபவமாக இருப்பதில்லை. மனச்சுயத்தின் – மேல் மனத்தின் – கட்டுப்பாட்டில் இல்லாமல், மேல்மனம் அறியாத வேறு ஒரு கதியில், இந்த அனுபவம், தொடர்ச்சியின்றி, மின்னல் மின்னுவதைப் போல் எதிர்பார்ப்புகளுக்குத் தொடர்பு இல்லாமல் வந்து போகிறது.

இந்த அனுபவம் நேரும் கணங்களில் ஆழமான சந்தோஷத்தையும் அசாதாரணமான மனத் தெளிவையும் அனுபவிக்கும் மனம், அது போன பின்பு, ஆழமான, வேதனை தரக்கூடிய தனிமை உணர்வை (loneliness) அனுபவிக்கிறது. அறிந்த ஒருவர் இல்லாதபோது ஏற்படக் கூடிய தனிமை உணர்வைவிடப் பல மடங்கு தீவிரமான தனிமை உணர்வு இந்த அனுபவம் இருந்து போன பின்பு உண்டாகும். இந்தத் தனிமை உணர்வு மேல்மனத்தை மட்டுமின்றி ஆழ்மனத் தளங்களையும் தாக்கக் கூடியது. தனியொரு மனிதனின் தனிமை உணர்வு என்று இல்லாமல் மனித மனம் என்கிற அடிப்படைத் தத்துவத்தையே (Principle of Human Mind) தாக்கக் கூடியதாக இந்த வேதனை அமைகிறது. ஆனால் இந்த வேதனை என்னும் வேள்வித் தீயில்தான் சுயமை (individuality) பிறக்கிறது.

குழந்தை என்னும் நிலையில் தன்னை உடலாக உணர்ந்த 'நான்' உணர்வு, சுயமனப்படம் (personality) வளர்ந்து உருவான பிறகு, தான் உடல் மட்டும் அல்ல என்று உணர்ந்து, தன்னை மனமாக, மனச்சுயமாகக் கருதி வாழ்கிறது. துயரமும் அதிர்ச்சியும் காட்டித் தந்த சுய உணர்வில் (selfness), தான் மனமும்

அல்ல என்று உணர்ந்து, சுயமையை அடைகிறது. இந்தச் சுயமையும் உடனடியாக நிலைத்து விடுவதில்லை. உடலளவில் தத்தித் தத்தி நடந்து, கீழே விழுந்து எழுந்து உடலைத் தன் கட்டுப்பாட்டுக்குள் கொண்டு வந்த 'நான்' உணர்வு, மனச்சுய அமைப்பில் நிலைபெற, விடலைப் பருவத்தில் *(adolescence)*, உணர்ச்சிகளின் புயலில் தட்டுத் தடுமாறிப் பின் நிலை பெறுகிறது. பின்பும், சுயமை நிலைபெறும் வரையில் புதிய புரிதல்களின் வெளிச்சம், பழைய மனப்பழக்கங்களின் இருள், இவை இரண்டுக்குமிடையே சிக்கித் தவித்து மெல்ல மெல்லப் புதிய சுய உணர்வுக்குப் பழகி நிலைக்கிறது.

சுயமை நிலைபெற்றவுடன் 'நான்' உணர்வு முழுவிடுதலை பெற்று விடுவதில்லை. நான் உடல் – மனம் அல்ல என்று உணர்ந்து கொண்ட போதிலும் இன்னும் பெருமளவுக்கு உடல் – மனம் சார்ந்தே வாழ்க்கை நடக்கிறது. 'உடல் – மனம் – உலகம்' என்ற பிரக்ஞை அமைப்புக்குள் கட்டுண்டு கிடக்கிறோம் என்ற உணர்வுபூர்வமான அறிதல் இப்போதுதான் ஏற்படுகிறது. இந்த அறிதல்தான் முழு விடுதலைக்கான உந்துதலையே அளிக்கிறது; தேடல் முழுவீச்சுடன், பிரக்ஞைபூர்வமாகத் தொடங்குகிறது.

வாழ்க்கை, சுயம் பற்றிய உண்மையான கவனம் இப்போது தான் முதல்முறையாகச் செயல்படுகிறது. புதிய கவனத்தில் புதிய வெளிச்சங்களும் புதிய புரிதல்களும் உண்டாகின்றன. இதன் காரணமாகக் கூட்டு உடன்பாட்டு உலகத்தின் *(consensus world)* இயந்திரத்தனமான கதியிலிருந்து மன மையம் விலகத் தொடங்குகிறது. கூட்டு உடன்பாட்டு உலகத்தின் பிரதியாக இதுவரை இருந்து இயங்கிய மேல்மனம், இப்போது புதிய உள்ளடக்கத்துடன், புதிய அமைப்புடன் இயங்கத் தொடங்கு கிறது. மனத்தின் உள் இயக்கத்தில் பழைய மனமையத்திலிருந்து விடுபட்ட 'நான்' உணர்வு, சுயமையில் ஒரு புதிய மையத்தில் நின்று இயங்குகிறது.

கூட்டு உடன்பாட்டு உலகம் மனத்திற்கு ஒரு பாதுகாப்பு உணர்வைத் தருகிறது. நான் இந்தத் தேசத்தைச் சேர்ந்தவன், இந்த மதத்தைச் சேர்ந்தவன், இந்த இனத்தைச் சேர்ந்தவன் என்னும் எண்ணம், மனச்சுயத்தைத் தனிமையுணர்வு தாக்கி விடாதபடி, 'நான் தனியானவன் அல்ல' என்ற பாதுகாப்பு உணர்வை ஏற்படுத்துகிறது. தனித்து நிற்கும் வலிமை இல்லாத நிலையில் இந்தப் பாதுகாப்பு உணர்வு அவசியமான ஒன்று தான். ஆனால் அதுவே முழு விடுதலைக்கு எதிரான மாபெரும் தடையாக இருக்கிறது. தனித்து நிற்கும் வலிமையற்ற மனம்

இந்தப் பாதுகாப்பு உணர்வு இல்லாமல் போகும்போது ஆழமான பயத்தை அனுபவிக்கிறது.

சுயமனப்படத்திலிருந்து விலகி விடுபட்ட சுயமை, ஆழ்ந்த தனிமையுணர்வில் ஆட்கொள்ளப்படுகிறது. புதிய வெளிச்சங்க ளால், புதிய புரிதல்களால் கூட்டு உடன்பாட்டு உலகத்திலிருந்து விடுபட்ட மனம், எந்த ஒரு விஷயத்திலும் தான் காண்பது கூட்டு உடன்பாட்டு உலகத்தின் கண்ணோட்டத்திலிருந்து பெரிதும் மாறுபட்டு இருப்பதை அறிகிறது. மற்றவர்கள் கூட்டு உடன்பாட்டு உலகத்தின் கண்ணோட்டத்தில் லயித்து இருப்பதால், தன் எண்ணங்களையும் உணர்ச்சிகளையும் அவர்களுடன் பரிமாறிக்கொள்ள முடியாமல், பகிர்ந்துகொள்ள முடியாமல், ஒவ்வொரு கணத்திலும் தனிமையுணர்வில் ஆழ்ந்து தவிக்கிறது. கூட்டு உடன்பாட்டு உலகம் தந்த நிச்சயத் தன்மை போய், ஒரு ஆழமான நிச்சயமின்மை எப்போதும் இருக்கிறது.

சமூக உறவுகளான பெற்றோர் – குழந்தை, சகோதர – சகோதரிகள், கணவன் – மனைவி போன்ற அனைத்தும் ஒரு அமைப்புக்குள்தான் இயங்குகின்றன. கூட்டு உடன்பாட்டு உலகத்தின் பிரிக்க முடியாத அங்கங்கள் இவை. இந்த உறவுகள் தம்மளவில் தனிமையுணர்வை நீக்குவதில்லை. மாறாக இடைவெளியை இன்னமும் அதிகப்படுத்தியே காட்டுகின்றன. ஓரளவுக்குத் திறந்த அமைப்பான நட்பு என்னும் உறவுகூட மிகச் சிறிய அளவுக்குத்தான் தனிமையுணர்வைத் தற்காலிக மாகப் பலவீனமடையச் செய்கிறது. அதுகூடத் தானும் இதே காரணத்தால் தனிமையுணர்வில் தவிக்கும் நண்பர்களிடத்தில் மட்டும்தான் நடக்கிறது. மாறாக, நட்பு என்பதும் பெரும் பாலானவர்களிடம் திறந்த அமைப்பாக இல்லாமல் தன் பொய்யான கண்ணோட்டங்களை வலுப்படுத்திக்கொள்ளவும் தினசரி வாழ்வின் வேதனைகளிலிருந்து தப்பிக்கவும் உதவுகிற அமைப்பாகத்தான் இருக்கிறது. இவ்விதமான நட்பு, தனிமை யுணர்வை அதிகரிக்கவே செய்கிறது.

சுயமனப்பட நிலையில், பொதுவான அறிவமைப்பில் இருந்து இயங்கிய மனம், இப்போது புதிய வெளிச்சத்தின் விளைவான சுயமான அறிவமைப்பில் இருந்து இயங்குகிறது. தான் இன்னமும் ஏதோ ஒரு அறிவமைப்பில் இருந்துதான் இயங்குகிறோம் என்பதை உணர, தனிமையுணர்வு பெரிதும் உதவியாக, ஒரு சக்தி வாய்ந்த உந்துதலாக இருக்கிறது. இந்த நிலையில் சுயமையும் முடிவான முழுமையான ஒரு நிலை அல்ல என்றும் அதுவும் அறிவமைப்பின் பாற்பட்டதுதான் என்றும் 'நான்' உணர்வுக்குப் புலப்படுகிறது. இதன் விளைவாகத் 'தேடல்' இன்னும் விரிவடைகிறது; ஆழமடைகிறது.

மேல்மனத்துக்கு இந்த இயக்கங்கள் பற்றிய எந்தப் புரிதலும் இருப்பதில்லை. பிரக்ஞையின் இயக்கம் பற்றி மேல்மனம் வைத்திருக்கும் இலக்கணத்திற்குள் அடங்காமல் பிரக்ஞை தன் இயக்கக் கதியில் மேற்கொண்டு செல்கிறது. ஆனால் பயம் காரணமாக இதை ஒப்புக்கொள்ள விரும்பாத மேல்மனம், தானும் தேடலில் பங்கு கொள்வதாக எண்ணிக்கொண்டு, உண்மையான தேடலின் இயல்பான கதிக்குப் பல இடையூறு களை உண்டாக்குகிறது. ஆயினும் தேடலின் இயக்கக் கதி, மேல்மனத்தைக் கணக்கில் கொள்ளாமல் நடக்கிறது.

புறத்திலும் அகத்திலும் தனிமையுணர்வின் தாக்கத்தினால் பீடிக்கப்பட்ட 'நான்' உணர்வு, சில அதீதமான கணங்களில் சுயமையின் அறிவமைப்பிலிருந்தும் விடுபட்டுத் தன்னைத் தனியே உணர்ந்து அனுபவம் கொள்கிறது. இந்தக் கணங்களில் தனிமையுணர்வு *(loneliness)* இல்லாதுபோய், தனிமை நிலை *(aloneness, solititude)* பிரக்ஞையில் விரிகிறது. இதுவும் நிலைத்து இருப்பதில்லை. காணாத மலரொன்றின் தூரத்து வாசனை எப்போதோ வீசும் காற்றில் கலந்து வருவதைப் போல்தான் இந்தத் தனிமைநிலை வந்து போகிறது.

இந்த நிலையில், சுயமையின் அறிவமைப்பின் சார்பும் இல்லாமல், தன்னில் தானே நிலைத்து நிற்க 'நான்' உணர்வு கற்கிறது. இந்தக் கற்றல் புத்தகத்திலிருந்து அறிவின் அடிப்படை யில் கற்பதுபோல் இல்லாமல், ஒரு குழந்தை நிற்க, நடக்கக் கற்பது போன்ற முறைமையில்தான் நிகழ்கிறது.

இந்த நிலையில்தான் மனித மன அமைப்பின் உள்ளார்ந்த பகுத்தறிவின்மை *(irrationality)* தெளிவாகப் புலனாகிறது. மனிதமனம், தன்னளவில் எப்போதும் நிலை பிறழாத பகுத்தறி வுடன் இயங்குவதில்லை என்னும் உண்மை வெளிச்சமாகிறது.

பிரக்ஞையின் இயக்கத்தில் ஒவ்வொரு புதிய கட்டத்திலும் நிகழ்வதுபோல் இப்போதும் 'நான்' உணர்வு தட்டுத் தடுமாறி, விழுந்து, எழுந்துதான் தன்னில் தான் நிலைத்தலையும் கற்றுக் கொள்கிறது. தன்னில் தான் நிலைக்க முழுமையாகக் கற்ற பின்புதான், மனம் சார்ந்த அறிவின் கலப்படமில்லாமல் சுயமான 'நான்' உணர்வு தன்னை அனுபவிக்கிறது. மனம் சார்ந்த அறிவு கால உணர்வின் பாற்பட்டதால், கலப்பட மில்லாத இந்த 'நான்' அனுபவம் கால உணர்வைக் கடந்து அதிலிருந்து முற்றிலுமாக விடுபட்டு நிற்கிறது.

இதன் பிறகுதான் தனிமையுணர்வின் தாக்கத்திலிருந்து முழுமையான விடுதலை கிடைக்கிறது. தனிமை நிலை

இயல்பானதாக அமைகிறது. மனத்தின் தெளிவும் கண்களின் வெளிச்சமும் உலகை, சகமனிதர்களை, உள்ளது உள்ளபடி காட்டுகிறது. உண்மையான அன்பு, மனித நேயம் இவை யெல்லாம் இந்த நிலையில்தான் சாத்தியமாகிறது.

தன்னில்தானே நிலைக்கும் 'நான்' ஒரு புதிய, சக்தி மிகுந்த மையமாகப் பிரக்ஞையில் நிலைக்கிறது. இது வரைக்கும் ஆழ்மனத் தளங்களுடன் நேரிடையான தொடர்பு இல்லாமல் இருந்த 'நான்' உணர்வு, இந்தப் புதிய மையத்தின் சக்தியால் ஆழ்தளங்களுடன் நேரடி உறவு கொள்கிறது. ஆழ்தளங்களின் கட்டுப்படுத்தும் தன்மையின் முறைபாடுகளைப் பற்றிய புரிதல்கள் அந்தக் கட்டுப்பாடுகளைத் தளர்த்துகின்றன. பார்வை உள்ளும் புறமும் புதிய வீச்சுடன் இயங்குகிறது. ஒரு விஷயத்தைப் பற்றிச் சிந்திக்கும்போது, அது தொடர்பான அனைத்து விஷயங்களும் பிரயாசை இன்றி இயல்பாகப் பிரக்ஞையில் வெளிப்படுகிறது. சிந்தனை, அயர்ச்சி தரும் விஷயமாக இல்லாமல், பிரக்ஞையின் இயல்பான இயக்கமாக நடை பெறுகிறது.

மேல்மனத்தின் ஆதிக்கம் இப்போது பெருமளவுக்குக் குறைந்திருப்பதால், உள்ளே அடக்கி வைக்கப்பட்டிருந்த எழுச்சிகள் தடையின்றிப் பிரக்ஞையில் வெளிப்பட முடிகிறது. அவற்றைச் சலனமின்றி, எதிர்வினைகளின்றி எதிர்கொள்ள, தன்னில் தான் நிலைத்த 'நான்' உணர்வால் மட்டுமே முடியும். இவ்வாறு எதிர்கொள்ளும்போது அந்த எழுச்சிகளின் சக்தியை 'நான்' உணர்வு கிரகித்துக் கொள்கிறது. அந்த எழுச்சியின் பின்னணியான மன அமைப்புகள் வெறும் கூடுகளாக, சுய வலிமையற்றுப் போகின்றன. மேல்மனத்தில் அங்கம் வகிக்க முடியாமல் அடக்கிவைக்கப்பட்டிருந்த மனச்சக்திகள், ஆழ்மனத்தளங்கள், இப்போது மேல்மனத்தின் பிரக்ஞை வெளிச்சத்தில் ஒருங்கிணைகின்றன.

சிலருக்குச் சக்திவாய்ந்த அக அனுபவங்களும் தரிசனங் களும் நிகழக்கூடும். ஆனால் இந்த அனுபவங்களும் தரிசனங் களும் தம்மளவில் மிகவும் முக்கியமானவை அல்ல. எல்லோருக்கும் இது நிகழ வேண்டிய அவசியமும் இல்லை. அதேபோல் சிலருக்கு மன இயல்பை மீறியவை (supernatural) என்று கருதப்படும் சில சக்திகள் இயல்பாக வெளிப்படக் கூடும். எங்கோ நடப்பதை அறிவது, நடக்கப்போவதை முன்கூட்டி அறிவது போன்றவை. ஆனால் இவையும் முடிவான முக்கியத்துவம் ஏதும் இல்லாதவை. யாத்திரையின்போது வழியில் தென்படும் காட்சிகளைப் போன்றவை இவை.

'தேடல்' இன்னமும் தொடர்கிறது; முடியவில்லை. ஆனால் இப்போது தேடல், மனத்தின் சார்பின்றி அகவயமான கவனத்தில் நடக்கிறது. அதன் இயக்கம், அகம் – புறம் என்ற பிரிவுகளற்று முழுமையானதொரு பரிமாணத்தில் நடக்கிறது. தேடல், மனத்தளத்தின் கேள்விகளிலிருந்து விடுபட்டு ஒரு சுய இயக்க நிலையாக நிகழ்கிறது.

மேல்மனம் இப்போது தன் வரையறைகளை உணர்ந்து, ஒப்புக்கொண்டு, தன் இயல்பான செயல்பாடான புறவாழ்க்கை சார்ந்த இயக்கங்களில் அடக்கமாக ஈடுபடுகிறது. தன் இயல்பை மீறி, வாழ்வின் முழுமையையும் பிரக்ஞையின் அனைத்துப் பரிமாணங்களையும் தன் கட்டுப்பாட்டுக்குள் கொண்டுவரும் யத்தனத்தை விடுத்துச் செயல்படுகிறது.

இந்த வகையான பிரக்ஞை இயக்கத்தின் விளைவாக, மனிதன் என்பது பற்றிய சுய பிம்பம் அடியோடு மாறிப் போகிறது. உடலாகவும் மனமாகவும் தன்னை அடையாளம் கண்டுவந்த மனிதன், அடிப்படையில் ஒரு பிரக்ஞை வெளியாகத் தன்னை அடையாளம் கண்டுகொள்ளத் தொடங்குகிறான்.

தன் வாழ்க்கையைத் திரும்பிப் பார்க்கும்போது, ஒவ்வொரு நிலையிலும் அந்த நிலைக்குத் தேவையான அமைப்புகள் இருந்து இயங்கி வந்ததை அறிகிறான். சுயமனப்படத் தளத்தில் மனச்சுயமும் சுயமைத்தளத்தில் சுயஅறிவமைப்பும் தன்னில் தான் நிலைக்கும் 'நான்' உணர்வுத் தளத்தில் முழுப் பிரக்ஞை யும் தன்னைத் தாங்கி நின்றதை அறிகிறான். ஒவ்வொரு நிலையிலும் அந்தந்த அமைப்புகள் அவசியமானவையாகவும் அடுத்த நிலையில் அவசியமில்லாதவையாகவும் தொடர்ந்து இயங்கும்போது இடையூறானவையாகவும் இருப்பதை உணர்கிறான்.

வாழ்க்கை பற்றிய பார்வைக் கோணமே முற்றிலும் மாறிப் போகிறது. ஒவ்வொரு அனுபவமும் ஒவ்வொரு வேதனையும் துயரமும் தன்னளவில் தேவையற்றதாகத் தோன்றிய போதிலும் முழுமையான பின்னணியில் ஒவ்வொன்றும் தேவையானதாகவும் அர்த்தம் உள்ளதாகவும் இருப்பது தெரிகிறது.

தேடல் இன்னும் முடிவடையவில்லை; தொடர்கிறது. தனக்கும் அனுபவத்தின் மற்ற அம்சங்களுக்கும் இடையே உள்ள உறவை, தொடர்பைப் பற்றிக் கவனித்துப் புரிந்து கொண்ட 'நான்' உணர்வு, இப்போது தன் இருப்பைப் பற்றியே விசாரணையைத் தொடங்குகிறது. இந்த விசாரணையில்

மனத்துக்கோ சிந்தனைக்கோ அறிவுக்கோ எந்தப் பங்கும் இல்லை. தன்னைப் பற்றி விசாரிக்கும் 'நான்' உணர்வுக்குக் கேள்விகள் இருக்கின்றன. ஆனால் அந்தக் கேள்விகள் சொல்லுருவிலோ சிந்தனையுருவிலோ இல்லை. இந்த விசாரணை தன்னைத் தானே, தன் இருப்பின் முறைபாட்டைத் தானே அதிசயித்துக் கொள்ளும் தன்மையில் இருக்கிறது.

'நான்' என்று இருப்பதே 'நானு'க்கு அதிசயமாக இருக்கிறது. தான் என்ன, தன் மூலம் என்ன, தன் இயல்பு என்ன, தன் இருப்புக்குப் பொருளென்ன, அவசியமென்ன என்று கேள்வி யுருவில் இல்லாமல், அதிசயிக்கும் தன்மையாகத் தன்னைத் தானே உசாவுகிறது 'நான்' உணர்வு. இந்த உசாவலில் பிரக்ஞை யின் உள்ளடக்கத்திற்கு எந்தப் பங்கும் இல்லை. பிரக்ஞையின் உள்ளடக்கம் இயக்கம் கொள்ளும் பரிமாணத்தைக் கடந்து, தனியொரு பரிமாணத்தில், தனியொரு நானாக, ஆழமானது – ஆழமற்றது, உள் – வெளி, நான் – உலகம், இன்பம் – துன்பம், போன்ற இரட்டை நிலைகளைக் கடந்து, உருவமற்று, திசைக ளற்று, தன்னுள் தானே ஆழ்ந்து எல்லையற்று விகசிக்கிறது.

தன்னைத் தானே உசாவும் 'நான்' உணர்வின் அதிசயம் கேள்வியுருவில் இல்லாததால், பதில் என்ற உருவில், அமைப்பில், எதுவும் வருவதில்லை. முடிவற்று, தன்னுள் தானே வியாபிக்கும் 'நான் உணர்வி'ல், 'நான்' கரைந்துபோய், உணர்வு ஒரு எல்லையற்ற வெளியாக விரிகிறது.

உலகம் இருக்கிறது; மலைகள் இருக்கின்றன; மரங்கள் இருக்கின்றன; மனிதர்கள் இருக்கிறார்கள். வாழ்க்கை நடந்து கொண்டிருக்கிறது. உணர்வு இருக்கிறது. அனுபவம் இருக்கிறது. எல்லாம் இருக்கிறது.

நான் இல்லை.

ஆனால் தன் மூலத்தை, தன் தோற்றுவாயை, அடைந்து அடங்கும் வரை தேடல் தன் சுய கதியில், ஆழமான தனிமை நிலையில் தொடர்கிறது.

மையம்

❖

நான் என்னும் ஆள்

உலகம் முழுவதும் ஆட்கள் இருக்கிறார்கள். எல்லோரும், ஆண், பெண் அனைவரும் ஆட்கள் தான். ஒவ்வொரு ஆளும் ஒரு நான்தான். நீ, அவன், அவள் என்பதெல்லாம் இலக்கணத்தில் மட்டும்தான் இருக்கின்றன. இருப்பவர்கள் எல்லோருமே 'நான்'தான். இந்த மனித உலகம் 'நான்'களால் ஆனது. ஒவ்வொருவரும் ஏன் ஒரு ஆளாக இருக்கிறார்கள் என்பதுதான் கவனிக்கப் பட வேண்டியது.

ஒரு பூனைக்குட்டியை ஏன் ஓர் ஆளாக நாம் கருதுவதில்லை? சில குடும்பங்களில் செல்லமாக வளர்க்கப்படும் பூனைக்குட்டியையோ நாய்க்குட்டிகளையோகூட 'அவன், அவள்' என்று தான் குறிப்பிடுகிறார்கள். வீட்டுக்கு வருபவர்கள் 'அது' என்று குறிப்பிட்டுவிட்டால் மனம் சுணங்கும் நபர்கள்கூட உண்டு. இவர்கள் பூனைகளையும் நாயையும்கூட ஒரு ஆளாகத்தான் கருதுகிறார்கள். இது தவறா? வெறும் அன்பினால் ஏற்படும் திணை வழுவா? கடவுளைக்கூட ஒரு ஆளாகத்தான் பெரும்பாலான மதங்கள் கருதுகின்றன.

ஆள் என்பதுதான் என்ன? ஒரு கல்லையோ கரப்பான் பூச்சியையோ நாம் ஏன் 'ஆள்' என்று கருதுவதில்லை? கரப்பான் பூச்சிக்கு நாம் இருப்பது தெரியாது. அதாவது நாம் நம்மை எப்படிக் கருதிக் கொள்கிறோம் என்பது தெரியாது. அதனால் அதனுடன் நமக்குப் பரஸ்பர உறவு இருக்க

முடியாது. அது ஒரு காரணமா? இரண்டு மனிதர்களிடையே, ஒருவரை மற்றொருவர் அங்கீகரித்து, பரஸ்பர இருப்பைப் பற்றிய பிரக்ஞையுடன் உறவு ஏற்படுகிறது. நம் இருப்பை அங்கீகரித்தால் 'ஆள்' என்று எடுத்துக்கொள்ளலாமா? அல்லது தன் இருப்பைத் தான் பிரக்ஞைபூர்வமாக உணர்ந்தால் 'ஆள்' என்று கருதுவது சரியாக இருக்குமா? நாம் சொல்வதைப் புரிந்துகொண்டு அதற்குச் சொல்லாலோ செயலாலோ பிரதி பலித்தால் ஆள் என்று எடுத்துக் கொள்ளலாமா?

அப்படிப்பார்த்தால் பயிற்சி அளிக்கப்பட்ட நாய்களும் குரங்குகளும் நாம் சொல்வதைப் புரிந்துகொண்டு நாம் சொல்வதைச் செய்கின்றன. அவைகளை 'ஆள்' என்று சொல்லலாமா? பெயரிட்டு அழைத்தால் புரிந்துகொண்டு அவை செயல்படுவதையும் கணக்கில் கொள்ள வேண்டும். சில டால்பின் மீன்கள் நீரில் மூழ்கிய குழந்தைகளைக் காப்பாற்றிக் கரை சேர்த்திருப்பதாக அதிகாரபூர்வமான, விவரமான, தகவல்கள் உண்டு. டால்பின்களின் அறிவு மனிதனைவிடச் சற்றேதான் குறைவானவை என்று சில விலங்கியல் ஆராய்ச்சியாளர்கள் முடிவு தெரிவித்திருக்கிறார்கள். டால்பின்கள் 'ஆள்'களா?

நான் ஏன் என்னை ஒரு ஆளாகக் கருதுகிறேன்? 'நான் இருக்கிறேன்' என்று அறிந்துகொண்டு, அனுபவம்கொண்டு, அனுபவம் கொள்பவனாக என்னை நான் நினைத்துக் கொள்வதால் நான் ஒரு ஆளா? என் அனுபவத்திலிருந்து நான் வேறுபட்டவனா? நான் அனுபவத்தின் ஒரு பகுதியா அல்லது அனுபவத்திலிருந்து தனியாக நின்று அனுபவிப்பவனாக மட்டும் இருக்கிறேனா? ஒரு தனி உடல், தனிப்பெயர் இருப்பதால் நான் ஒரு ஆளா? உடல் தனியா? உடலுக்கும் சுற்றுப்புறத்துக்கும் உள்ள பிரிக்கமுடியாத உறவை, சுற்றுப் புறத்தை உடல் சார்ந்திருப்பதை எப்படிக் கணக்கில் கொள்ளாமல் விட்டுவிட முடியும்? பெயர் தனியா? பெயரும் வெளியில் இருந்து எடுத்ததுதானே?

சிந்தனை ஓட்டத்தில் நான் 'என்னை'ப் பற்றிச் சிந்திக்கி றேனா? எனக்குள் ஒரு 'நான்' இருக்கிறேனா? நான் உள்ளே இருப்பவனா? வெளியே இருப்பவனா? எனக்கு உள்ளே ஒரு 'நான்' இருக்கிறதா? தேடிப்பார்த்தால் 'நான்' என்ற ஒரு எண்ணம் தவிர எந்த நிஜமான நானையும் காணோமே?

சரி, எதனுள்ளே 'நான்' என்ற எண்ணம் இருக்கிறது? கவனித்துப் பார்த்தால் 'நான்' என்னும் ஒரு பிரக்ஞை உணர்வு

இருப்பதாகத் தெரிகிறது. அந்தப் பிரக்ஞையின் எல்லைக்குள் தான் அனைத்துச் சிந்தனையும் நிகழ்கிறது.

ஆக, 'நான்' என்னும் ஒரு உருவமற்ற பிரக்ஞை உணர்வு, சிந்தனையில் 'நான்' என்னும் ஒரு எண்ணம் அல்லது எண்ண அமைப்பு, இரண்டும் இருக்கின்றன. இதில் எது ஆள்?

சரி, குழந்தை ஒரு ஆளா? சிறு குழந்தை, ஒரு சில மாதங்களே ஆன குழந்தை, ஒரு ஆளா? அதற்குத் தான் இருப்பது மனத்தளவில் இன்னும் தெரியாது, மனம் இன்னும் வளர்ந்து உருவாகவில்லை. அதனால் அதற்கு மற்றவர்களை யும் தெரியாது. அந்தக் குழந்தை ஒரு ஆளா? மனிதக் குழந்தை என்பதால் ஆள் என்று கொள்ள வேண்டுமா? ஆனால் குழந்தையைப் பொதுவாக அது இது என்று அஃறிணையில் அழைக்கிறோம். இன்னும் அது ஆளாக ஆகவில்லையா? 'ஆளாவது' என்று ஒரு சொல்லாட்சி உண்டு. 'வளர்ந்து ஆளாகிவிட்டான்' என்று சொல்வதுண்டு. அதற்கு என்ன பொருள்? பெண்கள் பருவமடைவதை 'ஆளாவது' என்று சொல்லும் வழக்கமும் உண்டு.

'ஆளாவது' என்பதற்கு மனத்தளவில் என்ன பொருள்? சிறு குழந்தைக்கு உலகைப் பற்றியோ அதன் பொருட்களைப் பற்றியோ அவற்றின் பெயர்களோ ஒன்றும் தெரியாது. குழந்தையின் பிரக்ஞை கட்டமைக்கப்படாதது. அனுபவத்தின் பல்வேறு அம்சங்கள், அவற்றின் பெயர்கள், அவற்றுக்கிடையே உள்ள உறவுகள் இவைபற்றித் தெரிந்த பிறகுதான் குழந்தைக்கு உலகம் பற்றிய பிரக்ஞை அமைப்பு உருவாகிறது. அதன் பிறகுதான் காக்கையைக் 'காக்கை' என்றும் புல்லின் நிறம் 'பச்சை' என்றும் அனுபவம் அமைகிறது. அனுபவம் உலகமாக உருக்கொள்வது அப்போதுதான். அந்த நிலையில்தான் ஒருவன் அல்லது ஒருத்தி, சமூகப் பிரஜையாக ஆகிறான் அல்லது ஆகிறாள். அந்தந்தச் சமூகத்தின் நம்பிக்கைகள், மதிப்பீடுகள், இவற்றைப் பிரதிநிதிப்படுத்தும், பிரதிபலிக்கும் ஒரு நபராக அப்போதுதான் ஒரு மனிதன் உருவாகிறான். இவ்வாறு உருவான பிறகுதான் ஒரு 'ஆள்' இருப்பதாக எடுத்துக்கொள்ள வேண்டுமா?

இன்னும் ஒரு விஷயம். மற்றவர்களைப் பொறுத்தவரையில் நான் ஒரு ஆள்தான் போலிருக்கிறது. அதாவது, உலகில் உள்ள ஒவ்வொருவரும் ஒரு 'நான்' தான். அனைவருமே தத்தமக்கு 'நான்'களாக இருந்தாலும் மற்றவர்களின் பார்வை யில் 'நானாக' இருப்பதில்லையே! ஒவ்வொருவரும் 'தாம்' காணும் உலகில் பலரைப் பார்க்கிறார்கள். அடையாளம்

காணும் பொருட்டு ஒவ்வொருவரும் தனித்தனி 'ஆளா'கவே கொள்ளப்படுகிறார்கள்.

எனக்கு மற்றவர்கள் 'ஆள்'கள். நான் மற்றவர்களுக்கு ஒரு 'ஆள்'. சரி, ஆனால் எனக்கு நானே ஒரு 'ஆளா'க இருக்க முடியுமா? எனக்கு நானே 'ஆள்' என்றால் எது 'நான்'? எது 'ஆள்'? எனக்கு நான் நானாகத்தானே இருக்க முடியும்? ஆளாக எப்படி இருக்க முடியும்?

ஆனால் நாம் வாழும் வாழ்க்கை முறை, நம் சிந்தனையின் முறைபாடு இவற்றைப் பார்க்கும்போது எனக்கு நானே ஒரு 'ஆள்' என்ற அடிப்படையில் இயங்குவதாகத்தானே தெரிகிறது?

எனக்கு நானே ஒரு 'ஆள்' என்றால் என்னையும் நான் ஒரு மற்றவனாகப் பார்த்துக் கொள்கிறேன் என்று பொருளா? நான் எப்படி எனக்கே மற்றவனாக முடியும்? என்ன ஒரு விபரீதமான முரண் இது? ஆனால் மனத்தளவில், சிந்தனை யளவில் அப்படித்தானே ஆகிவிட்டிருப்பதாகத் தெரிகிறது! மனித உறவுகளில்தான் 'நான்' ஒரு ஆள் என்பது உருவாகிறது.

உண்மையில் தன்னியல்பான வெளிப்பாட்டைச் சமூகம் தன் வயப்படுத்த யத்தனிக்கும்போது தோன்றும் வலிதான் 'ஆள்' என்பதன் வித்தாக அமைகிறது. மேற்கொண்ட உறவுகளில் விளையும் மனக்காயங்கள் 'ஆள்' என்பதைக் கெட்டிப்படுத்தி நிலைப்படுத்துகின்றன. ஒருவர் வந்து என்னெதிரில் நின்று கொண்டு. "நீ ஒரு சுத்த முட்டாள்", என்று சொன்னதும் என் மனத்தில் வருத்தம், கோபம், சுயபச்சாதாபம் இவை யெல்லாம் தோன்றி எனக்கும் மனம் புண்படுகிறதே! நடந்தது என்ன? ஒருவர் வந்து, "நீ ஒரு சுத்த முட்டாள்" என்று சொல்கிறார். அவ்வளவுதான். அத்துடன் விஷயம் முடிந்து விட்டது. அவர் சொல்வதுடன் அந்தக்கண நிகழ்வு முடிந்து போய்விட்டது. அவ்வளவுதானே எனக்குத் தெரிய வேண்டும்? என் மனத்தில் ஏன் கோபம், வருத்தம், வலி எல்லாம் தோன்ற வேண்டும்? எனக்கு நானே ஒரு 'ஆளா'க இருப்பதாலா? புண்பட்டது யார்? அந்த ஆள்தானே? நான் எனக்கே ஒரு ஆளாக இல்லாமல் நானாக மட்டுமே இருந்தால் இந்த உள்விளைவே இருக்க முடியாதே!

என்னை ஒருவன் உடலளவில் தாக்க முயன்றால் என்னை நான் காத்துக்கொள்ள வேண்டியதுதான். ஆனால் என்னை உள்ளத்தளவில் யாரும் எப்படித் தாக்க முடியும்? எனக்கு உள்ளே ஒரு 'நான்' இருக்கிறதா? சிந்தனையில் 'நான்' என்ற எண்ணம் ஒரு ஆளாக உருவாகியிருப்பதால்தானே இந்தத்

தவறான பார்வை? எனக்குள் சொல்லாலும் சிந்தனையாலும் ஒரு 'ஆள்' உருவாகி இருப்பதுதானே இந்தப் பார்வைக் கோணலுக்குக் காரணம்? சிந்தனை என்ற சக்தி, மொழியைக் கையாளும் திறன் இவை வாழ்க்கைக்குத் தேவைதான். ஆனால் அது ஒரு திறன்தானே? நான் இல்லையே! எப்படிச் சிந்தனை, சொல் நானாயிற்று?

மற்றவர்களைப் பார்த்து, அவர்களை ஆள்களாகப் பார்த்து, என்னைப் பற்றி நான் சிறிதும் அறிந்து கொள்ளாமல் என்னையும் நானே ஒரு ஆளாகக் கருதிக்கொண்டதால் ஏற்பட்ட விபரீதம்தானே இது?

'நான்' என்ற உணர்வு இருக்கிறது. அது தவிர ஒரு சிந்தனை அமைப்பு இருக்கிறது. 'நான்' ஒரு ஆள் என்பது அந்தச் சிந்தனை அமைப்பில் பதிந்துவிட்ட ஓர் எண்ணம். அந்த எண்ணத்துடனேயே பார்ப்பதால் 'நான்' ஒரு ஆளாகவே தெரிகிறது. கவனத்தை உருவத்தில் வைப்பதால் 'எண்ணங்கள்' என்ற உள்ளடக்கம் தெரியாமலே போகிறது.

'நான்' என்ற உணர்வுவெளி மன இயக்கத்தின் வழியாக வெளிப்படும்போது கால உணர்வு தோன்றுகிறது. ஆனால் 'நான்' உணர்வின் சுயநிலையில் கால உணர்வு இல்லை. அது காலமற்ற நிகழ்கணமாக இருக்கிறது. இந்தக் காரணத்தால் தான் நாம் எங்கு இருக்கிறோமோ அந்த இடம் நமக்கு நிகழ்காலமாக இருக்கிறது. அந்த இடத்தை விட்டுச் செல்லும் போது அது இறந்த காலமாகி, நாம் போகும் இடம் நிகழ்காலமாகி வருகிறது. நம் நிகழ்கணத்தை நாம் நம்முடன் எப்போதும் சுமந்து செல்கிறோம். நம் பிரக்ஞை எல்லைக்குள் அடங்கும் அனைத்தும் நிகழ்காலமாக இருக்கிறது.

'நான்' என்னும் நிகழ்கணம் பிரிவுகளற்று இருக்கிறது. மனத்தளத்தில்தான் அனுபவத்தில் 'இறந்த காலம், நிகழ்காலம், எதிர்காலம்' என்ற கால அளவைகள் ஏற்படுகின்றன. இவை வெறும் மன அளவைகளே. மனம் அனுபவத்தைத் தன்னளவில் வரிசைப்படுத்திக் கிரகித்துக்கொள்ளும் முறைபாடுதான் காலம். இந்த வரிசைப்படுத்தலில்தான் 'நான் ஒரு ஆள்' என்னும் கருத்து ஏற்படுகிறது.

எண்ணங்களின் கலப்பற்ற இருப்புணர்வின் பார்வையில், அனைத்து அசைவுகளும் உள் நிகழ்வாக இயங்கும்போது கால உணர்வு ஓட்டமாக இல்லாமல் இடமாக இருக்கிறது. எண்ணங்களின் சேர்க்கையால் நிகழ்வுகள் வரிசைப்படுத்தப் பட்டுக் காலம் ஒரு ஓட்டமாக ஆகிறது. வரிசையான நிகழ்வு களின் அனுபவ மையமாக 'நான்' என்ற ஒரு 'ஆள்' தோன்றுகிறது.

நான் என்ற 'ஆள்' மனத்தில் ஒவ்வொரு கணமும் தொடர்ந்து எழுதப்பட்டுக் கொண்டிருக்கும் ஒரு சரித்திரத்தின், கதையின், நாயகன் அல்லது நாயகி. நிகழ்கணம் அந்தக் கதையின் ஒரு நிகழ்வல்ல. நிகழ்ந்து முடிந்த பின்னர் அந்த நிகழ்வின் மனப்பதிவு கதையில் சேர்க்கப்பட்டு அதன் அங்கமாகிறது. 'ஆள்' இன்னும் ஒரு கட்டம் தாண்டுகிறது, தாண்டுகிறான் அல்லது தாண்டுகிறாள். அந்த ஆள், நிகழ்வுக்கு முன்பே இருந்து அதை அனுபவம் கொள்வதில்லை. நிகழ்வுக்குப் பின்னர் அதன் விளைவாக, மன விளைவாக சேர்க்கப்படுவது தான் அந்த ஆள்.

நடந்து முடிந்த அனுபவங்களின் நினைவுகள், அவற்றின் அடிப்படையில் நடக்கப் போவதைப் பற்றிக் கனவுகள், எதிர்பார்ப்புகள். இவைதான் ஆளின் இயக்கம். மனத்தில் இந்த இயக்கம் இல்லாமல் போகும்போது 'நான் ஒரு ஆள்' என்னும் உணர்வே இருப்பதில்லை.

உண்மையில் எந்த ஆளும் வாழ்க்கையை வாழவில்லை. 'ஆள்' என்பது வாழ்வின் எச்சம். அனுபவித்தது போக எஞ்சியது தான் 'ஆள்'. அனுபவம் பகுதிகளாக இல்லாமல் இருக்கு மானால், மனத்தில் எதுவும் எஞ்சுவதில்லை. பெரும்பாலும் அனுபவம் பகுதிகளாக, பல கூறுகளாக இருப்பதாலேயே 'ஆள்' என்ற மிச்சம் விளைகிறது.

ஒரு விதத்தில் புலனனுபவம் ஒரு உணவைப் போன்றது. முழுமையாகச் செரிக்கும்போது ஒன்றும் மிச்சமாவதில்லை. முழுச்செரிமானம் இல்லாது போகும்போது மிஞ்சுவதே மனத்தில் எஞ்சி, 'ஆள்' என்ற ஒன்று விளைகிறது.

உடலையும் அதன் அசைவுகளையும் மனத்தையும் அதன் இயக்கங்களையும் அனுபவத்தின் பிரிக்க முடியாத அங்கமாகக் கொள்ளும் விரிந்த அனுபவ வெளியில் 'நான்' ஒரு ஆளாக மிஞ்சுவதில்லை. ஒரு வகையில் 'நான்'கூட மிஞ்சுவதில்லை. அடையாளமற்ற ஒரு இருப்புணர்வு மட்டுமே இருக்கிறது. மனத்தின் தோற்றத்தில் அனுபவிப்பவன், அனுபவப்பொருள் என்று இரண்டாக அனுபவம் பிரியும் போது, 'நான் இருக்கிறேன்' என்றும் 'உலகம் இருக்கிறது, என்றும் பிரிவதாகத் தோற்றம் கொள்கிறது இந்த இருப்புணர்வு.

இந்தக் கட்டத்தில்கூட 'நான்' என்ற ஆள் இல்லை. பார்வைக்குப் புலப்பட்ட தன்னிலிருந்து தனிப்பட்டுத் தெரிகிற உலகைப் பல கூறுகளாகப் பார்த்து, பல வடிவங்களும் பொருள்களும் மலைகளும் மரம் செடி கொடிகளும் மிருகங் களும் மனிதர்களும் கொண்டதாகக் காணும்போது கூட,

நான் என்ற ஆள் உருவாகவில்லை. தன்னையும் தான் காணும் உலகில் ஒரு பொருளாக, ஒரு வடிவமாக, ஒரு மனிதப் பிறவியாக, ஒரு உடலாகக் காணும் போதுதான் நான் என்ற ஆள் உருவாவதற்காக அமைப்பு ஏற்படுகிறது. பின்னர் தனக்கு, தன் உடலுக்குத் தனி ஒரு அடையாளம் தேவையெனக் கொள்ளும்போதுதான் 'நான் ஒரு ஆள்' என்ற எண்ண உருவம் தோன்றுகிறது. அதன் பின் அது ஒரு அனுபவமாகவே அமைந்துவிடுகிறது. மனம் தன் இயக்கவிதிகளின் கட்டுப்பாடு களினால் தானே உருவாக்கிக்கொண்ட ஒரு பிரமையான அனுபவக் கட்டமைப்புதான் நான் என்னும் ஆள்.

நான் ஒரு ஆள் என்ற கருத்து, சுய அனுபவத்தின் முழுமையை, அதன் விரிவை, விஸ்தாரத்தை, எல்லையற்ற தன்மையை முழுவதுமாக மறைக்கிறது. பிரக்ஞை இயக்கத்தின் தவிர்க்க முடியாத உள்விதிகளின் முறைபாட்டின் விளைவு தான் 'நான் ஒரு ஆள்' என்னும் கருத்து. அந்த முறையாட்டை முற்றிலுமாக அறிந்துணர்ந்த பின்னரே அதன் ஆதிக்கத்திலிருந்து இருப்புணர்வால் விடுபட இயலும்.

அனுபவம் உண்மையில் கூறுகளாகிப் போவதில்லை. மனம் அனுபவத்தின் பதிவைக் கூறுபோட்டுப் பார்த்துப் புரிந்துகொள்கிறது – தன் தேவைகளுக்காக. மனத்தின் தேவை களைக் கவனித்து, புரிந்து, உணர்ந்துகொண்டால்தான் அவற்றை மீறிச் செல்ல முடியும். பிறகுதான் அனுபவத்தின் முழுமையைப் புரிந்துகொள்வது சாத்தியமாகிறது. 'நான் ஒரு ஆள்' என்ற கருத்து எந்த முறைபாட்டின் விளைவோ அந்த முறைபாட்டை, அதன் பல கட்டங்களை, படிப்படியாகப் பின்னோக்கிச் சென்று தாண்டும்போதுதான் சுய அனுபவத்தின் எல்லையற்ற தன்மையை உணர முடியும்.

நான் ஒரு 'ஆள்' என்பதிலிருந்து தொடங்கி, நான் காணும் உலகமே நானாக அதனுடன் ஒன்றிணைந்து, பின் தன் பார்வையினுள்ளடங்காத பிரபஞ்சம் முழுமையும் நானாகி, கடைசியில் கண்டது, காணாதது அனைத்தும் தோன்றி இருந்து மறையும் இடமாக, வெளியாக, எல்லையற்று, உருவமற்று, காலமற்று, இருப்பற்று, எல்லாமாகவும் அதே சமயம் எதுவுமாகவும் இல்லாமல் இருக்கும் 'அனுபவம்' அமைகிறது.

நவீன விருட்சம்

❖

அனுபவம் பற்றி...

பொது அனுபவத்திலிருந்து 'தன் அனுபவ'த்தை வடிகட்டி எடுக்க முடியுமா? பொது அனுபவத்தின் மனோவசியத்திலிருந்து விடுபடுவதற்கு இது மிகவும் அவசியம். பொது அனுபவம் ஒரு மாபெரும் பொய். ஆனால் அது உண்மை போலிருக்கக் காரணமென்ன? கோடானு கோடி மக்கள் தலைமுறை தலைமுறையாக இந்த மனோவசியத்தில் எப்படி மூழ்கி இருக்கிறார்கள்? அது எப்படி இவ்வளவு பேர் ஏமாந்து இருக்க முடியும்?

பொது அனுபவம் என்ற பொய்யிலிருந்து தன் அனுபவம் என்ற உண்மையை வடிகட்டி எடுக்க வேண்டுமா? இல்லை. அப்படி இல்லை. பொய்யிலிருந்து உண்மையை எப்படிப் பிரிக்க முடியும்? தர்க்க ரீதியாகத் தவறான சிந்தனைப் போக்கு இது.

பொது அனுபவம் பொய் என்றால், தன் அனுபவம்தான் உண்மை என்றால், என்ன பொருள்? தன் அனுபவம் என்பதைத்தான் நாம் பொது அனுபவமாகப் பார்த்து வருகிறோம் என்று தானே அர்த்தம்! அப்படியென்றால் இந்த மாபெரும் மனோவசியம் எப்படி ஆண்டாண்டு காலமாகத் தழைத்து வருகிறது? இந்த மனோ வசியத்தின் அடிப்படை என்ன?

கால உணர்வு. ஆமாம். கால உணர்வுதான் இந்த மாபெரும் மனோவசியத்தின் அடிப்படைப்

பிறப்பிடம். கால உணர்வுதான் இந்த மனோவசியத்தை உருவாக்கி, நிலைக்கச் செய்து, கலைந்துவிடாமல் காப்பாற்றிக் கொண்டே இருக்கிறது. ஆண்டாண்டு காலம் என்பதெல்லாம் இந்தக் கால உணர்வுக்கு மிகவும் சாதாரணம். கால உணர்வின் குழந்தைகள்தான் நூற்றாண்டுகளும் சகாப்தங்களும். கண் மூடித் திறக்கையில் தோன்றும் மின்னலைப் போன்றவை அவை. கால உணர்வின் பார்வையில் நூற்றாண்டுகளுக்கு அர்த்தம் ஏதுமில்லை.

பொருள்கள், நட்சத்திரங்கள், பிரபஞ்சங்கள் தோன்றி, இருந்து மறைகின்றன என்றும் நாமும் பிறந்து, இருந்து, இறக்கிறோம் என்றும் நாம் நம்பிக்கொண்டிருக்கும் வரையிலும் கால உணர்வு சிருஷ்டித்த இந்தப் பொய்யுலகத்திற்குப் பங்கம் ஏதுமில்லை. தன் போக்கில், தான் சிருஷ்டித்த நூற்றாண்டு களைத் தானே விழுங்கிக் கொழுத்துக்கொண்டு இருந்து கொண்டிருக்கத்தான் போகிறது இந்தக் கால உணர்வு.

காலம்! இதுபற்றி எத்தனை கதைகள், எத்தனை புராணங்கள், எத்தனை இதிகாசங்கள்! எத்தனை வாதங்கள், விவாதங்கள்!

ஒரு வகையில் விஞ்ஞானம் கால உணர்வைப் பிட்டுக் காண்பித்துவிட்டது. ஆனால் ஒரு வகையில் தான். உண்மையில் அல்ல. விஞ்ஞானம் பிட்டுக் காண்பித்தது கால உணர்வை அல்ல. காலம் என்னும் கருத்தை! கால உணர்வு மனம் மூலமாக உருவாக்கிய 'காலம்' என்னும் கருத்தைத்தான் அதே மனம் உருவாக்கிய விஞ்ஞானம் இன்று பிட்டுக் காண்பித்திருக்கிறது. சொல்லப்போனால் அதுகூட இன்னும் முழுமையாக நடந்து முடியவில்லை. அதீத தீட்சண்யம் பொருந்திய ஒரு சில விஞ்ஞானிகளைத் தவிர மற்ற அனை வருக்கும் – அதாவது விஞ்ஞான அறிவு ஓரளவுக்கு உள்ள அனைவருக்கும் – பிட்டுக் காண்பிக்கப்பட்ட இந்தக் 'காலம்' என்னும் கருத்து வெறும் நம்பிக்கைதான். கிட்டத்தட்ட மற்ற மூட நம்பிக்கைகள் போலவே இதுவும் ஒரு நம்பிக்கைதான்.

ஏனென்றால் கால உணர்வு பற்றி யாரும் சிந்திக்க முடியாது. உண்மையில் எதைப் பற்றியும் யாரும் சிந்திக்க முடியாது. எந்த விஷயத்தைப் பற்றிச் சிந்திப்பதானாலும் முதலில் அதை ஒரு கருத்தின் நிலைக்கு இறக்க வேண்டும். ஒரு விஷயம் கருத்தாக ஆன கணத்திலேயே அதன் உண்மை நிலையிலிருந்து பிறழ்ந்துபோய்க் கருத்துத் தளத்தில் வெறும் பிம்பமாகப் போய்விடுகிறது. நாம் ஆசை தீர அதைப் பற்றி, அதாவது அந்தக் கருத்தைப் பற்றி, எவ்வளவு வேண்டுமானாலும்

சிந்தித்துக்கொண்டு போகலாம். சிந்தனை என்பது ஒரு இன்ப மயக்கம் என்று தெளிந்தோர் பலர் கூறியிருப்பது இந்தக் காரணத்தால்தான் என்று தோன்றுகிறது.

கால உணர்வு சிந்தனைக்கு உட்படாதது. காரணம், சிந்தனையோட்டத்தின் பிறப்பிடமே இந்தக் கால உணர்வு தான்.

பிரபஞ்சத்தின் இயக்க அமைப்பில் ஒவ்வொரு தளமும் தன் கீழே உள்ள தளங்களுக்குப் பிறப்பிடமாக இருக்கிறது. (இங்கு 'பிரபஞ்சம்' என்று குறிப்பிடப்படுவது பௌதிகப் பிரபஞ்சத்தை மட்டும் அல்ல. பௌதிகப் பிரபஞ்சம் என்பதே ஒரு கருத்துதான்). இதில் முக்கியமான ஒரு விஷயம் என்ன வென்றால் எந்த ஒரு தளத்துக்கும் தனக்குக் கீழே உள்ள நிலைகளைப் பற்றிய பிரக்ஞை இருக்க முடியுமே தவிர, தனக்கு மேலே உள்ள நிலைகளைப் பற்றிய பிரக்ஞை இருப்பது சாத்தியமில்லை.

இந்தக் காரணத்தால் கால உணர்வு சிந்தனைக்குள் அடைபடாது. சிந்தனைத் தளத்தில் 'காலம்' என்னும் கருத்துக்கு இடமிருக்கலாமே ஒழிய கால உணர்வு என்னும் உண்மைக்கு அந்தத் தளத்தில் இடமில்லை.

தன் எல்லைக்குள் மட்டுமே நிகழும் சிந்தனை ஓட்டம் கால உணர்வைத் தீண்ட முடியாது. ஆனால் சில நேரங்களில் சிந்தனை ஓட்டத்தை அதன் எல்லைகளுக்கு அப்பால் இருந்து மேல் நிலைத்தளங்கள் இயக்க முடியும்.

சிந்தனையின் எல்லை என்பது என்ன? அனுபவத்தால், படிப்பால், கேள்வி ஞானத்தால் மனத்தின் அறிவுத்தளத்தில் ஏற்பட்ட சேகரம்தான் சிந்தனையின் எல்லை. அதைத் தாண்டிச் சிந்தனை தன்னளவில் இயங்க முடியாது. ஆனால், ஏற்கனவே உள்ள அறிவின் எல்லைக்குள் புதிய கோணங்கள், புதிய தொடர்புகள் ஏற்படக்கூடும். எனினும் முற்றிலும் புதியதான எந்த வெளிச்சமும் சிந்தனையின் எல்லைக்குள் சாத்தியமில்லை.

சிந்தனை தன்னளவில் இயங்காமல் இருக்கும் கணங்களில், மேல் நிலைகளின் வெளிச்சங்கள் சிந்தனையில் பிரதிபலிக்க முடியும். கலைஞர்களுக்கு ஓரளவுக்கும் தெளிந்தோர்க்கு முழுமையாகவும் இது நிகழ்கிறது.

முழுமையான கவனத்துடன் ஒருவன் அதை வாங்கிக் கொள்ளும்போது அவனுடைய சிந்தனை தன்னளவில் இயங்காமல் இருப்பதால், சொல்லப்பட்ட விஷயம் கேட்பவனின் மேல்நிலைகளைத் தீண்ட முடியும். அவனுக்குப்

புதிய வெளிச்சங்கள் கிடைக்கக்கூடும். ஆனால் கவனமின்றி விஷயத்தை உள்வாங்கிக் கொள்ளும்போது அது சிந்தனைத் தளத்தில் ஒரு கருத்தாக மட்டுமே போய்ச் சேருகிறது. சொல்லப் பட்ட விஷயம் கருத்தையும் சொல்லையும் தாண்டியதாகை யால், வரையறைக்குட்பட்ட அர்த்தத்தில் தவறாக விஷயம் வாங்கிக்கொள்ளப்பட்டு அனர்த்தமாகிறது. அறிவுத்தளத்தில் இன்று உள்ள அனைத்து அனர்த்தங்களும் குழப்பங்களும் இதன் விளைவே.

இதனாலேயே முற்காலத்து ரிஷிகள், பல வருடங்கள் உடன் வாழ்ந்து, பதப்பட்ட நிலையில் உள்ள சில சீடர்களுக்கு மட்டுமே முக்கியமான சில உண்மைகளைக் காட்டினார்கள்.

ஆனால் இன்று அகவளர்ச்சியின் சூழ்நிலை மாறி விட்டிருக்கிறது. அறிவுணர்வு (awareness) மேல்மட்டங்களை அடைந்துகொண்டிருக்கிறது. அன்று அறிவுணர்வை மனத்தின் மேல் நிலைகளில் நிலைப்படுத்த மிகவும் பிரயத்தனப்பட வேண்டி இருந்தது. இன்றும் ஓரளவு பிரயத்தனம் தேவைப் பட்ட போதிலும், முன்பு இருந்த அளவுக்கு இல்லை என்று தான் சொல்ல வேண்டும். இன்று மனித சமூகத்தில் வலியும் துயரமும் முன்பு எப்போதும் இருந்ததைவிட அதிகமாக, பெருவாரியான அளவில் இருப்பதற்கு அதுவும் ஒரு காரணம்.

துன்பம் விளைவிப்பதற்கான அறிவும் பெருகியிருக்கிறது. விளையும் துன்பத்தின் வலியும் அதிகரித்துள்ள அறிவுணர்வால் மிகவும் அதிகமாகத் தெரிகிறது. பிரக்ஞையின் இருண்ட ஆழ்தளங்களில் அசைந்துகொண்டிருந்த பிம்பங்கள் பல, அதிகரித்துள்ள வெளிச்சத்தில் வெளியே வந்து ஊழிக்கூத்தில் முனைந்திருக்கின்றன.

இன்றைக்கு நிகழும் போர்களின் விரிவுடனும் வீச்சுடனும் ஒப்பிட்டுப் பார்த்தால் முற்காலத்தில் நிகழ்ந்த போர்கள் வெறும் கோஷ்டிச் சண்டை என்ற அளவில்தான் இருந்திருக்க முடியும் என்று தோன்றுகிறது. இன்றைய போர்களால் ஏற்படும் ஒட்டு மொத்தமான அழிவு அன்றைக்கு இருந்திருக்க முடியாது. போர்களுக்கான அடிப்படைக் காரணங்களில் பெரிதான மாற்றம் எதுவுமில்லை. ஆனாலும் அழிவுச் சக்திகளின் வீச்சு முன்பு எப்போதையும்விடப் பல மடங்கு அதிகரித்துள்ளது. இதன் முக்கியமான காரணம் அதிகரித்துள்ள அறிவுணர்வு தான்.

அறிவுணர்வு அதிகரித்தால் அறிதலும் புரிதலும் கூடவே அதிகரித்து இன்னும் புத்திசாலித்தனமாகவும் சுமுகமாகவும் அல்லவா வாழ்க்கை அமைய வேண்டும்? உண்மைதான்.

ஆனாலும் முதலில் ஆண்டாண்டு காலமாக உள்ளே இருளில் மூச்சுத் திணறிக்கொண்டு காலம் கழித்த சக்திகள் இன்று கிடைத்துள்ள ஒளியிலும் இட விசாலத்திலும் தம்மை வெளிப்படுத்திக்கொண்டு தம் சக்தியைத் தீர்த்துக்கொள்கின்றன.

குறுகிய காலக் கண்ணோட்டத்தில் பார்க்கும்போது இது அனர்த்தமாகத் தோன்றினாலும் முரண்பாடாகப் பட்டாலும் விரிந்த காலப்பின்னணியில் பார்க்கும்போது மிகவும் இயற்கையானதாகவே தெரிகிறது.

அதிகரித்துள்ள அறிவுணர்வு காரணமாக, ரகசியமாகப் பாதுகாத்து வைக்கப்பட்டிருந்த உண்மைகள் இன்று வெளிப் படையாகத் தெரிய வந்திருக்கின்றன. காட்டினுள் சில சீடர்களுடன் தனியே ஆசிரமங்களில் வாழ்ந்து வந்தார்கள் அன்றைய ரிஷிகள். இன்றைய ரிஷிகள் உலகத்தையே ஆசிரமமாகக்கொண்டு தம் வெளிச்சங்களை வெளிப்படுத்திக் கொண்டிருக்கிறார்கள்.

இதிலும் சில ஆபத்துகள் உண்டு. பதப்படாத மனங்களிடம் இந்த உண்மைகள் கிடைக்கும்போது பின்னால் மிகவும் வருத்தம் விளைவிக்கக்கூடிய எதிர்வினைகள் அந்த மனங்களில் விளைகின்றன. இதுவும் ஓரளவுக்கு மேல் தவிர்க்க முடியாதது தான்.

அன்றைய குருகுலங்களில் சீடர்களுக்குச் சுதந்திரம் குறைவு. ஆனால் அவர்களுடைய அகவாழ்க்கை சார்ந்த பொறுப்புகளும் குறைவுதான். மாறாக, இன்று அதிகமான சுதந்திரம் இருந்தாலும் பொறுப்புகளும் மிக அதிகமே.

இன்றைய சீடன் – அதாவது சுயமாகத் தேடலில் இறங்கி யிருப்பவன் – தன் அகவாழ்வுக்கும் அகவளர்ச்சிக்கும் தானே பொறுப்பாகிறான். அகவாழ்வின் சுமையையும் இன்று அவன் தானே சுமக்க வேண்டியிருக்கிறது. முன்பு குரு என்று ஒருவர் இருந்தார். இன்று சுற்றிலும் பல குருமார்களால் அவன் சூழப்பட்டு இருக்கிறான். இன்றைய குரு, புத்தக உருவிலும், ஒலி நாடா உருவிலும் ஒலி – ஒளி நாடாக்களின் உருவிலும் புழங்கி வருகிறார்.

அன்று ஒரு குரு செய்த வேலையை இன்று பல குருமார்கள் செய்கிறார்கள். தன் சுய தேடலின் உஷ்ணத்தில் விளைந்த வெளிச்சங்களை இன்றைய மனிதர்கள் பல விதங்களில் பதிவு செய்து கொண்டிருக்கிறார்கள். வியர்த்தமான பல விஷயங்களுக்கு இடையே ஆங்காங்கே ஓரிரு முக்கியமான விஷயங்களும் காணக் கிடைக்கின்றன.

ஓரளவு மனப்பக்குவமும் முதிர்ச்சியும் அடைந்துள்ளவர்களுக்கு, இந்தச் சிறு வெளிச்சங்களைக் கண்டுகொள்வது அவ்வளவு கடினமானதாக இல்லை. சுலபமாக அவற்றை அவர்கள் அடையாளம் கண்டுகொள்கிறார்கள்.

இப்போது மறுபடியும் 'கால உணர்வு' பற்றிய பரிசீலனைக்கு வருவோம். கால உணர்வுக்கு அடிப்படை 'நான்' என்னும் உணர்வுதான். நான் உணர்வு என்பது 'நான்' என்று தன்னைத் கருதிக்கொள்ளும் மனச்சுய மையம் அல்ல. அதற்கு அப்பாற்பட்டது. 'நான் உணர்'வின் சாரத்தில் காலம் இல்லை. ஆனால் நினைவுகளின் சாரத்தில் 'நான்' உணர்வு லயிக்கும் போது, கால உணர்வு உண்டாகிறது. அதன் பின்புதான் 'நான் – உலகம்' என்ற இருமை தோன்றுகிறது. பின்னர் கால உணர்வு மனச்சுயத்தில் சிக்கிக்கொண்ட பிறகுதான் இறந்தகாலம் – நிகழ்காலம் – எதிர்காலம் என்ற மனோரீதியான கால அளவை ஏற்படுகிறது. இதன் பின்னரே மனச்சுயத்தின் கண்ணோட்டத்தில் தன் அனுபவம் – பொது அனுபவம் என்ற பாகுபாடு உண்டாகிறது.

பொது அனுபவம் என்று சொல்லும்போது தனித்தனி மனங்கள் கொள்ளும் ஒரே அனுபவம், அனுபவிக்கும் அனைவருக்கும் புறமான ஒரு அனுபவம் என்றுதான் பொருள் கொள்கிறோம்.

தனித்தனி மனங்கள் உண்டா என்று நாம் கேட்பதில்லை. அதை அப்படியே உண்மை என ஏற்றுக் கொண்டிருக்கிறோம். ஆனால் இதுதான் முக்கியமான கேள்வி. இந்தக் கேள்வியின் மற்றொரு பாகம். 'என் உடல்', 'என் மனம்' என்று இருக்கிறதா என்பதுதான். அப்படியென்றால் அந்த 'என்' யார்?

'அவன், அவள், அவர்கள், யார்' போன்ற சொற்கள் ஒரு ஆள் *(Person)* இருப்பதான நம்பிக்கையில் தோன்றிய சொற்கள். உண்மையில் 'ஆள்' என்று ஏதாவது இருக்கிறதா? கூர்ந்த கவனம் செலுத்தினால் 'ஆள்' என்று குறிப்பிட்டுக் கோடுபோட்டுக் காட்டும்படியாக ஏதும் இருப்பதாகத் தெரியவில்லை. ஆண்டாண்டு காலமாக இருந்து வரும் பத்தாம்பசலித்தனமான நம்பிக்கைகளுள் முதன்மையான பொய்யாக இருக்கும் நம்பிக்கை இதுதான்.

'ஆள்' ஒருவர் இருப்பதான நம்பிக்கையின் அடிப்படை கவனம் பகுதி பகுதியாகச் செயல்படுவதுதான். நாம் ஒரு காட்சியைப் பார்க்கும்போது, 'நாம் பார்க்கிறோம்' என்பதும் அக்காட்சியின் ஒரு அங்கம் என்பதில் கவனம் கொள்ளத்

தவறுகிறோம். 'நாம் பார்ப்ப'தை நாம் பார்ப்பதில்லை. இந்தப் பார்க்கும் 'நான்' என்பதையே பார்க்கத் தவறுவதால் 'நானை'ப் பற்றிய அறிவு நம்மிடம் மிகவும் குறைவாகவே இருக்கிறது. உடலுடனோ அல்லது மனமையத்துடனோதான் 'நானை'ச் சேர்த்துப் பார்க்கிறோம். அனைத்தையும் பார்க்கும் இந்த 'நானை'யும் சேர்த்துப் பார்க்கும்போதுதான். அது உடலோ மனமையமோ இல்லை என்பது தெரியவருகிறது. பார்க்கும் 'நானை'யும் சேர்த்துப் பார்க்கும்போது, 'நான்' என்று நாம் பொதுவாக நினைக்கும் ஒன்று இல்லவே இல்லை என்பது தெளிவாகிறது.

இந்தப் புரிதலுக்கு, மிகவும் தீவிரமான, ஆனால் அமைதி யான கவனம் தேவைப்படுகிறது. இந்த மாதிரியான கவனத்திற்கு மிகுந்த பிரயத்தனம் அவசியம். இதற்கான சக்தி நம்மில் பெரும்பாலோர்க்கு இருப்பதில்லை. சொற்களின், மேலோட்ட மான எண்ணங்களின் லாகிரி தரும் சக்திதான் மனத்துக்குப் பிடிக்கிறது. ஆழ்ந்த கவனத்துக்குத் தேவையான சக்தி இந்த லாகிரியில் விரயமாகிறது.

பார்க்கும் ஒவ்வொரு கணத்திலும் பார்த்தலையும் சேர்த்துப் பார்க்க நாம் கற்க வேண்டியது அவசியமாகிறது. இந்த முயற்சி மனத்துக்குப் பிடிப்பதே இல்லை – இதில் லாகிரி ஏதும் இல்லை என்பதால்.

பார்த்தலையும் பார்க்க நாம் கற்றோமானால் 'பார்த்தலைப் பார்த்தல்' ஒன்றே போதுமானது என்று அறிய முடியும். பார்த்தலில், பார்ப்பவர் – பார்க்கப்படும் பொருள் என்ற இரண்டு விஷயங்களும் இல்லை என்பது தெளிவாகிறது. பார்த்தலே முழுமையானது என்பது புரிகிறது.

இந்தப் 'பார்த்தல்'தான் அனுபவத்தின் முழுமை. உண்மை யில் தன் அனுபவம் என்றுகூட ஒன்றும் இல்லை. 'அனுபவம்' என்ற ஒன்றுதான் இருக்கிறது. அங்கு யாரும் கிடையாது.

சக்தி நிரம்பிய எல்லையற்ற வெளியில் அனுபவம் தன்னை அனுபவித்தவாறு போய்க்கொண்டிருக்கிறது.

நவீன விருட்சம்

❖

கலாசாரமும் பிரக்ஞையும்

இயற்கை, பிரபஞ்சப் பிரக்ஞையின் இயக்கம். பண்பாடு அல்லது கலாசாரம் முழு மனிதப் பிரக்ஞையின் இயக்கம். இவை இரண்டையும் பிரிக்கும் கோடு மிகவும் தெளிவான ஒன்றல்ல. ஒரு கோணத்தில் பார்த்தால் மனிதப் பிரக்ஞை, பிரபஞ்சப் பிரக்ஞையின் ஒரு அம்சமே.

மனித நாகரிகம், பண்பாடு, கலாசாரம் இவை பொதுவாக நாம் நினைப்பதுபோல் மனிதனின் சிருஷ்டி அல்ல. மனிதன் என்று தன்னை அடையாளம் காணும் மேல்மனத்தின் சிருஷ்டி அல்ல இவை. மனிதன் கலாசாரத்தை உருவாக்குவதில்லை. ஆழ்மனப் பிரக்ஞை சார்ந்த சக்திகளின் இயக்கம்தான் நாகரிகமும் கலாசாரமும். இந்தச் சக்திகளே தம் இயக்க விதிகளுக்குட்பட்டு நாகரிகங்களையும் கலாசாரத்தையும் உருவாக்குகின்றன. இந்த நாகரிகமும் கலாசாரமும் மனித சமூகத்தின் அமைப்பை நிர்ணயிக்கின்றன. இவ்வாறு நிர்ணயிக்கப்பட்ட சமூக அமைப்பு, மனிதனின் மேல் மனத்தை உருவாக்குகிறது.

பொதுவாக மேல்மனம் மட்டும் பிரக்ஞை பூர்வமானது என்றும் மனத்தின் ஆழ்நிலைகள் பிரக்ஞை இல்லாதவை என்றும் ஒரு கருத்து பரவலாக இருக்கிறது. இந்தக் கண்ணோட்டத்தில் அடிப்படையான தவறு ஒன்று இருக்கிறது. மனம் என்பதே பிரக்ஞையின் சிருஷ்டிதான். அதன் சகல அம்சங்களிலும் பிரக்ஞை இழைந்து நிற்கிறது.

மனிதன் மேல்மனத்தில் மட்டுமே தன்னை 'நான்' என்று அடையாளம் கண்டுகொள்கிறான். இந்த வரையறை பிரக்ஞை யின் இயல்பிலேயே உள்ள ஒன்றல்ல. மேல்மனத்தின் எல்லைகள் பற்றிய உணர்வுபூர்வமான புரிதல் இல்லாத காரணத்தால் தான் இந்த வரையறை உண்டாகிறது. மேல்மனத்தளத்தில் மட்டுமே தன்னை அடையாளம் காணும் வரையில், ஆழ்மனத் தளங்கள் மனிதப் பிரக்ஞையின் எல்லைக்கு வெளியேதான் இருக்கும். ஆழ்தளத்தின் இயக்கம் மேல்மனப் பிரக்ஞையின் விளிம்புகளுக்கு வெளியே நிகழ்வதால் ஆழ்தளங்களே பிரக்ஞை அற்றவை என்ற கருத்துத் தோன்றியிருக்கிறது – அதாவது, மேல்மனத்துக்கு.

உண்மையில் ஆழ்தளங்களின் பிரக்ஞை, மேல்மனப் பிரக்ஞையைவிட ஆழமானது. வீரியம் மிக்கது. நுட்பமானது. மேல்தளத்தில் வியாபித்து அதன் இயக்கங்களை, தன்மையை நிர்ணயிப்பதே ஆழ்மனத் தளங்கள்தான்.

தற்போது நிகழும் நிகழ்வுகளையும் அதற்கு நம் எதிர் வினைகளையும் பார்க்கும்போது நம் முடிவுகளின்படி வாழ்க்கை நடப்பதுபோல் தோற்றமளித்தாலும் ஒரு விரிந்த காலப் பின்னணியில் பார்க்கும்போது, தனிமனிதர்களின், மனித சமூகத்தின் எண்ணங்களின்படியும் முடிவுகளின்படியும் எதுவும் நடக்கவில்லை என்பது புலனாகும். மாறாக, தனி மனிதர்களின், மனித சமூகத்தின் எண்ணங்களும் முடிவுகளும் வெளிப்பார்வைக்குப் புலப்படாத பல சக்திகளின் இயக்க மாகவே இருப்பது தெளிவாகும்.

மனிதகுல வரலாற்றை நாம் அகண்ட ஒரு பின்னணியில் பார்க்கும்போது இன்னொரு விஷயமும் தெரிகிறது. பல நாகரிகங்கள் தோன்றி, இருந்து, மறைந்து போயிருக்கின்றன என்பது முதல் பார்வையிலேயே தெரியவரும். ஆனால் இந்த மாற்றங்களுக்குப் பின்னால் ஒரு அமைப்புமுறை இருப்பது சற்று ஆழமாகக் கவனம் செலுத்தும்போது புரியக்கூடும்.

முழு மனிதப்பிரக்ஞையின் பல்வேறு அம்சங்கள் தனித் தனியானவை அல்ல. ஒன்றுக்கொன்று பிரிக்க முடியாத தொடர்புகொண்டு ஒருங்கிணைந்தவை. இவற்றில் 'தேடல்' என்னும் ஒரு சக்தி வாய்ந்த வேட்கை உணர்வு மையமான தாகும். அது பிரக்ஞையின் அனைத்து அம்சங்களையும் பாதிக்கும் அளவுக்குச் சக்தி வாய்ந்தது. ஒரு விதத்தில் பிரக்ஞை யின் இயக்கத்தைப் பெருமளவுக்கு இந்த உணர்வுதான் முடிவு செய்கிறது. இந்த உணர்வின் செயல்பாட்டின் கிளைகளாக

இரண்டு பெரும் விளைவுகளை நாம் காண முடியும். ஒருபக்கம் இந்த வேட்கையின் அகவிளைவாக, ஆழ்ந்த சமய உணர்வும் அக அனுபவங்களும், மறுபக்கம் புறவிளைவாக, புதிய சமூக அமைப்புகளும் பெரும் வரலாற்று மாற்றங்களும் நிகழ்வது நமக்குப் புரிய வரும்.

இந்த இரு விளைவுகளின் வெளிப்பாடு, ஒன்றன் பின் ஒன்றாக மாறி மாறி வருவதை நம்மால் காண முடியும். மனித வரலாற்றின் ஓட்டத்தை நாம் பார்த்தால் ஒரு கால கட்டத்தில் மத உணர்வு மேலோங்கி ஒரு மாபெரும் வெள்ளமாக அந்தச் சமயத்தில் இருந்த அடிப்படை மத அமைப்பையும் சமூக அமைப்பையும் அடியோடு மாற்றிப் புதிய அமைப்புகள் உருவாவதற்கான சூழ்நிலையை உருவாக்குவது தெரியும். இவ்வாறு உருவான புதிய அமைப்பு கள் நிலைப்பட்டு, உத்வேகத்துடன் செயல்பட்டுச் சில அல்லது பல நூற்றாண்டுகளுக்குப் பின் மெல்ல மெல்லச் சக்தி குறைவதைக் காண முடியும். பின், அந்த அமைப்புகளுக்குள் உள் விரிசல்கள் ஏற்பட்டு, முரண்பாடுகள் மிகுந்து, மனித சமூகத்தில் வலியும் துயரமும் மிகுந்துபோய், மறுபடி ஒரு புதிய அகப்புரட்சிக்கான காரணிகள் மனிதப் பிரக்ஞையில் மேலெழும்பும். மறுபடி அடுத்த சுற்றாகப் புதிய அகமாறுதல்கள் ஏற்படுவதற்கான முறைபாடுகள் தோன்றத் தொடங்கும். இந்தச் சுழற்சி மனித வரலாறு முழுவதிலும் நிகழ்வதை நாம் தெளிவாகப் பார்க்க முடியும்.

ஒரு கோணத்தில் இது ஒரு சுழல்வட்ட (circular) முறை பாடாகத் தெரிந்தாலும் ஒவ்வொரு முறையும் வெளிப்படும் புதிய மத உணர்வுகளும் புதிய சமூக அமைப்புகளும் முந்தைய சுற்றிலிருந்து மாறுபட்டுப் புதியதொரு தளத்தில் நிகழ்வதும் தெரியும். இந்தக் காரணத்தால் இது வெறும் சுழல்வட்டமாக மட்டுமில்லாமல் விரிசுழல் வட்டமாக (spiral) அமைகிறது.

இந்த வேட்கை உணர்வு, மனிதப் பிரக்ஞையின் பல தளங்களில் வெவ்வேறு விதமாக வெளிப்படுகிறது. ஒரு தளத்தில் உண்மையை – அதாவது தன் மூலத்தை – கண்டறிய விழையும் வேட்கையாகவும் மற்றொரு தளத்தில் அறிவு சார்ந்த விஞ்ஞான வேட்கையாகவும் அதன் பல்வேறு கிளைகளாகவும் வேறொரு தளத்தில் கலையுணர்வாகவும் அதன் வெளிப்பாட்டுக்கான உந்துசக்தியாகவும் இன்னொரு தளத்தில் சமூக அமைப்பின் குறைகளைக் களைந்து புதிய சமூக அமைப்பை நிறுவி, நிலைப் படுத்த விழையும் வண்ணமாகவும் இது செயல்படுகிறது. சமூகத்தில் ஏற்படும் உண்மையான, ஆழமான மாற்றங்கள்

தனி மனிதர்களாலோ அல்லது ஒரு குறிப்பிட்ட மனிதக் குழுவாலோ ஏற்பட்டவை அல்ல – மேலோட்டமாகப் பார்க்கும் போது அவ்வாறு தோற்றமளித்த போதிலும்கூட.

பிரக்ஞையின் ஆழ்நிலைகளில் பல பிரக்ஞைக் கட்டமைப்புகள் *(Structures of Consciousness)* இருக்கின்றன. அவை தம் வெளிப்பாட்டுக்கு உகந்த சூழல் உருவாகும்போது, மேல் மனத்தை அடைகின்றன. இந்த வெளிப்பாட்டின் காரணமாக மேல்மனம் மிகவும் அடிப்படையான மாற்றங்களுக்கு உள்ளாக நேர்கிறது. இந்த மாற்றங்களின் காரணமாக மேல்மனம் தன் பழைய அடையாளத்தை இழந்து புதிய அடையாளத்தை மேற்கொள்ள வேண்டிய நிர்ப்பந்தத்துக்கு உள்ளாகிறது. மேல்மன அமைப்பு மனிதனின் சுய அடையாளத்தின் பிம்பமாக இருப்பதால், அதில் ஏற்படும் எந்தவிதமான மாற்றமும் மேல்மனத்தின் மையமான மனச்சுயத்துக்கு *(ego)* ஒரு ஆழமான பய உணர்வைத் தோற்றுவிக்கிறது. அதனால் மனச்சுயம் எல்லாவித மாற்றங்களையும் எதிர்ப்பு மனப்பான்மையோடுதான் சந்திக்கிறது. ஆழ்மனத்திலிருந்து வெளிப்படும் புதிய உணர்வுகளையும் புதிய சிந்தனைப் போக்குகளையும் புதிய பிரக்ஞை அமைப்புகளையும் தனக்கு ஆபத்தை விளைவிக்கக் கூடியவையாகவே மனச்சுயம் கருதுகிறது.

ஆழ்நிலைகளில் இருந்து மேல்தளங்களில் வெளிப்படும் சில விஷயங்களை வெற்றிகரமாக மனச்சுயம் எதிர்க்க முடிந்தாலும் ஆழ்தளங்களிலிருந்து மேலெழும் சக்தி மிகுந்த வெளிப்பாடுகளின் முன் மனச்சுயம் சக்தியின்றிப் போகிறது. இம்மாதிரியான சந்தர்ப்பங்களில் ஒரு தனிமனிதன், மனச்சுய அமைப்பிலிருந்து விடுபட்டுத் தன்னை ஒரு பிரக்ஞைப் புள்ளியாக *(a Point of Consciousness)* அடையாளம் கண்டு கொள்ள முடிந்தால், ஆழ்தளங்களிலிருந்து மேலெழும் புதிய சக்திகளை மனச்சுயத்தின் இடையூறின்றி உள்வாங்கிக்கொள்ள முடியும். புதியதொரு மேல்மன அமைப்பையும் புதிய விரிவடைந்த, மேலும் ஆழமானதொரு சுய அடையாளத்தையும் அவன் அல்லது அவள் பெற முடியும்.

இவ்வாறு உருவான புதிய, விசாலமான, திறந்த அமைப்பு கொண்ட மேல்மன அமைப்புகளின் காரணமாகச் சமூகத்தில் விரும்பத்தக்க மாற்றங்கள் விளையக்கூடும். பொதுவாக, ஏதாவது ஒரு தனிமனிதனின் மூலமாகத்தான் புதிய பார்வைகள் விளைகின்றன. அவன் அல்லது அவளுடைய செயல்பாடு மூலமாகத்தான், ஏற்கும் உணர்வு கொண்ட மற்றவர்களிடத்திலும் மொத்தமாக சமூகத்திலும் ஆரோக்கியமான மாற்றங்கள்

விளைய முடியும். தனிமனிதன் ஒருவனின் பிரக்ஞை வழியாக இந்த மாற்றங்கள் விளைந்த போதிலும் இந்த மாற்றங்களுக்கு அவன் காரணி அல்ல. இந்த முறைபாடு முழுவதும் முழுப் பிரக்ஞையின் இயக்கத்தின் விளைவே. உடலையும் மேல் மனத்தையும் மட்டுமே மனிதனாகக்கொள்ளும் கண்ணோட்டம் பரவலாக இருப்பதால், அந்தத் தனிமனிதனையே இந்த மாற்றங்களின் உற்பத்தி ஸ்தானமாகக் கருதி, அவனை அல்லது அவனைப் பெருமைப்படுத்தி, தேவையற்ற, பொய்யான ஒரு சமூக மனபிம்பத்தை உருவாக்கி அதை – அந்தப் பொய்யை – போற்றுதலுக்கும் வணங்குதலுக்கும் உரியதாக ஆக்கிவிடும் அவலம் நேர்கிறது. இது மத, அரசியல் தளங்களில் அதிகமாகவும் அதீதமாகவும் செயல்பட்டுத் தீவிரமான அளவுக்குச் சமூக மனத்தளமே நோய்க்கு ஆட்படும் நிலைக்குப் போய் விட்டிருப்பது உண்மையானாலும் மற்ற துறைகளிலும் இந்தத் தன்மை ஓரளவுக்கு இருக்கத்தான் செய்கிறது.

செயல்பாடு என்பது உண்மை சார்ந்த ஒரு நிலை. பிரக்ஞையின் இயக்கம். செய்பவன் என்பது செயல்பாடு நிகழ்ந்தபின் மனத்தில் உருவாகும் ஒரு பிம்பம். இந்த உண்மை பரவலாக உணரப்படும் வரைக்கும் இந்தத் தனிமனித வழிபாடு என்னும் மனநோய் சமூகத்தைப் பீடித்து இருப்பது தவிர்க்க முடியாதது. ஆனால் இந்த நிலையை மிகவும் ஆக்ரோஷமாகக் கண்டிக்கத் தேவை இல்லை என்று தோன்றுகிறது. பிரக்ஞை என்னும் அடிப்படை உண்மையைக் காணமுடிகிற பக்குவமும் முதிர்ச்சியும் ஏற்பட்டுள்ள மனங்களில் இதுபற்றி ஒரு அறிவுணர்வு (*awareness*) தோன்றுதல் முக்கியமானது என்று படுகிறது. இந்த அறிவுணர்வு பரவும்போது, பிரக்ஞையின் இயக்கவிதிகளின் நியதிப்படி, தானாகவே இந்த நிலை மாறி, ஆழ்மனத்தளங்களிலிருந்து புதிய மேல்மன அமைப்புகள், புதிய பார்வைக் கோணங்கள் வெளிப்படும்.

ஆழ்தளப் பிரக்ஞையின் இன்னொரு முக்கியமான அம்சம் ஆழ்மனப் பிம்பங்களாகும். இந்தப் பிம்பங்கள் ஒரு அர்த்தத்தில் உயிருள்ளவை. சுய வாழ்க்கை உடையவை. சக்தி வாய்ந்தவை. பலவீனமான மேல்மனங்களை ஆக்கிரமிக்கக்கூடியவை. புதிய நாகரிகங்களை, கலாசாரங்களை உருவாக்குவது ஆழ்தளப் பிரக்ஞையின் இயக்கத்தின் செயல்பாடு என்பது ஒரு புறமிருக்க, இருந்து, முடிந்துபோன கலாசாரங்களின் பிம்பங்கள், கலாசாரம் முடிந்து மறைந்துபோன பிறகும் முடிந்துவிடாமல், மனத்தின் ஆழ்தளங்களில் மூழ்கிப்போய், தொடர்ந்து அங்கு ஒரு வாழ்க்கையை வாழ்ந்து கொண்டிருக்கின்றன. பல்லாயிர ஆண்டு மனித அனுபவத்தின் சாரம் இவை.

மேல்மனம் புலன் சார்ந்தது. ஒளியும் அனுபவப் பிரக்ஞையும் நிறைந்தது. இந்த ஒளியையும் அனுபவப் பிரக்ஞையையும் தேடி, இந்த ஆழ்மன பிம்பங்கள் மேல்மனத் தளத்தில் வெளிப்பட விழைகின்றன. சாதாரணமாக, மேல்மன அமைப்பின் புறக்கட்டுமானம் காரணமாக இவை அவ்வளவு சுலபமாக மேல்மனத்தை அடைய முடிவதில்லை. ஆனாலும் மேல்மனம் பலவீனமாக இருக்கும் கணங்களில் இந்தப் பிம்பங்கள் மேல்மனத்தை ஆக்கிரமித்துக் கொள்கின்றன; அனுபவமும் வெளிப்பாடும் கொள்கின்றன. இம்மாதிரியான கணங்களில் செய்யும் காரியங்களைத்தான், 'நான் ஏன் இப்படிச் செய்தேன் என்று எனக்கே புரியவில்லை,' என்று வருந்துகிறோம். நல்லவன், மிகவும் சாது என்று கருதப்பட்டு வந்த ஒரு மனிதன் உணர்ச்சி வசப்பட்டுப் பெரும் குற்றங்களைச் செய்து விடுவதும் இதன் காரணமாகத்தான்.

ஆனால் பிம்பங்களின் இது போன்ற வெளிப்படல் மிகவும் சாதாரணமானதுதான். இன்னும் ஆழமான, வலிமை மிக்க பிம்பங்கள் மனித வரலாற்றில் புரிந்த கொடுமைகள் ஏராளம். இது தவிர, இன்னும் பல பிம்ப அமைப்புகள் மேல்மனத் தளத்திலேயே வாழ்ந்துகொண்டு இருக்கின்றன. ஆண், பெண் என்ற பிம்பங்கள்; குடும்பம் என்ற பிம்ப அமைப்பு; ஞானி, சம்சாரி, கலைஞன், அரசியல்வாதி, தைரியசாலி, பயந்தவன், நல்லவன், கெட்டவன் போன்ற பல்லாயிரக்கணக்கான பிம்பங்கள் மேல்மனப் பிரக்ஞைத் தளத்திலேயே இயங்கிக் கொண்டிருக்கின்றன. மற்ற அனுபவங்களின் அடிப்படையில், புதிய சமூக அமைப்புகளின் அடிப்படையில், இந்தப் பிம்பங்கள் பல்வேறு உருமாற்றங்கள் அடைந்தபோதிலும் சாரத்தில் பழையவையாகவே இருக்கின்றன.

இந்தப் பிம்பங்கள்தாம் காலத்தின் சாரம். மனிதப்பிரக்ஞையில் மனித உருக்கொண்டு இருப்பவை பெரும்பாலும் இந்தப் பிம்பங்கள். மனித உடல்கள் இறந்தாலும் இந்தப் பிம்பங்கள் முடிவு பெறாமல் தொடர்ந்து, புதிய மனித உடல்கள் தோன்றத் தோன்ற அவற்றில் வியாபகம் கொண்டு மனிதர்களாக உலவி வருகின்றன. மனிதப் பிரக்ஞையை இவை ஆக்கிரமித்துக் கொண்டு, வரும் எதிர்ப்புகளைச் சந்திக்கின்றன. மனிதன் இந்தப் பிம்பங்களில் ஆழ்ந்து, தன்னை மறந்து, தன்னை இந்தப் பிம்பங்களாகவே அடையாளம் கண்டு வாழ்கிறான். உண்மையில் அவன் வாழவில்லை. இந்தப் பிம்பங்களே அவனாக வாழ்கின்றன. அவை, தம் தொடர்ந்த இருப்பைக் காப்பாற்றிக்கொள்ள விழையும்போது, அவற்றில் சிக்குண்ட மனிதன், தன்னைத்தான் காப்பாற்றிக்கொள்ள விழைவதாகவே

எண்ணிக்கொள்கிறான். மனித உடல், மனம், சிந்திக்கும் திறன், உணரும்திறன், 'நான்' உணர்வு, ஆகியவற்றை இந்தப் பிம்பங்கள் தம் வசப்படுத்திக்கொண்டு ஆட்சி புரிகின்றன.

கால உணர்வில் தன் பிரக்ஞை கட்டுண்டு கிடப்பதை உணர்வுபூர்வமாகத் தெளிவுறும் வரையிலும் மனிதன் இந்தப் பிம்பங்களின் ஆதிக்கத்திலிருந்து விடுபடுவதற்கு வழியேது மில்லை. இந்த ஆதிக்கத்திலிருந்து விடுபடுவது மிகவும் சிக்கலான, கடினமான, அயர்ச்சி தரும் காரியம். இந்தப் பிம்பங்களின் ஆதிக்கத்திலிருந்து விடுபட எடுக்கும் முயற்சிகள் அனைத்தும் இந்தப் பிம்பங்களை மேலும் வலுவடையச் செய்யவே உதவுகின்றன. விடுபடும் முயற்சியில் செலவழியும் சக்தி அனைத்தையும் இந்தப் பிம்பங்கள் கிரகித்துக்கொள்கின்றன. மிகவும் சுலபமாக மனிதனை இவை ஏமாற்றிவிடுகின்றன. உதாரணமாக, 'விடுபடும் முயற்சியை மேற்கொள்ளும்' ஒரு பிம்பம் உருவாகிறது. பிரக்ஞை அதில் சந்தோஷமாகச் சிக்கிக் கொண்டு, தான் விடுபடும் முயற்சியில் ஈடுபட்டிருப்பதான பொய்யுணர்வில் திருப்தி கொள்கிறது.

பிம்பங்களில் முற்றிலுமாக லயித்து இருப்பதால் பிம்பமே தான் என்று நம்பியிருப்பதால், அந்தப் பிம்பங்கள் அழியும் சந்தர்ப்பங்கள் நேரும்போது, வரிந்துகட்டிக் கொண்டு மனிதன் அவற்றைக் காப்பாற்ற விழைகிறான். மனிதனின் இந்த நிலை பல்வேறு மதங்களின், பல்வேறு கலாசாரங்களின் புராணக் கதைகளில் பற்பல விதங்களில் சித்தரிக்கப்பட்டிருக்கின்றன.

பிம்பங்களின் – காலத்தின் – ஆதிக்கத்திலிருந்து ஓரளவுக் காவது – ஒரு கணமாவது – விடுபட்ட பிரக்ஞைதான் இவற்றை எதிர்கொள்ள முடியும். இவற்றை எதிர்ப்பது என்பது அர்த்த மற்றது என்று உணர்ந்த பின்புதான் இவற்றைப் புரிந்து கொள்ள முடியும். இவற்றைப் பற்றிய ஆழ்ந்த புரிதல் இன்றி இவற்றின் ஆதிக்கத்திலிருந்து விடுபடுவது சாத்தியம் இல்லை. தன் சுய அடையாளத்தைப் பற்றிய தெளிவு அடைந்தால்தான் மனிதன் இந்தப் பிம்பங்களைப் பற்றிய உண்மையை அறிய முடியும். இவற்றின் அடிப்படைப் பொய்ம்மையை அவன் அறிவதற்கு தீட்சண்யம் மிகுந்த ஒரு பிரக்ஞை நிலையை அவன் அடைய வேண்டும்.

பிம்பங்கள் அனைத்துமே தீயவை அல்ல. மனிதனின் அக யாத்திரைக்கு உதவி புரியும் பிம்பங்களும் உள்ளன. பிம்பங்கள் என்னும் தளத்தில் இவையும் பொய்யானவையே என்பதால் இவற்றிலும் ஒரு மனிதன் சிக்கிக்கொள்ள முடியும்.

ஆனால் பிம்பங்களின் உருவத்தைக் கடந்து அவற்றின் சாரத்தில் கவனத்தைக் குவிக்கும் நுட்பம் இருந்தால் அவற்றில் சிக்கிக் கொள்ளாமல், அவற்றின் சாரத்தில் பொதிந்திருக்கும் உண்மையை அடையாளம் கண்டுகொள்ள இயலும். பொய்யைப் பொய்யென்றும் பொய்யில் பொதிந்திருக்கும் உண்மையையும் உண்மையை உண்மையென்றும் அறிந்துகொள்வது பிம்பங்களின் ஆதிக்கத்திலிருந்து விடுபட்ட அகவிழிப்பின் முறைபாடு.

அடிப்படைத் தன்னுணர்வை அறிந்துணர்ந்த பின்னர், அந்த உணர்விலிருந்து விலகாமல் நங்கூரம் பாய்ச்சியதுபோல் அதில் இருக்க முடிந்தால் பிம்பங்களின் ஆதிக்கத்திலிருந்து முற்றிலுமாக விடுபட முடியும். ஆனால் அந்த நிலையிலும் கூடப் பிம்பங்கள் மனித மனத்தை அடிமைப்படுத்த முயலும். புத்தரின் ஞானோதயத்திற்குச் சற்று முன்புகூடப் பிம்பங்கள் தன் கைவரிசையைக் காட்டத்தான் செய்தன. அதில் சிக்கிக் கொள்ளாமல் இருந்த காரணத்தால்தான் சித்தார்த்தர் புத்தராக முடிந்தது.

ஒருவிதத்தில் புத்தர் என்பதுகூட ஒரு பிம்பம்தான். அந்த மனிதனின் பிரக்ஞைக்குப் பெயரோ உருவமோ கிடையாது. போதி மரத்தடியில் தலைக்குப் பின்னால் ஒளிவட்டத்துடன் அமர்ந்திருப்பது ஒரு பிம்பம்தான்.

சரி, இப்போது மறுபடியும் கலாசாரத்திற்கு வருவோம். கலாசாரம் என்பதில் ஆழ்மனத்தின் இரு அம்சங்களும் பங்கேற்கின்றன:

1) புதிய பிரக்ஞை அமைப்புகளை மேல்மனத்தில் வெளிப்படுத்திப் புதிய உலக அமைப்புகளை, சமூக அமைப்புகளை உருவாக்கும் ஆழ்மனச் சக்திகள்.

2) இருந்து முடிந்துபோன கலாசாரங்களின் எச்சங்கள், பிம்பங்கள்.

இவை இரண்டும் மனித கலாசாரத்தில், மனித சமூகத்தில் எப்போதும், எந்த ஒரு குறிப்பிட்ட காலகட்டத்திலும் இயங்கி வரும் சக்திகள். ஒரு அளவில், இந்த இரண்டு சக்திகளுக்கும் இடையே நிகழ்ந்து வரும் போர்தான் கலாசார அமைப்பின் உள் இயக்கமாக இருந்து வருகிறது என்று சொல்ல முடியும்.

இந்தப் போரில் எந்தச் சக்தி வெற்றி பெறும் என்ற கேள்வி உண்மையில் அர்த்தம் இல்லாதது. 'உண்மையே கடைசியில் வெல்லும்' என்று சொல்லும் போது, ஒன்று உண்மை, மற்றது பொய்; ஒன்று நல்லது, மற்றது தீயது

என்றெல்லாம் பொருள் கொள்ள வேண்டி வருகிறது. ஆனால் 'உண்மை – பொய்', 'நல்லது – தீயது' போன்ற இரட்டைக் கருத்துருவங்கள் எல்லாம் மனித அறிவு உண்டாக்கிய அளவைகளாகும்.

மனத்தளத்தில் (அனுபவத் தளத்தில்) இந்த இரண்டு சக்திகளை எப்போதும் இணைக்கவும் முடியாது. ஏதாவது ஒன்று மற்றதை முற்றிலும் வென்று முழுமையாகத் தன்னை நிலைப்படுத்திக் கொள்ளவும் முடியாது. எந்த ஒரு குறிப்பிட்ட காலத்திலும் இரண்டில் ஒன்றின் கை மேலோங்கி இருப்பதான தோற்றம் இருக்கும். ஆனால் தற்காலிகமாகத்தான். இந்தப் போர் நிகழ்ந்துகொண்டிருக்கும் தளத்தில் இந்த இரண்டு சக்திகளையும் ஒத்துப்போகச் செய்ய முடியாது. அது போன்ற முயற்சிகள் யாவும் பயனற்றுப் போவதோடு மட்டுமல்லாமல் அந்த முயற்சியே இந்தப் போரின் ஒரு அங்கமாகப் போய்விட முடியும்.

ஆனால் இந்தப் போர் நிகழும் தளத்திலிருந்து முற்றிலுமாக அடிப்படைப் பிரக்ஞை ('நான்' உணர்வு) விடுபட்டுவிட முடியும். அவ்வாறு விடுபட்ட நிலையில் மன (அனுபவ)த் தளத்திற்குச் சுய இயக்கம் இல்லாமல் போகும். பிம்பங்கள் காலத்தின் சாரம் என்றும் இறந்த காலத்தின் எச்சம் அவை என்றும் சொன்னோம். புதிய (எதிர்)காலங்களை அமைக்க விழையும் ஆழ்மனச் சக்திகளும் அந்த அளவில் காலத்துடன் தொடர்பு கொண்டவைதான். மன (அனுபவ)த்தளத்திலிருந்து விடுபட்ட 'நான்' உணர்வின் பார்வை கால உணர்வைக் கடந்து நிற்பதால், இந்த இரண்டு சக்திகளும் ஒரு ஆழமான அடிப்படையில் பார்க்கும்போது, தன்மையளவில் ஒன்றாகவே தெரிகின்றன. அவற்றுக்கு இடையே இருந்த எல்லைக்கோடு அழிந்து போகிறது.

மன(அனுபவ)த்தளமே கலாசாரம் இயக்கம் கொள்ளும் தளமாதலால், விடுபட்ட 'நான்' உணர்வு, ஒரு பொருளில் கலாசாரத்திலிருந்தே விடுபடுகிறது. ஆனால் 'நான்' உணர்வு கலாசார இயக்கத்தில் பங்கு கொள்வதில்லை என்று பொருளல்ல. விடுபட்ட 'நான்' உணர்வும் மன (அனுபவ)த்தளத்தில் பங்கு கொள்கிறது. அத்தளத்தில் அது பங்கு கொள்ளும் அளவுக்குக் கலாசார இயக்கத்திலும் அதன் பங்கு இருக்கத்தான் செய்யும். ஆனால் தன்னளவில் அது கலாசாரத்தின் கைதியாக இருப்ப தில்லை. விடுபட்ட 'நான்' உணர்வுக்குக் கலாசாரத் தளம் ஒரு சிறையாக இல்லாமல், கதவுகள் முழுமையாகத் திறந்து

வைக்கப்பட்டிருக்கும் அறை போன்ற ஒரு அமைப்பாகத்தான் இருக்கிறது. சுதந்திரமாக அது உள்ளே நுழைய முடியும், வெளியே போக முடியும். கலாசார அமைப்புகளையும் சுதந்திரத்தின் ஒளி தந்த வெளிச்சத்தில் மாற்றி அமைக்க முடியும்.

கலாசாரம், 'நான்' வசிக்க ஒரு வீடு போலத்தான். வாழ அல்ல. வாழ்தல் வீட்டுக்கு உள்ளேயும் வெளியேயும் எங்கும் நிகழ்கிறது.

கதவுகளைத் திறந்துவிட்டால் சிறையும் வீடுதான். மூடி வைத்தால் வீடும் சிறைதான்.

சுதந்திரம் கதவில் சிக்கிக்கொண்டிருக்கிறது.

நவீன விருட்சம்

❖

பின்னிணைப்பு

'பிரக்ஞையின் மர்மீயம்'
ஆனந்த் கட்டுரைகள் – ஒரு கண்ணோட்டம்

இந்த வார்த்தைகளை வாசிக்கும் நீங்கள் அங்கு 'இருக்கிறீர்களா'? நீங்கள் இருக்கிறீர்கள் என்ற அந்த உணர்வு என்ன? அது எதைக் குறிக்கிறது? அதுதான் பிரக்ஞை எனப்படுகிறது. இந்த வார்த்தைகளின் பொருள் உங்களுக்கு எப்படித் தெரியும்? உங்களுக்குள் சொற்களின் அர்த்தத்தைப் புரிந்துகொள்வது எது?

'நான் சிந்திக்கிறேன், அதனால், நான் இருக்கிறேன்' என்பது பிரபலமான ஒரு தத்துவக் கூற்று. 'சிந்தித்தல்' எனும் வினையால் 'இருக்கும் உணர்வு' உண்டாகிறது. சொல்லுடனும் மொழி யுடனும் உறவாடுகையில் புலன்களினூடாகக் காணும் உலகைக் குறித்த பிரக்ஞை உண்டாகி நிலைபெற்றுப் பிரக்ஞைபூர்வமான அனுபவத்தைத் தருகிறது. அந்த அனுபவத்தை அனுபவிப்பவரான 'நீ / நான்' மேற்சொன்ன அந்த எண்ணமிடும் வினையால் ஏற்படுகிறது.

நீங்கள் இருக்கிறீர்கள். ஏதோ ஒரு காலகட்டத் தில், ஏதோ ஒரு கால உணர்வுடன், ஏதோ ஒரு கால வெளியில் நீங்கள் வாழ்ந்துகொண்டு அல்லது இருந்துகொண்டிருக்கிறீர்கள். நீங்கள் இருப்பதாக, வாழ்ந்துகொண்டிருப்பதாக ஓர் உணர்வு மற்றும் எண்ணம் உங்களுக்கு இருந்துகொண்டிருக்கிறது. இதற்கெல்லாம் காரணம் உங்களுக்குள் நீங்களாகச் செயல்படும் உங்கள் பிரக்ஞை உணர்வு. நீங்கள்

இருப்பதான இந்த உங்கள் பிரக்ஞை உணர்வு உங்களுக்கே உரித்தான ஒரு தனிப்பட்ட உணர்வு. 'நான்' என்று உங்களை நீங்கள் அறியும் பிரக்ஞை வேறெவராலும் பகிர்ந்துகொள்ள முடியாத தீவுத் திடல் போன்றது. இந்தப் பிரக்ஞை உணர்வின் பகுதியாகக் காலப் பிரக்ஞை, இடப் பிரக்ஞை, இடைவெளிப் பிரக்ஞை, நான் என்கிற சுய – பிரக்ஞையின் அளவீடுகள் மனிதப் பிரக்ஞை உணர்வில் மேலிடுகின்றன.

காலம் என்றால் என்ன? பிரக்ஞை என்றால் என்ன?

ஆனால், காலம் என்றும் பிரக்ஞை என்றும் நாம் கூறி வருகிற ஒன்று மெய்யாகவே உள்ளதா? காலம் – பிரக்ஞை இவையெல்லாம் ஒரு விதத்தில் மனித அறிவின் கிரகித்தலுக்கு மிக அருகாமையிலும் அதே சமயம் எட்டாத கருத்துருவங்க ளாகவும் உணரப்படுகிறது. ஆனால் காலம், வெளி, மற்றும் பிரக்ஞை என்றெல்லாம் சொல்லப்படுகின்றவை உண்மையில் இருத்தலில் உள்ளவையா? அல்லது அவை தொடர்புடையவை யாக மட்டுமே அறியப்படக்கூடியவையா? இவையெல்லாம் ஒன்றுடன் ஒன்று இணைத்துப் பார்த்தால் மட்டுமே பிடிபடக் கூடியவையா? காலம் அல்லாத பிரக்ஞை ஒன்றிருக்க முடியுமா? 'நான்' என்கிற, 'தன்மனம்' என்கிற 'சுயப்பிரக்ஞை'யைக் கடந்த பிரக்ஞை நிலை ஒன்று இருக்கக்கூடுமா? மாசற்ற பிரக்ஞை உணர்வு நிலை என்று ஏதேனும் இருக்கிறதா?

பிரக்ஞை என்பது ஒரு விளக்கத்தில் விழிப்பு நிலையைக் குறிக்கிறது. இது எப்படிப்பட்ட விழிப்புநிலை? காலம், இடம் மற்றும் தன்னிருப்பு குறித்த விழிப்புணர்வா? காலம் என்பது என்ன? பிரக்ஞை என்றால் என்ன? வெளி எதனாலானது? இந்தக் கருத்தாக்கங்களின் மூலம் எது? இவைகளைப் பற்றிய சிந்தனைகள் எதற்கானது?

இவையெல்லாம் மனித மனம் தொடர்பானது. மனித வாழ்க்கையைப் பற்றியது. மனிதப் பிரக்ஞை மீட்சிக்கானது.

பிரக்ஞையின் விழிப்பு, விழிப்பின் பிறப்பு

பொதுவாக, உலகிலுள்ள சகல உயிர்களும் கருவில் உருவாகிப் பிறந்து உணர்வறியாத ஒரு நிலையில் மெல்லப் பிரக்ஞையின் மினுக்கல்கள் தோன்றி, அந்த அந்த உயிர்களின் உடல், உயிரியல் தன்மைகளுக்கேற்ப அதனதன் புலன்கள் விழித்துக்கொள்கின்றன. இயல்பில் பிற உயிர்களின் விழிப் புணர்வு எப்படிப்பட்ட தன்மை வாய்த்தது? சுற்றியுள்ள உலகுடனான அவைகளின் அனுபவ உணர்வு அல்லது விழிப்புணர்வு அல்லது பிரக்ஞை எத்தகையது, அவைகள் எவ்விதமாக உலகைக் காண்கின்றன, உணர்கின்றன, உள்

வாங்கிக்கொள்கின்றன, அப்படிப்பட்ட பிரக்ஞை நிலை அல்லது வேறுபட்ட பிரக்ஞை நிலைகள், பலதரப்பட்ட விழிப்புநிலைகள் உள்ளனவா என்பதையெல்லாம் விளங்கிக்கொள்ள நிச்சயமான வழியேதும் இல்லை. ஆனால் மனித விழிப்புணர்வைக் குறித்து, மனிதப் பிரக்ஞை உணர்வைக் குறித்து அறிந்து கொள்ள ஏதேனும் வழியுள்ளதா?

பிரக்ஞை என்ற சொல்லுக்கு, 'மனதிற்கும் புலன்கள் காணும் உலகிற்கும் இடையிலான தொடர்பின் முடிவான விளைவென்று' பொருள் கொள்ளப்படுகிறது. மொழி அடையாளம் உருவாகும் முன்னரே புலன்கள் மட்டுமே செயல்படும் பிரக்ஞை உருவாகி வளர்கிறது. அந்தப் பிரக்ஞை மொழி சார்ந்ததல்ல. அதை விழிப்புணர்வென்றோ உணர்வென்றோ உணர்பிரக்ஞை என்றோ கவனமென்றோ தன்னுணர்வாகவோ அனுபவப்படும் உணர்வென்றோ ஒருமித்த உணர் தன்மையாகவோ பௌதிக உடலின் இயல்பூக்கமாகவோ அனுமானிக்கலாம். நனவு, சித்தம் போன்ற சொற்களும் பிரக்ஞையைக் குறிக்கிறது. ஆனால், பிரக்ஞை அதன் மூல நிலையில் மொழி சார்ந்ததல்ல. அதே சமயம் தன்னைச் சுற்றியுள்ளவற்றிடமிருந்து வேறுபடுத்திப் பார்க்காத, தன்னிருப்பையே உணர்ந்தும் உணராத, முற்றிலுமாக அறிய முடியாததாக, அதன் 'ஓர் ஒப்பீட்டு நிலையாக' மட்டுமே அறிதலுக்கு உட்படுவதாகப் பிரக்ஞையை அதன் ஆழ நிலையி லிருந்து காணலாம். ஆனால் இங்கெல்லாம் மொழி செயல்பட ஆரம்பித்துவிடுகிறது.

'ஒரு குறிப்பிட்ட கணத்தில் நாம் விழிப்பு கொள்ளும் எந்த ஒன்றும் நம் பிரக்ஞையின் ஒரு பகுதியை உருவாக்கிப் பிரக்ஞைபூர்வமான அனுபவத்தை நம் வாழ்க்கையின் மிகப் பரிச்சயமான ஆனால் அதே சமயத்தில் மிகப் புதிரான அனுபவமாக ஆக்குகிறது' என்று விஞ்ஞானிகள் குறிப்பிடு கின்றனர். பிரக்ஞையின் ஒரு பகுதியை மட்டுமே நாம் அனுபவப்படுகிறோம் என்பதை நினைவில் கொள்ள வேண்டும். விழிப்புநிலை மட்டுமல்லாது உறக்கம் மற்றும் கனவுநிலை களிலும் பிரக்ஞை இருக்கிறது. உறக்கத்தில் பிரக்ஞை – இன்மை என்ற எதிர்மறையான நிலையிலும் கனவுகளில் அவற்றிற்கே உரித்தான தொடர்புகளுள்ள குறைவிழிப்பு நிலையிலும் பிரக்ஞை உள்ளது.

ஒரு விதத்தில் பிரக்ஞை என்று ஒன்று இருக்கிறதா, அது ஆராயப்படக்கூடிய விஷயமா என்கிற ஐயப்பாடு இருந்தாலும் மனித வரலாற்றில் தத்துவதரிசிகள் நெடுங்காலமாக ஆராய்ந்து வரும் பிரக்ஞை, மனம், நான் என்ற சுயத்தின்

உணர்வு எல்லாமே இன்று இயற்பியலாளர்களாலும் கணித வியலாளர்களும் மனோவியலாளர்களாலும் நரம்பியலாளர்களாலும் ஆய்வுக்குட்படுத்தப்பட்டு ஆராயப்பட்டு வருகிறது.

பிரக்ஞை குறித்து விளங்கிக்கொள்ள விஞ்ஞானிகள் எளிதான மற்றும் கடினமான சிக்கல்கள் எனப்படும் இரு விதமான பிரச்சினைகளை எதிர்கொள்கின்றனர். ஒன்று, மூளையின் பிரக்ஞைபூர்வமான மற்றும் பிரக்ஞைபூர்வமல்லாத அல்லது அனிச்சையான செயல்பாடுகளை விளங்கிக்கொள்வது. சில விஷயங்களை நம்மால் பிரக்ஞைபூர்வமாகச் சிந்தித்துச் செயல்பட முடிகிறது. பிரக்ஞைபூர்வமாக அறிய, உணர முடிகிறது.

மாறாக, உடல் உறுப்புகள் சார்ந்த இயக்கங்கள் நம்முடைய கட்டுப்பாட்டிற்கு வெளியே, நம்முடைய சுயப்பிரக்ஞை உணர்வுக்கு அப்பால் தன்னிச்சையாக நிகழ்கிறது. உடலின் இயக்கங்கள் நாம் வெளிப்பட அறியாப் பிரக்ஞை செயல் பாடுகளாகும். அது நம்முடைய பிரக்ஞைபூர்வமான மனதின் கட்டுப்பாடுகளுக்கு அப்பாற்பட்டது.

மூளை மற்றும் உடலின் தன்னிச்சையான, பிரக்ஞைபூர்வ மாய் அல்லாத கணிதபூர்வமான இயக்கங்கள் அல்லது செயல்பாடுகள் எவ்விதம் பிரக்ஞைபூர்வமான அனுபவத்தை உண்டாக்குகிறது என்பதை வேறுபடுத்தி இவைகளுக்கு இடையி லான ஒத்திசைவுகளையும் ஒட்டுறவுகளையும் விளக்குவது பிரக்ஞையை விளக்குவதில் உள்ள இரு சிக்கல்களில் எளிமை யான ஒரு சிக்கல் என்று கூறப்பட்டாலும் இது உண்மையில் அவ்வளவு எளிதாக விடை காணக் கூடிய பிரச்சினை அல்ல. பிரக்ஞைபூர்வமான செயல்பாடுகளிலிருந்து பிரக்ஞை பூர்வம் – அல்லாத செயல்களை வேறுபடுத்தி மூளையில் அவைகளுக்கான ஒத்திசைவுகளை அல்லது தொடர்புடைய பகுதிகளை அடையாளம் கண்டு அவை ஏன் எதற்காக உருவாயின எனக் கண்டறிவது அவ்வளவு சுலபமாக இல்லாத 'எளிய பிரச்சினை'.

ஏதோ பிரக்ஞைபூர்வமான செயல்பாடு நம் தலைக்குள் நடைபெறும் உணர்வு நமக்கு இருப்பது ஏன்? நரம்புத் திசுக்களின் அமைப்பு எவ்விதம் 'நான்' என்கிற தன்னிலை (எழுவாய்) அனுபவத்தை உண்டாக்குகிறது என்பதை விளங்கிக் கொள்வது மற்றொரு சிரமமான சிக்கல் அல்லது பிரச்சினை என விஞ்ஞானிகளால் கூறப்படுகிறது. இது ஒரு பெரும் மர்மமாகவே கருதப்படுகிறது. 'நம்முடைய நினைப்புகள், உணர்ச்சிகள், உணர்வுகள், சுக துக்கங்கள், வலிகள் எல்லாம் மூளைத் திசுக்கள் சார்ந்த செயல்பாட்டின் விளைவுகள்தான். பிரக்ஞை என்பதே மூளையின் செயல்பாடுதான்' என்கிற

அறிவியல் யூகம் ஒன்றும் இருந்துவருகிறது. அதே போல் பிரக்ஞை மூளை சார்ந்தது அல்ல, அது பௌதிக உடலுக்கு உட்பட்டதல்ல; பௌதிக உடல் பிரக்ஞையைக் கடத்தும் அல்லது மாற்றியமைக்கும் ஒரு பொறி மட்டுமே. உதாரணமாக, வானொலி, தொலைக்காட்சிப் பெட்டிகளைச் சொல்லலாம். இந்தப் பெட்டிகள் ஒலி ஒளிக் காட்சிளை வெளியிடுகின்றன. இந்தப் பெட்டிகளை உடைத்துவிட்டால் ஒலி ஒளிக் காட்சி களைப் பெற முடியாது. இதை வைத்து ஒலி ஒளிக் காட்சிகளை வானொலி, தொலைகாட்சிப் பெட்டிகள்தான் உண்டாக்கு கின்றன என்று கூற முடியுமா? எனவே பௌதிகத் தளத்திற்கு அப்பாலானது பிரக்ஞை, அது பேரண்டமெங்கும் நீக்கமற நிறைந்துள்ளது என்பதும் இன்னொரு விஞ்ஞானக் கருத்தாக உள்ளது.

நான் என்பதும் . . . காலம் என்பதும் . . . வெளி என்பதும் . . . பிரக்ஞை என்பதும் . . .

'நான் இருக்கிறேன்' என்கிற நினைப்புணர்வு எல்லா மனிதர்களுக்கும் இருக்கிறது. 'தான் இருக்கிறோம்' என்கிற ஒருவரின் இந்த நினைப்புக்கு அடிப்படையாக அவருக்கு உடல் என்று ஒன்றும் உள்ளது. இந்த உடலானது நம்முடையது (என்னுடையது), இது என் கைகள், இது என் கால்கள், இது என் முகம் என்றெல்லாம் நினைப்பு உடலைத் தன்னுடைய தாக அடையாளம் கொள்கிறது. அந்த உடலுக்கு ஒரு பெயரும் இருக்கிறது. உடல் வாழ்கின்ற உணர்வும் அந்த உடல் தன்ன தென்று அறிகின்ற எண்ணமும் மனித சிந்தையில் ஆழப் பதிந்துள்ளது.

இந்த எண்ணங்கள், சிந்தனைகள் செயல்படுகின்ற மன வெளி எது? அதுவே பிரக்ஞையின் ஒரு பகுதியாக நம்மால் அறியப்படுகிறது. இந்த எண்ணங்களால் உருவாகும் சுய பிரதிபலிப்பை, சுய – பிம்பத்தை, நான் அல்லது தான் என்கிற சுயம் என்கிற எண்ணப் பிரக்ஞையாகவும் நம்முடைய தனிப்பட்ட மனமாகவும் உணர்கிறோம்.

மனித மனமானது 'நான்' என்ற பிரதிபலிப்பின் இணை யான எண்ண ஓட்டமாய் அறியப்படுகிறது. பிரதிபலிப்பால் எண்ணமும் அதே நேரம் எண்ணத்தால் பிரதிபலிப்பும் நிகழும் ஓர் களம்தான் பிரக்ஞை. ஆதாரத்தில் பிரக்ஞையை எல்லைக ளற்ற உணர்வெளியாகவே உணர்கிறோம். இந்த மூலப் பிரக்ஞை நிலை உணர்ந்தும் உணராததுமான ஒரு நிலையாக இருக்க வேண்டும். அறியப்படாத, தனித்துத் தன்னை அறியாத அல்லது தன்னைத்தானே தனித்துப் பிரித்தோ பிரிந்தோ உணராத அறிந்தும் அறியாமலுமான அந்தப் பிரக்ஞை வெளியில்

எண்ணம் தன்னைத் தானே 'மனம்' என்ற ஒன்றாகப் பிரித்துணர்கிறது. இதுதான் 'நான்' என்பதாகக் குறுகிய சுய – பிரக்ஞை. நிகழ்ச்சிகளின் கோர்வையை வரிசைப்படுத்தும் அளவீட்டு அமைப்பான காலம் இங்கு வேறொரு தளத்தில் செயல்படுகிறது. இது காலம் என்ற ஒற்றைப் பரிமாணத்தின் இரண்டாவது தளம்.

ஒரு தனி மனிதரின் பிறப்புமுதல் இறப்புவரை அவருக்கே உரித்தான ஒரு காலத்தடம் இருக்கிறது. ஒட்டுமொத்த மனித சமூகப் பிரக்ஞையின் கால ஓட்டத்தை ஒட்டி அந்தக் காலத் தடத்தை அனுசரித்து அதில் ஓர் அங்கமாக உருவாகிப் பின் அதற்குப் பொருந்தி இந்தத் தனிமனிதர் காலத்தடம் செயல்படுகிறது.

சம்பவங்களை வரிசைப்படுத்துவதும் நிகழ்வுகள் நடைபெறும் அல்லது நீடிக்கும் நேர அளவீடுகளும் நிகழ்வு களுக்கு இடையிலான இடைவேளை அளவீடுகளும் அவற்றை ஒப்புநோக்குவதும் காலத்தைச் சுட்டுகிறது. அது அளவிட்டு ஒப்புநோக்குபவரையும் உள்ளடக்கியுள்ளது. இந்த 'ஒப்பு நோக்குபவர்' அளவீடுகளைச் செய்பவராகவும் அவரே அந்த ஒப்பீட்டின் மைய அங்கமாகவும் அதன் விளைவான கால அமைப்பின் செயலாளியாகவும் இருக்கிறார். அந்தச் செயல் முகம்தான் 'நான்'.

யதார்த்தமான தினசரி வாழ்வையும் அதன் நிகழ்வு வரிசையையும் முறைப்படுத்தப் பயன்படும் ஒரு அளவீட்டு அமைப்பான காலத்தின் முதல் தளத்தில் இயற்கையின் போக்கு உள்ளது. பகல் இரவாகிறது. இரவு ஒரு குறிப்பிட்ட கால இடைவெளிவரை நீடிக்கிறது. பின்பு பரிதியின் உதயத்தால் பகல் பொழுது துவங்கி மறுபடியும் ஒரு கால இடைவெளியை உருவாக்குகிறது. இந்த இயற்கையின்படி காலத்தின் தொடர் சுழற்சிகள் நிகழ்ந்தபடி உள்ளன. இது நமது பூமி உள்ளிட்ட கோள்களின் அமைப்பு முதல் பிரம்மாண்டமான பிரபஞ்ச அளவிலும்கூடச் செயல்படுவதாகும். இங்கு இயற்கையின் நடைமுறையால் இயல்பானதும் அவசியமானதுமான ஒன்றுடன் ஒன்று ஒத்திசையும் ஒரு ஒட்டுமொத்தக் கால அமைப்பு உள்ளது. நம்முடைய உலகில் இந்தக் கால அமைப்பைத் துல்லியமாகக் காண்பிக்கும் கடிகாரக் கருவிகள் உள்ளன. நொடி, நிமிடம், மணி என இரவுபகல் 24 மணி நேரங்களாகக் கூறுகளிடப்பட்டு அளவிடப்படுகிறது. ஒரு நாளுக்கும் அதிகமான கால அளவு வாரம் என்றும் மாதம் என்றும் வருடம் என்றும் நாட்காட்டி அளவீடு உள்ளது. தற்போது நாம் சார்ந்திருக்கும் நவீன காலக் கணித முறை

தவிர பல கலாசாரங்களில் வெவ்வேறு விதமான காலக் கணித அளவீடுகள் இருந்துள்ளன. பழமையான இந்தியக் காலக் கணித அமைப்பு காலத்தைப் பரமாணு, அணு முதல் லவம், நிமிடம், கணம், நாழிகை, முகூர்த்தம், மணி, நாள் என்றெல்லாம் காலத்தை அளவீடு செய்துள்ளது. இந்தக் கணிதங்கள் கல்பகோடி ஆண்டுகள், யுகங்கள், சதுர் யுகங்கள் என விரிவடைந்த பிரமாண்டமான கால அமைப்புகளைக் காண்பிக்கும் அளவீடுகளாகும்.

நம்முடைய தினசரி வாழ்க்கையைப் பொறுத்தவரை 'காலம் என்பது கடிகாரக் கருவி அளந்து காட்டுவதும் நாட்காட்டி குறிப்பிட்டுக் காட்டுவதும்தான்'. மனிதப் புரிதலைப் பொறுத்தவரை இதுதான் காலத்தின் முதலும் முடிவுமான மறுக்க முடியாத அடிப்படைத் தளமாகும்.

வெளி என்பதும் அதனளவில் அகலம், உயரம், நீள ஆழம் உள்ள எல்லையில்லாத முப்பரிமாண நீட்சியாக அறியப் படுகிறது. அதில் பொருட்கள் இருக்கின்றன. சம்பவங்கள் நிகழ்கின்றன. அதற்குச் சார்புள்ள நிலையும் திசையும் இருக்கிறது. இருப்பினும் இயற்பியலாளர்கள் வெளியைக் காலத்துடன் இணைத்தே சிந்திக்கின்றனர். வெளியானது காலத்துடன் இசைந்து எல்லைகளில்லாத நான்கு பரிமாணத் தொடர்ச்சி யாக நீடிக்கிறது. இரு புள்ளிகளுக்கு இடையிலான வெளிக்கு அந்த இருபுள்ளிகளுமே அளவீடுகளாகின்றன. ஈர்ப்புவிசை வெளிதனை வளைப்பதோடு கால – வெளி வடிவமைப்பு (ஜியோமிதி) முறைமையை மாற்றி அமைக்கிறது என்று விஞ்ஞானம் கருதுகிறது. கோள்களின் ஈர்ப்பு விசையால் குறைந்தபட்சம் அவற்றைச் சுற்றியுள்ள பிராந்திய வெளி, அதாவது கோள்களைச் சூழ்ந்துள்ள வெளி வளைவதாக விஞ்ஞானக் கோட்பாடு கூறுகிறது.

உண்மையில் வெளி என்பது என்ன? அது எங்கிருந்து வந்தது? அது எதனாலானது? பிரபஞ்ச அளவைப் பொருத்த வரை அண்ட வெளி எல்லைகளில்லாததாகத் தெரிகிறது. வெளி என்பதற்குத் தன்னளவிலேயே தன்னிச்சையான இருப்பு உள்ளதா, அது ஒரு வஸ்துவா (பொருளா) அல்லது இரு வஸ்துக்களின் (பொருட்களின்) இடையிலான தொடர்பா அல்லது ஒரு சித்தாந்த ரீதியான கட்டமைப்பின் பகுதியா என்பது குறித்தெல்லாம் தத்துவ, விஞ்ஞான சிந்தனையாளர் களுக்கிடையே கருத்து வேற்றுமைகள் உள்ளன.

நாம் வாழும் உலகின் பரப்பு வெளியால் சூழப்பட்டுள்ளது. பூமியின் மேற்பரப்பின் வெளியை விஷயங்களின் அல்லது பொருட்களின் இடையிலான தொடர்பு வெளியாக அளவிட்டு

அறிகிறோம். பொருட்கள் மற்றும் விஷயங்களுக்கு இடையிலான வெளி பொருள் சார்ந்த உலகின் ஒரு அளவீடாகிறது. நமது உடலின் திசுக்களிலும்கூட வெளி இருந்துகொண்டிருக்கிறது. அணு அளவினுள்ளும் அண்ட சராசர அளவிலும் வெளியை அளவீடு செய்யப் பலவிதமான (மனித) அளவீடுகள் உருவாக்கப் பட்டுள்ளன. அண்ட பேரண்டங்களுக்கிடையிலான வெட்ட வெளியின் தொலைவைக் கணக்கிட ஒளியின் வேகம் அளவீடா கிறது. ஆனால் தொலைவுக்கு வெளியிலும் வெளியே நிரம்பி யுள்ளது. துவக்கப்புள்ளியும் முடிவுப் புள்ளியும் இன்றிக் காலம் போலவே வெளியும் அளவீடுகளுக்கு உட்பட்டதல்ல. அதே சமயம் காலம் மற்றும் வெளியின் துவக்கப்புள்ளியே முடிவுப் புள்ளியாக அமையும்போது காலமும் வெளியும் ஒரு வரையறைக்குள் சுழல்வதாகக் கொள்ளலாம். பிரக்ஞை வெளியும் பிரபஞ்ச வெளியும் வெவ்வேறானதாக அல்லாமல் இருக்கலாம். நம்மைச் சுற்றி நாம் காணும் எல்லையில்லாத வெளியும் தொலைவும் அதில் உள்ளடங்கிய கோள்களும் அண்டங்களும் அண்டசராசரங்களும் உள்ளிட்ட பிரபஞ்சத்தை அதிலிருந்து வெளியேறி நின்று ஒருவர் காண்பாரானால் அவர் பிரபஞ்சத்தை ஒரு கால – வெளிப் பந்தாகவே காண்பார் என்ற விஞ்ஞான அனுமானம் ஒன்று உண்டு.

எனவே காலம், வெளி என்பன அளவுகோல் சார்ந்த ஒரு அளவீடாக ஆகிறது. அளவீடுகளுக்கு அப்பால் இவ்விரண்டும் அறியப்படக்கூடியதல்ல. அல்லது இருத்தலில் இல்லை எனலாம்.

கால அளவீடுகள் இரு விதங்களில் மனித பிரக்ஞையிலும் தினசரி வாழ்க்கையிலும் செயல்படுகிறது. ஒன்று தினசரி வாழ்க்கையைச் சார்ந்த நடைமுறைக் கால அளவீடு. இது வெளியுலகத் தொடர்புக்கும் தினசரி வாழ்க்கைக்கும் சமூக அமைப்பு சார்ந்த பயன்பாட்டுக்குமானது. மிக அவசியமானது. இந்த நடைமுறைக் கால – அமைப்பின் மீதாகக் கட்டியெழுப்பப் படும் அடுத்த அடுக்குக் கால – அமைப்பு மானசீகமானது. இது மனம் எனும் கட்டமைப்பை நடுவமாகக் கொண்டு இயங்கும் நேர்கோட்டு வரிசையிலான ஒற்றைப் பரிமாணக் காலம். இது மன ஓட்டத்தின் விளைவு.

நடைமுறைக் கால – அமைப்பான முன்னதில் இயல்பான காலஅளவீடும் பின்னதில் சுய – பிரக்ஞையினாலான மனோ ரீதியிலான காலஅளவீடும் தெரிகின்றன. 'இன்னதிலிருந்து இன்னதுவரை', 'கடந்ததிலிருந்து எதிர்காலம் வரை', 'முன்பு நான் இப்படி – இப்போது நான் இப்படி – நாளை நான் இப்படி' என்ற அளவீடுகளிலும் கால (இடை)வெளி ஒத்திசைந்து

உருவாகிறது. இவ்வாறு கால வேறுபாடுகளை ஒப்பிட்டு நோக்கும் மனம் அதன் திசைகளை இயக்கும் 'நான்' என்கிற மையமாகிறது. இம்மாதிரியான மனம் சார்ந்த அளவீடுகள் அதனளவிலேயே ஒரு கால ஓட்டமாக உந்தப்பட்டு அளவீடுகளுக்கு அப்பாலான பரந்த நிகழ்கணத்தைக் குறுக்கி அதன் மூலம் நிகழ்காலத்தின் பார்வையை முடக்கிவிடுகிறது. ஒன்றை நோக்கிய மனதின் அசைவு, அதாவது எண்ணத்தின் அசைவு அதனளவிலேயே கால ஓட்டமாகிறது. அது அதற்கே உரித்தான ஓர் திசையில் நகர்கிறது. ஒரு விதத்தில் எண்ணத்தின் திசையிலான இந்தக் கால ஓட்டம்கூட உலகத்துடனான சமூக உறவு சார்ந்த செயல்பாடுதான். ஆனால் ஒரு முற்றிலும் வேறுபட்ட தளத்தில். ஒட்டுமொத்த மனிதப் பிரக்ஞையும் ஒரு விதத்தில் எண்ணத்தின், மனதின் கால ஓட்டத்தின் திசையில் சென்றுகொண்டிருக்கிறது.

காலம் காட்டும் கடிகாரத்தை அடிப்படையாகக் கொண்ட கால அளவீடு வெறும் நடைமுறைப் பயன்பாட்டை ஒட்டியதாக வும் இரண்டாவது கால அளவீட்டில் கற்பிதமான, மனம் சார்ந்த, 'நான்' என்கிற சுய – பிரக்ஞையைச் சார்ந்த கால அளவீடும் செயல்படுகிறது. இவ்விதம் பின்னிப் பிணைந்த காலமும் வெளியும் இவ்விரு தளங்களிலும் பரிமாணங்களிலும் சார்புடையதாகத் தெரிகிறது. அதற்கும் அப்பால் விழிப்புணர்வா லும் பார்வையாலும் கால – வெளி வரையறைகளைக் கடந்த வெவ்வேறு கால – வெளி அமைப்புகள் கொண்ட காலப் பரிமாணங்கள் குறித்த ஓர் பார்வையை முன் வைக்கின்றன ஆனந்தின் 'சஞ்சயன் பார்வை' தலைப்பிலான கட்டுரைகள்.ள

காலம் சுருங்குகையில் வெளியும் உடன்பட்டு சுருங்குகிறது. காலம் விரிவடைகையில் அதனுடன் வெளியும் விரிவடைகிறது. காலம் பல முனைகளைக் கொண்ட வெளியாகவும் உள்ளது. இங்கே – இக்கணம் என்கிற கால – வெளியின் மையப் புள்ளி யானது அதன் மிகமிக நுண்ணிய அளவில் ஒரு பரிமாணமாகச் செயல்படுகிறது. இவ்விதமாகப் பலப்பல காலக்கோடுகளின் குறுக்கீடுகள் கால – வெளி மையங்களாக வெவ்வேறு கால – வெளி அமைப்புகளையும் கால – வெளிப் பரிமாணங்களையும் தோற்றுவிக்கின்றன. 'சஞ்சயன் பார்வை' மற்றும் 'சரயுகுமாரன் கட்டுரைகள்' என்ற இரு வேறு தலைப்புகளில் தொகுக்கப் பட்டுள்ள ஆனந்தின் இந்தக் கட்டுரைகளில் மிக ஆழமான, விரிவான, பரந்த பார்வையில் இவற்றைக் குறித்த விழிப்பு வெளிச்சம் பாய்ச்சப்பட்டிருக்கிறது.

உருவகபூர்வமாக உள்ளார்ந்த, விவேகபூர்வமான இந்தக் கட்டுரைத் தொகுதி தமிழுக்கு மிகப் புதிதானதும் அவசிய மானதும் ஆகும். ஓர் அகண்ட, அதே சமயம் மிக நுண்ணிய

நோக்கில் பிரக்ஞை, காலம், வெளி, மனம், நான் என்ற மாயாவியின் செயல்பாடுகள் இவைகளுக்கிடையிலான எளிதில் புரிபடாத சிக்கலான தொடர்பு முறைகள், அவை குறித்த பார்வை, விழிப்புணர்வு போன்றவை மிகத் தெளிவாகவும் எளிமையாகவும் சுவையாகவும் இக்கட்டுரைகளில் எடுத்துக் கூறப்பட்டுள்ளன.

அதேபோல் இந்தக் காலவெளிப் பரிமாணங்களுக்கு அப்பால் இங்கே – இப்போது – இக்கணம் என்பதுவும் நீங்கிய காலமற்ற பிரக்ஞை நிலையான ஓர் ஆதி அந்தமற்ற ஆகாய நிலையை நோக்கிய பார்வையையும் இக்கட்டுரைகள் உள்ளடக்கியுள்ளன.

சஞ்சயன் பார்வை

காலத்தைப் பொறுத்தவரை இரண்டுவிதமான தத்துவக் கோணங்கள் உள்ளன. ஒரு பார்வையில், காலம் என்பது எந்த விதமான சம்பவங்களும் பொருட்களும் அல்லது விஷயங் களும் நிகழும் கொள்கலன் அல்ல. அது ஓர் ஓடும் (இயங்கும் அல்லது அசையும்) வஸ்துவைவோ (பொருளையோ) அல்லது விஷயத்தையோ குறிக்கவில்லை. மாறாக, அது (இடை)வெளி மற்றும் எண்மதிப்பீடுகளுடன் கூடிய ஒரு அடிப்படையான அறிவுசார் அமைப்பின் பகுதி மட்டுமே. அதனுள் மனிதர்கள் சம்பவங்களையும் அனுபவங்களையும் வரிசைப்படுத்தி ஒப்பீடு செய்கிறார்கள் என்கிற ஒரு கோணம். அதனால், காலம் என்பது ஒரு சம்பவமோ விஷயமோ அல்ல. காலம் தன் னளவிலேயே அளவிடக்கூடியதுமல்ல. அது அளவீடுகளுக்கு உட்பட்டதுமில்லை. அதில் பயணிப்பது என்பது சாத்தியமு மில்லை. ஏனென்றால் காலம் என்று சார்பில்லாத தனி முதலாய் ஏதுமில்லை.

இது காலம் பற்றிய தத்துவஞானிகளின் ஒரு கோணம்.

இதற்கு நேர்மாறாகக் காலத்தைப் பற்றிய மற்றொரு கோணம் உள்ளது. இந்தப் பேரண்டத்தின் அடிப்படை அமைப்பில் காலம் என்பது ஓர் அங்கம் என்றும் அது ஒரு பரிமாணம் என்றும் சம்பவங்கள் அங்கு கோர்வையாக நடைபெறுகிறது என்றும் எல்லாக் காலங்களும் எல்லாக் காலங்களிலும் எப்போதுமே இருந்துகொண்டே இருக்கிறது என்ற கருத்து ஒன்று காலம் பற்றிய தத்துவஞானிகளால் மொழியப்பட்டிருக்கிறது. அதாவது முடிவில்லாத கால – வெளிப் பரிமாணங்கள் இருக்கும் சாத்தியப்பாடு இருக்கிறது. ஏனென்றால் வேறு வேறு காலங்கள் ஒரு புகைப்படச் சுருளின் காட்சிப் பலகணிகள் போல விடாப்பிடியாக நீடித்து கால

வெளிப்பரப்பு முழுவதும் பரவிக் கிடக்கிறது என்கிற ஓர் கோணம். இதன்படி காலப் பயணம் சாத்தியமாயுள்ளது.

ஆனந்தின் 'சஞ்சயன் பார்வை' என்ற தலைப்பிலான கட்டுரைகள் இப்படியாக மகாபாரதக் காலத்திலிருந்து பாரதப் போரைப் பார்வையற்ற திருதராஷ்டிரனுக்குத் தொலை நோக்குப் பார்வையில் கண்டுரைத்த சஞ்சயர் நம் காலத்திற்கு வந்து இங்குள்ள நம்முடைய உலகத்து வாழ்க்கையைக் கண்டு அது குறித்துத் திருதராஷ்டிரனுக்கு எழுதும் மடல்களாகத் துவங்குகின்றன. நம் உலகத்திலிருந்து திருதராஷ்டிரனுக்கு மடலெழுதும் சஞ்சயர் அதே நேரத்தில் மகாபாரத காலத்து உலகில் திருதராஷ்டிரனுக்கு மடலை வாசித்துக் காட்டுபவ ராகவும் இருக்கக்கூடும்.

பொதுவாக ஒரு தபால் அஞ்சல் போய்ச்சேர அதற்கே இயல்பான கால அவகாசம் அமைகிறது. இன்றைய மின்னஞ்சல், குறுஅஞ்சல் போன்றவை அடுத்தடுத்த நொடிகளிலேயே சென்றடைந்து விடுகிறது. இவ்விரண்டு முறைகளிலும்கூடக் கால வேறுபாடுகள் உருவாகின்றன. ஒரு முறையில் காலம் சுருக்கமாகவும் மற்றொன்றில் காலம் நிதானமானதாகவும் இருக்கிறது. இருந்தாலும் இரண்டிலும் அனுப்புதல் பெறுதல் அவற்றுக்கிடையே செல்லுதல் ஆகிய மூன்று வினைகளும் முக்காலங்களும் தென்படுகின்றன. செல்லும் வேகத்தால் காலம் மாறுபடுகிறது. முப்பரிமாண உலகை அடிப்படையாகக் கொண்ட கால – வெளி அமைப்பின் இயக்கியான முப்பரிமாண எண்ண ஓட்டத்தாலும் அதன் அசைவியக்கத்தாலும் காலமும் கால மாறுதல்களும் உண்டாகின்றன. முன்னதில் பொருளின் வேகமும் பின்னதில் மானசீக முப்பரிமாண மன ஓட்டமும் அதன் போக்கும் கால நீளங்களை மாற்றியமைக்கின்றன.

இருந்த இடத்திலிருந்து மகாபாரதப் போரைத் தொலை காட்சியாகக் கண்டு பார்வையற்ற திருதராஷ்டிரனுக்கு எடுத்துக் கூறி ஒளிபரப்பிய சஞ்சயர் அவருடைய கால – வெளிப் பரிமாணத்தைத் தாண்டி நமது கால – வெளி அமைப்பிற்குள் வந்து சேர்கிறார். இது எப்படி அவருக்குச் சாத்தியமாகிறது? ஆனந்தின் முதல் இரண்டு கட்டுரைகளில் இதற்கான விளக்கம் உள்ளது. மகாபாரத சஞ்சயருக்கு இங்கு நம் உலகில் தென் பகுதியைச் சேர்ந்த ஒரு மனிதர் அறிமுக மாகிறார். அவரைத் 'தென்னவர்' என்று அடையாளப்படுத்து கிறார் மகாபாரத சஞ்சயர். இந்தத் தென்னவரும் ஒரு 'சஞ்சயராக' அமைகிறார். சஞ்சயன் என்கிற புனைபெயரில் எழுதுபவர் அவர். இவ்விரு சஞ்சயர்களுக்கிடையிலான உரையாடல்கள் மூலமாகக் 'காலம் – வெளி – பார்வை – மனம்,

நான் என்ற உணர்வு, பிரக்ஞை' போன்றவை குறித்த வேறுபட்ட புரிதல்கள் கிடைக்கின்றன.

ஒரு காலத்திலிருந்து இன்னொரு காலத்திற்குச் செல்லும் வழி 'இப்போது' என்கிற தற்கணத்தில்தான் உள்ளது என்கிறார் சஞ்சயர். இந்த 'இப்போது' என்பது தற்கணத்தின் ஊடான பார்வையின் வாசலாக உள்ளது. சஞ்சயன் பார்வை முதல் கட்டுரையில் கீழ்காணும் குறிப்புகள் கிடைக்கப்பெறுகிறோம்.

மாபாரத சஞ்சயர் சொல்கிறார் –

– 'இப்போது'தான் பார்வையின் வாசல்.

– எல்லாக் கால ஓட்டங்களிலும் அல்லது பரிமாணங் களிலும் 'இப்போது' இருந்துகொண்டிருக்கிறது. அதாவது 'இப்போது' என்பது எப்பொழுதும் எல்லாக் கால அமைப்பு களுக்குள்ளும் இருந்துகொண்டிருக்கிறது.

– ஆனால் மனிதப் பிரக்ஞை பொதுவாக ஏதோ ஒரு கால அளவீட்டிற்குள்தான் செயல்படுகிறது. அவரவர் கால அமைப்பிற்குள், அவரவர் கால அளவீட்டிற்குள் இருப்பதையே அல்லது செயல்படுவதையே பெரும்பாலானவர்கள் விரும்பு கிறார்கள். குறுகிய சுய – பிரக்ஞையானது தனக்குத்தானே கற்பித்துக்கொண்டுள்ள காலப்பிரக்ஞையினுள் இருப்பதையும் அதன் குறுகிய வரையறைகளுக்குள் செயல்படுவதையுமே விரும்புகிறது.

காலம் என்பதும் இடம் போன்றதே. இடம் விட்டு இடம் பெயர்வதுபோல் காலம் விட்டுக் காலம் பெயர முடியும்.

எனவே 'இப்போது' என்பது கால வரையறைகள் அற்றதாகத் தெரிகிறது. அதேபோல் 'இப்போதின் பார்வை' கால – வெளி அளவீடுகளைக் கடந்ததாக அதன் வரையறை களைத் தாண்டிப் பாயக் கூடியதாக உள்ளது. அதுவே சஞ்சயர் கால – வெளிப் பரிமாணங்களையும் தளங்களை மாற்றும் வழியாகவும் காலங்களைத் தாண்டிப் பயணிக்கும் வழிவகை யாகவும் ஆகிறது. இந்தப் 'பார்வை'யின் குணாதிசயங்கள் என்ன? திருதராஷ்டிரனுக்கு எழுதப்படும் சஞ்சயரின் அடுத்தடுத்த மடல்களில் அது குறித்த மேலும் ஆழமான பார்வை இரண்டு சஞ்சயர்களுக்கிடையிலான உரையாடல் களின் ஊடாக எதிரொலிக்கிறது. சஞ்சயன் பார்வை கட்டுரை இரண்டில் அவ்வப்போது சந்தித்துக்கொள்ளும் இவ்விரு சஞ்சயர்களுக்கிடையிலான உறவு மேலும் சகஜமானதாகிறது. மகாபாரத சஞ்சயருக்கு நம்முலகின் காட்சிகள் புதுமையான தாக இருக்கிறது. கடற்கரையும் காதலர்களும் அவர்களின் நடத்தைகளும் சுக்கு காபியும் அதுவரை அவர் அறியாத,

பார்த்திராத, அனுபவப்படாத விஷயங்களாக இருக்கின்றன. முதன் முறையாகக் கடற்கரையைக் காண்பதாக அவர் திருதராஷ்டிரனுக்கு எழுதும் மடலில் குறிப்பிடுகிறார். நம் கால உலகமும் அதன் விஷயங்களும் போக்கும் அவருக்கு இதுவரை காண்டிராததாக, புதுமையாக, வியப்பூட்டுவதாக இருக்கிறது. இந்தக் குறிப்பிலும் கூட 'இப்போதின் பார்வை'யைப் பற்றிய ஒரு மினுக்கல் உட்பொதிந்துள்ளது.

இங்கு நம்முடைய உலகிலும் ஒரு யுத்தம் நிகழ்ந்து கொண்டிருப்பதாகத் திருதராஷ்டிரனுக்கு எழுதும் முதல் மடலில் சஞ்சயர் தெரிவிக்கிறார். 'அவர்களின் யுத்தம் குறிப்பிட்ட யாருடனும் இல்லை. திறந்துகிடக்கும் இப்போதின் வாசலுக்கு உள்ளே காலம் பூட்டி வைத்திருக்கும் கதவுகளுடன் தான் இவர்களது யுத்தம் நடைபெறுகிறது. காலம் அடைத்த கதவுகளை நோக்கித்தான் இவர்களின் அஸ்திரங்கள் பாய்கின்றன.'

நம்முடைய உலகில் ஒரு போர் நடைபெற்று வருவதாகச் சஞ்சயர் கூறுவதன் பொருள் என்ன? யுத்தம் என்பதே இரண்டு எதிர்எதிர் நிலைகளின் மேலோங்கும் நோக்கத்தின் விளைவுதான். இங்கு மனிர்கள் ஈடுபடும் எல்லாவற்றிலும் யுத்தங்கள் நடைபெற்று வருகின்றன. கடந்தகால நினைவுகளாலும் ஞாபகங்களாலும் ஆன காலப் பிரக்ஞையானது தன்னுடன் தானே போராட்டத்தில் ஈடுபட்டு வருகிறது. அது 'இப்போது' என்ற தற்கணத்தின் பார்வைக்கு எதிராகத் தொடர்ந்து தடைபோடுவதாக உள்ளது. அது ஒரு யுத்தம். மன அமைப்பின் கற்பிதமான காலத்தின் கதவுகளுக்குள்தான் அவர்களுடைய போர் நடைபெறுகிறது. அடிப்படையில் அது இப்போதின் பார்வைக்குக்கு எதிரான யுத்தம். இப்போதின் பார்வை திசைகளற்றது. சுயப்பிரக்ஞையோ தன்னை நிலை நிறுத்திக்கொள்ளும் குறுகிய நோக்கோடு தன்னைத் தன்னிடமிருந்தே தொடர்ந்து வேறுபடுத்திப் பார்த்தபடி இருக்கிறது.

சஞ்சயரிடம் தென்னவர் பார்வையின் இலக்கணங்களைப் பற்றி விவாதிக்கிறார். 'பார்வை நேர்கோட்டுத் தன்மை வாய்த்ததா?' என்ற நம காலத்துச் சஞ்சயரின் வினாவுக்கு மாபாரத சஞ்சயர் பார்வையின் இயல்புகளை விளக்கிக் கூறுகிறார்;

பார்வைக்கு வரையறைகள் கிடையாது. அதற்குத் திசைகளோ எல்லைகளோ இல்லை. பார்வைக்குக் கோர்வையான வரிசைக்கிரமம் இல்லை. பார்வையில் குறிப்பிட்ட அடையாளங்கள் ஏதும் இல்லை. அது தனிப்பட எதனையும் அடையாளம் காண்பதில்லை. ஆனால் பார்வைக்குள் ஒரு

முழுமை உள்ளது. ஒரு ஒட்டுமொத்தமான நோக்கு உள்ளது. பார்வையின் இயல்பில் மனதின் செயல்பாடுகள் இல்லை. மாறாக மனதின் செயல்பாடுகளும் ஓட்டங்களும் நேர்கோட்டுப் பாதையில், ஒன்றிலிருந்து அடுத்து என்கிற வரிசைக்கிரமத்தில் இயங்குகிறது.

கடந்தகாலத்திலிருந்து நிகழ்காலத்தின் ஊடாக எதிர் காலத்தைப் பிரதிபலித்து மனம் சந்திக்கும் நிகழ்காலம் அதாவது மனம் எதிர்கொள்ளும் 'இப்போது' கால வரையறைகளால் முடக்கப்பட்டது. கடந்தகாலத்திற்கும் எதிர்காலத்திற்கும் இடையிலான மையப்புள்ளியாக மன வெளி சுருங்கியுள்ளது. கடந்த காலமும் எதிர்காலமும் எண்ணத்தின் ஓட்டம் மட்டுமே. எண்ண ஓட்டத்தால் ஒரு வித மனரீதியான கால உணர்வு உருவாகி அதன் மூலமாக உருவாகும் அந்த மையப்புள்ளி தன்னைத் தானே மனமாக உருவாக்கிப் பராமரிக்கிறது. அதனால்தான் மனமானது காலத்தைச் சார்ந்து இயங்குவதாக உள்ளது. ஏனென்றால் மனம் தான் காண்பது என்னவென்ற அடையாளங்களைச் சுமந்திருக்கிறது. அது ஒன்றை அடையாளம் கண்டுகொள்ளும்போது அங்கு கடந்த காலம் வந்து கலக்கிறது. அது ஒன்றை எதிர்நோக்கும்போது எதிர்காலம் குறித்த எண்ணங்களையும் சேர்ந்து சுமக்கிறது. முன்னும் பின்னுமான இந்த இரு கால அளவீட்டுப் புள்ளிகளுக்கிடையே சிறியதாகக் குறுகிப் போய் வெளியேறிக் காணாமல்போகும் 'இப்போது'. இதனால் மனம் பார்வையை இழந்துவிடுகிறது. எதையும் இந்தக் கால எண்ணங்களின் ஊடாக வடிகட்டி நோக்கும் சுய - பிரக்ஞை மனதின் குறுகிய பார்வையை ஒரு பரந்த பொருளில் கொள்ள முடியாது. அங்கு பார்வை திரிக்கப்பட்டு விடுகிறது. அது பார்வையே அல்ல. மனதின் அந்தப் பார்வைக்கு மானசீக இலக்கு உள்ளது, உள்நோக்கம் உள்ளது. அளவீடுகள் உள்ளன. மனம் என்பதே ஒரு அளவீடுதான். அதனால் மனதின் ஓட்டத்தில் பார்வைக்கு அதாவது 'இப்போது'க்கு, 'இக்கணத்திற்கு' இடமில்லை. இப்போது – இக்கணம் என்கிற பிரக்ஞை நிலையிலிருந்து வெளியேறிவிட்ட மனதின் சுய பிம்பத்தால் இப்போதின் கதவுகள் மூடப்பட்டுள்ளன. பார்வையையும் அந்த மனச்சுயம் இழந்துவிடுகிறது.

ஏனென்றால், பார்வையில் பார்ப்பவர் என்கிற அறிபவர் இல்லை. மனமோ பார்ப்பவர் என்னும் பிம்பத்தை மையமாகக் கொண்டு இயங்குவது. பார்ப்பவர் என்கின்ற தானியங்கி மையம், தான் பார்ப்பது என்னவென்று வகைப்படுத்தி ஞாபகங்களாக்கி அந்த ஞாபகங்களின் ஊடாக விஷயங்களையும் உலகையும் பகுத்தறிந்து தொடர்புபடுத்திப் பார்க்கிறது.

அந்தப் பார்வை காலக் கோர்வையை உண்டாக்கும் சுயப் பிரக்ஞையின் சாயமேறிய பார்வை. எண்ணங்களைத் தாண்டிய பார்வையில் காலக் கோர்வை இல்லை. இலக்குகள் இல்லை, தனிப்பட்ட போக்குகள் இல்லை. எது காணப்படுகிறது என்று பார்வைக்குத் தெரியாது. ஏனென்றால் பார்வையில் பார்ப்பவர் எவரும் இல்லை. பார்த்தல் என்னும் நிகழ்வு மட்டுமே உள்ளது. இது முரண்புதிர் போல் தோற்றமளிக்கும், ஆனால் அதே சமயம் பார்வையில் ஓர் முழுமையும் ஒரு ஒட்டுமொத்த நோக்கும் உள்ளது. மேலும் பார்வையின் அங்கமாக மனம் செயலாற்ற முடியும். மனதின் பகுதியாக 'பார்வை' தெரிவதற் கில்லை. அது குறுகிப்போன பார்வை. ஏனென்றால் மனதின் அறிதல்கள் கடிவாளமிட்ட குதிரை போல் குறுகிய நேர் கோட்டு நோக்கை மட்டுமே அடிப்படையாக கொண்டது.

சஞ்சயன் பார்வை கட்டுரை இரண்டில் 'முழு மனமும் பார்வையின் அங்கமாக செயல்படும்போது மனம் அதன் வரிசைக்கிரமமான குறுகிய பார்வையிலிருந்து விடுபட்டு பல கோணப் பார்வை மனதின் வசப்படுவதாக' சஞ்சயர் மேலும் விளக்குகிறார். கட்டுரையில் இந்த இடத்தில் மேல் மனம், ஆழ்மனம் என்ற மன அடுக்குகள் குறிப்பிடப்படுகிறது. மேல்மனம் என்பது வகைப்படுத்தும் இயல்பு கொண்டதாக வும் ஆழ்மனம் மனதின் ஆழமான அறியப்படாத படலம் என்றும் வரையறை செய்யப்படுகிறது. ஆழமான மனம் பார்வையை அடிப்படையாகவும் மேல்மனம் அடையாளப் படுத்துதலையும் வகைப்படுத்துதலையும் கொண்டு செயல் படுகிறது.

மனம் பார்வையின் அங்கமாக, காணுதலின் பகுதியாக இயங்கும்போது மேற்பரப்பு மனம் இயக்கமற்றுப் போய் அந்நிலையில் மனதின் ஆழமான பகுதிகள் செயல்படுகின்றன. பார்வையின் ஒருங்கிணைந்த பகுதியாகச் செயல்படும் மனம் அப்போது தன் நேர்கோட்டு இயக்கத்திலிருந்து விடுபட்டு விடுவதாக சஞ்சயர் கூறுகிறார். அந்நிலையில் மனமானது பார்வையின் தன்மையை ஏற்கிறது. மனதின் இந்தப் பார்வை யில், அதாவது பார்வையின் பகுதியாகச் செயல்படும் மனதின் பார்வையில் வரிசையமைப்பு இல்லை. இதுவே ஒருவித உள்ளுணர்வாகப் 'பார்வையின் விழிப்பு வெளிச்சமாக', ஓர் உள் பார்வையாக மனதின் வசப்படுகிறது என்று சஞ்சயர் விளக்குகிறார். இதைச் சஞ்சயர் 'ஒரு கணப் பார்வையாக'க் குறிப்பிடுகிறார். மனதின் இத்தகைய பார்வையில் மனம் புனையும் கால அளவீடுகள் இல்லை. வகைமைகளுக்கு இடமில்லை.

இத்தகைய பார்வைக்கும் எழுத்திற்கும் உள்ள தொடர்பு குறித்து அவ்வப்போது எழுதும் நம் காலத்துச் சஞ்சயருக்கு வியாச முனிவரை மேற்கோளிட்டு மகாபாரத காலத்துச் சஞ்சயர் மேலும் விளக்குகிறார். சுருக்கமாகப் பார்வையின் ஆழம் காட்சியின் ஆழத்தையும் காட்சியின் ஆழம் எழுத்தின் ஆழத்தையும் நிர்ணயிக்கிறது. தொடர்ந்து சஞ்சயன் பார்வை கட்டுரைகள் மேலும் ஆழமாகச் செல்கின்றன. கட்டுரை மூன்றில் நம் காலத்துச் சஞ்சயர் மூலமாக மகாபாரத சஞ்சயருக்கு காஃபி பானம் உட்பட கணிப்பொறி, குறுவட்டு (டிவிடி) போன்றவை குறித்துத் தெரியவருகிறது. எல்லாமே மகாபாரத காலத்துச் சஞ்சயருக்கு அவர் முன்பின் அனுபவப் படாத, கண்டிராத, அறிந்திராத மிகப் புதிய விஷயங்களாக இருக்கின்றன.

தொடர்ந்து கட்டுரையில் இந்த இரு சஞ்சயர்களுக் கிடையிலான உரையாடல்களினூடாகக் கால ஓட்டம் விவாதிக்கப்படுகிறது. இருப்பது நம் காலத்து ஓட்டம் ஒன்று மட்டுமல்ல; இன்னும் வெவ்வேறு திசைகளில் வெவ்வேறு வேகங்களில் முடிவில்லாத பலப்பல கால ஓட்டங்கள் விரைந்து கொண்டிருக்கின்றன. இந்தக் கணத்தில் பலப்பல கால ஓட்டங்கள் குறுக்கும் நெடுக்குமாக ஒன்றை ஒன்று கடந்து கொண்டிருக்கின்றன. ஆனால், குறுக்கும் நெடுக்குமான இந்தக் காலக் கோடுகள் எதன்மீது விரைகின்றன? இது சிந்தனையைத் தூண்டுவதாக உள்ளது. எதனை அடிப்படையாகக் கொண்டு அல்லது எதைச் சார்ந்து இந்தக் கால ஓட்டங்கள் இயங்கு கின்றன? பிரக்ஞைவெளிதனில்தான் இந்தக் கால ஓட்டங்கள் நிகழ்கின்றன. இதனால் பிரக்ஞைவெளி ஒரு காலவெளிக் காடாகத் தோற்றமளிக்கிறது.

இரண்டு காலக் கோடுகள் குறுக்கிட்டுச் சந்திக்கும் பொதுவான பிராந்தியம் 'இப்போது' என்கிற பிரக்ஞையின் இந்தக் கணப்பொழுதுதான். இந்தக் கணப் பொழுதுக்கு முடிவு இல்லை. ஒரு கணமானது முடிவதேயில்லை. கணம் என்ற சொல்லால் குறிக்கப்பட்டாலும் அந்தக் கணத்தை அளவிட முடியாது. ஒவ்வொரு கணமும் தன்னளவில் முடிவில்லாத தொடர் நீட்சியாக உள்ளது. இந்தக் கணப் பொழுதின் ஒவ்வொரு கூறும் ஒரு கால அமைப்பாக, ஒரு காலக் கோடாக அதற்கே உரித்தான ஒரு குறிப்பிட்ட திசையில், ஒரு குறிப்பிட்ட வேகத்தில் விரைகிறது. இதில் ஒரு காலக் கோடுதான் நாம் காணும், அனுபவப்படும் உலகும்கூட. விஞ்ஞானப் புனைவுபோல் தோன்றும் இந்தக் கருத்தை எப்படி நம்பி ஏற்றுக்கொள்வது? 'நேரில் பார்த்துதான்' என்கிறார்

சஞ்சயர். சொந்த அனுபவம்தான் இது குறித்த தெளிவை அளிக்கும் என்பதால் நம் காலத்துச் சஞ்சயரைத் தம்முடைய கால – வெளிப் பரிமாணத்திற்கு அழைக்கிறார் மகாபாரத சஞ்சயர். முன்னதாக, இரண்டு முக்கியமான விஷயங்களை அவர் உறுதிப் படுத்துகிறார்.

ஒன்று, எல்லாக் காலங்களிலும் 'இப்போது' என்னும் நிகழ்கணம் இருக்கிறது.

இரண்டு, எந்தக் காலவெளியாய் இருந்தாலும் அதில் இயங்கும் சுய – உணர்வு உள்ள உயிர்கள் தங்களை 'நான்' என்றே அடையாளப்படுத்திக் கொள்கின்றன.

தன்னிருப்பு உணர்வு தன்னை 'நான்' என்றே கண்டு கொள்கிறது. சுயப் பிரக்ஞைக்கு இந்த 'நான்' என்ற உணர்வு (அல்லது நினைப்பு) ஆதாரமாக இருக்கிறது. ஞாபக ஓட்டங்களை வரிசைப்படுத்தி ஒப்பிட்டு நோக்கும் 'நான்' அந்த ஞாபக ஓட்டங்களினுள் ஊடுருவிச் செயல்படும் 'தான்' என்ற கற்பித உருவகத்தை உண்டாக்கிக்கொள்கிறது. இது தன்னைத் தானே தொடர்ந்து நீடித்திருக்கச் செய்யும் மனதின் செயல்.

இந்த இடத்தில் 'நான்' என்பது சஞ்சயரால் இரண்டு விதங்களில் வேறுபடுத்திக் கூறப்படுகிறது. இந்த 'நான்' உணர்வு மனதினூடாக அனுபவப்படும்போது உலக அனுபவத்தையும் தன்னுணர்வையும் அடைந்து கால ஓட்டமாகிறது. இதே 'நான்' உணர்வு மனம் அல்லாத நிலையில் தன்னைத் தானே அனுபவப்படும்போது அது மனதின் கால ஓட்டத்திலிருந்து விடுபட்டு 'இப்போது' என்கிற சுயேச்சையான அனுபவ நிலைக்கு மீள்கிறது.

எனவே 'நான்' என்பது கால ஓட்டமான மனதின் 'நானாகவும்' கால அமைப்பான மன ஓட்டத்திலிருந்து விடுபட்டுத் தன்னைத் தானே வேறுபடுத்தாது அனுபவப்படும்போது, தன்னில் தானே அனுபவமாகும்போது, மனதின் கட்டுகளுக்கு உட்படாத நிகழ்கணத்துடன் ஒழுகும், கால உணர்வற்ற, தான் மற்றும் உலகம் என்ற பிரிவுகள் இல்லாத, முற்றிலும் வேறான 'நான்' ஆகவும் இரு வேறு பரிமாணங்களில் / தளங்களில் செயல்படுகிறது.

இப்போதின் 'நான்' ஒன்று, சுயப்பிரக்ஞை மனமான 'நான்' ஒன்று. சுயப்பிரக்ஞை மனமான 'நானை' விட்டு இப்போதின் பிரக்ஞை வெளியை அடைவது எப்படி? கால வரையறைகளைக் கடந்து இப்போதின் காலமற்ற 'பார்வை'யை எய்துவது எப்படி? அடிப்படையில் காலமும் இப்போதின்

வெளியில்தான் செயல்படுகிறது. காலத்தைக் கடந்து அல்லது கால ஓட்டத்திலிருந்து விடுபட்டு 'இப்போது'க்குள் புகுவது என்பது கால வரையறைகளுக்கு உட்பட்டுச் செயல்படும் அறிவுணர்வு அதன் கால எல்லைகளைக் கடந்து அப்பாலும் செயல்படுவதுதான்.

இதையே தலைகீழாகப் பார்க்கலாம். காலவரையறைக ளற்ற பிரக்ஞையின் சாரமான அறிவுணர்வுதான் காலத்தின் வரையறைக்குள் சிக்கி மட்டுப்படுத்தப்பட்ட தளத்தில் செயல்படுகிறது. கால வரம்பிலிருந்து இந்த இயல்பான அறிவுணர்வை விடுவிப்பது எப்படி? 'நான்' என்கிற சுயப் பிரக்ஞை அமைப்பான காலத்தின் 'இப்போது' என்பது 'இங்கு' என்ற வெளியுடன் பிணைந்து செயல்படுகிறது. சுயப்பிரக்ஞை 'நானை'த் துறந்து காலத்தின் எல்லைகளைக் கடந்த 'இப்போது' என்னும் முடிவில்லாத வெளியில் 'இங்கு' என்பது கணத்துக்குக் கணம் தொடர் நிகழ்வாகிறது.

தென்னவர் சஞ்சயர் மகாபாரத சஞ்சயரின் அழைப்பை ஏற்று அவரது வழிகாட்டுதலின் படி காலப் பிரக்ஞையான 'நானை' விட்டுக் காலமற்ற 'நானின்' 'இப்போது'க்குள் பிரவேசிக் கிறார். அவர் மறுபடியும் விழிகளைத் திறக்கும்போது கால வெளி ஓட்டத்தின் அமைப்பு மாறிப்போயிருக்கிறது. தென்னவர் மகாபாரத காலத்துச் சஞ்சயரின் குடிலில் விழிப்படைகிறார். அங்கு வியாச முனிவரைச் சந்திக்கிறார். உபசார வரவேற்பு களைத் தொடர்ந்து வியாச முனிவருடன் தென்னவரின் உரையாடல்கள் மேற்கொண்டு தொடர்கின்றன. வெவ்வேறு உலகங்களின் வெவ்வேறு கால ஓட்டங்களின் வேக மாறுபடுகள் விவாதிக்கப்படுகின்றன. வெவ்வேறு கால வரிசைகள், வெவ்வேறு காலவேகங்கள் போன்றவை எதனைக் குறிக்கின்றன? ஒரு கால ஓட்டத்திலிருந்து இன்னொரு கால ஓட்டத்திற்குச் சென்று வந்தாலன்றி வெவ்வேறு கால ஓட்டங்களின் வெவ்வேறு வேகங்களைப் புரிந்துகொள்ள இயலாது என்று விளக்கும் வியாசர் மேலும் சொல்கிறார். 'காலம் பற்றிய குழப்பங்களுக்கு அடிப்படையான காரணம் 'உலகம்' என்று ஒன்று 'வெளியே' தனியாக உள்ளது, அதில் 'நான்' இருக்கிறேன் என்ற நம்பிக்கை எண்ணம்தான். 'வெளியே' என்பது இருக்கிறதா?' என்றும் கேட்கிறார் வியாசர்.

உலகம் உண்மைதான். ஆனால் அது எங்கே இருக்கிறது? 'வெளியே' என்பது இருந்தால் 'உள்ளே' என்பதும் இருக்கும். உள்ளே – வெளியே, உண்மையா பொய்யா என்பதெல்லாம் அளவீடுகள் மட்டுமே. இந்த அளவீடுகள் இல்லாமல் 'உள்ளதை'க் காண்பதோ பொருள்கொள்வதோ இயலாது. வெளியே

எதைக் காண்கிறோமோ அது ஒரு பார்வைக் கோணம் மட்டுமே. ஒவ்வொரு உயிருக்கும் ஒரு பார்வைக் கோணம் இருக்கிறது. கணக்கற்ற பார்வைக் கோணங்களும் பிரதிபலிப்பு களும் உலகங்களும் இருந்துகொண்டிருக்கின்றன. உலகமானது இவ்விதமாக உயிர்களின் பார்வையில் முடிவின்றிப் பிரதி பலித்துக்கொண்டிருக்கிறது.

உண்மையில் வெளியே உள்ளே என்று தனிப்பட ஏதுமில்லை. எதுவுமே பார்க்கும் ஒருவரின் பார்வையில்தான் இருக்கிறது. பார்ப்பது வெளியே பார்ப்பவர் உள்ளே என்ற பிரிவு உண்டாவதால்தான் உலகங்களும் காலவெளிகளும் உண்டாகின்றன. காலம் என்பது இருக்கிறது – இல்லை என்கிற இரு எதிரெதிர் நிலைகளின் ஒருமித்த நிலையாகிறது. அப்போது இருப்பதாக நாம் அறிகின்ற எல்லாமே இல்லாதவையா? 'கேட்டுக்கொண்டிருப்பதும் பார்த்துக் கொண்டிருப்பதும் உண்மை. 'கேட்டதும் பார்த்ததும் உண்மையில்லை.' இதையே வேறுவிதமாகக் காண்போமானால் கடந்த காலம் உண்மை யில்லை. கால ஓட்டம் உண்மையில்லை. இருப்பது ஒரே உண்மைதான். அது 'இப்போது' என்கிற 'இக்கணம்' என்கிற 'காலமற்ற பார்வை', என்கிற அளவில் தென்னவருக்கும் வியாசருக்கும் இடையிலான உரையாடல் விபரங்களைச் சஞ்சயன் பார்வை கட்டுரை நான்கில் திருதராஷ்டிரனுக்கு நேரில் எடுத்துக் கூறுகிறார் சஞ்சயர்.

அடுத்து வரும் சஞ்சயன் பார்வை கட்டுரை ஐந்தில் மகாபாரதக் காலப் பரிமாணத்தில் சிறிது ஓய்விற்குப் பின் தென்னவர் அத்தினாபுரத்தைச் சுற்றிப் பார்த்ததையும் குருக்ஷேத்திரப் போர்க்களத்திற்கும் பீஷ்மர் உயிர் நீத்த இடத்திற்குச் சென்று பார்த்ததையும் அவர்களையெல்லாம் சந்தித்ததில் அவர் கொண்டுள்ள பரவசத்தையும் திருதராஷ்டிர னுக்கு அருகிலிருந்து கூறத் துவங்குகிறார் சஞ்சயர். மறுதினம் வியாச முனிவருக்கும் தென்னவருக்கும் இடையிலான உரையாடல் தொடர்கிறது. 'முக்காலம் உணர்ந்தவர், காலம் கடந்தவர்' போன்ற சொற்றொடர்களின் பொருளைக் குறித்துக் கேட்கும் தென்னவருக்கு அதற்கான விளக்கங்களைக் கூறுகிறார் வியாசர். இதுபோன்ற விஷயங்களை நம்புவதும் நம்பா திருப்பதும்கூட ஒன்றேதான் என்கிறார் வியாசர். எதிரெதி ரானவை என நாம் வேறுபடுத்துபவை நம் மொழியமைப்பு, சொல்லமைப்பின் சார்பு உள்ளவை. உண்மை சார்ந்தவை அல்ல.

கண்களின் காட்சிவெளியில் நாம் காண்பது உண்மை தான். அதை நாம் நோக்கும் விதம் அந்தக் காட்சிவெளியில்

இயல்பாக உள்ளதைத் திரித்துவிடுகிறது. மனதின் கருத்து வழிப் பார்வையும் அதுபோன்றதே. அந்தத் திரிக்கப்பட்ட பார்வையை நாம் உண்மையென்று கொள்வதால் அந்தப் பார்வையைப் பொய் என்றும் கூறவேண்டியதாகிறது. அது பொய் என்று கூறும்போது எது உண்மை என்கிற அதன் உள்ளடங்கிய நேரெதிரும் கூறப்படவேண்டியுள்ளது. அதனால் தான் உண்மை பொய் என்கிற எதிரெதிர் பிரிவுகள் உண்டா கின்றன. நொடிக்கு நொடி நாம் காணும் உலகம் மாறிக் கொண்டிருக்கிறது. கண்ணுக்குப் புலனாகியும் புலனாகாமலும் நடைபெறும் இந்த முடிவில்லா மாற்றங்களை நிலையானவை யாக நிலை நிறுத்திக் காண்பிப்பது மொழியை அடிப்படையாகக் கொண்ட நம்முடைய எண்ண ஓட்டமும் அதைச் சார்ந்த பழக்கவழக்கங்களும்தான். நம்முடைய அனுபவங்களும்கூட எண்ணத்தால் நிர்ணயிக்கப் படுகின்றன.

இந்த எண்ணச் சுழற்சியிலிருந்து விடுபடுவது எப்படி?

வியாசர் சொல்கிறார்: 'பார்வை சிந்தனையிலிருந்து அதாவது எண்ணத்திலிருந்து விடுபட வேண்டும்.' அதாவது எண்ணம்தான் பார்வையை வழி நடத்திச் செல்கிறது. மாறாக, பார்வை எண்ணத்தை வழிநடத்திச் செல்ல வேண்டும். நடைமுறையில் அது எப்படிச் சாத்தியமாவது? எண்ணத்தின் கட்டுப்பாட்டில் அதன் வரையறைகளுக்கு உட்பட்டுச் செயல் படும் பார்வை எப்படித் தன்னை இந்தக் கட்டுப்பாட்டில் இருந்து விடுவித்துக்கொள்வது? எண்ணங்களின் ஆதிக்கத்தின் கீழ் இயங்கும் பார்வைக்கு அதன் சொரூபமான பிரக்ஞை இல்லை. இந்த மட்டுப்பட்ட பார்வையானது எண்ணங்களையே 'தான்' அன்றேல் 'நான்' என்பதாகப் பிரதிபலித்துப் பார்க்கிறது. தன்னிருப்பு என்பது தான் நோக்கும், அறியும், அவதானிக்கும் எண்ணங்கள் என்பதாக இங்கு பார்வை தனது மூலமான பிரக்ஞையை இழந்து எண்ணப் பிரக்ஞையாகத் தன்னைப் பிரதிபலிக்கிறது. 'இந்த எண்ணத் தளையிலிருந்து விடுபட பார்வை தன் சொரூபமான, இயல்பான பிரக்ஞை நிலையில் விழித்தெழ வேண்டும்', என்கிறார் வியாசர். அதாவது பார்வை தன்னைத் தானே கண்டு உணர வேண்டும். அதன் சுயமான பிரக்ஞை நிலைக்கு மீள வேண்டும். அது ஒருவித பிரக்ஞை மீட்சி. அதுவேதான் அதன் விடுதலை. நான் என்பதும் அதன் அனுபவங்கள் என்பதும் மனதின் அசைவுகள் மட்டுமே.

தொடர்ந்து காலத்தை உணர்வது என்றால் என்ன? என்கிற தென்னவரின் முந்தைய வினாவுக்கு வருகிறார் வியாச பகவான். காலப் பிரக்ஞையின் அறிவு அனுபவங்களின்,

ஞாபகங்களின், தகவல்களின் சேகரிப்பு மட்டுமே. எண்ணங்களுக்குள் ஆழ்ந்து அமிழ்ந்து போயிருக்கும் நமது 'மனப் பிரக்ஞை' புத்தம் புதியதான 'இப்பொழுதின்' ஒவ்வொரு அனுபவப் பதிவையும் எண்ணங்களின் கட்டுமானப் பொருளான அனுபவங்களின், ஞாபகங்களின், தகவல்களின் ஊடாகத்தான் ஏற்கிறது. 'முந்தைய மற்றும் இப்போதைய' பதிவுகளுக்கிடையிலான வேற்றுமைகளை அளவிட்டு ஒப்பு நோக்கி மாற்றங்களாகப் பொருட்படுத்திக் கொள்ளும் சுயப் பிரக்ஞை மனம் என்கிற 'ஒப்புநோக்குபவர்', அந்த மாற்றங்களைக் கணக்கிட்டு, அளவீடு செய்து அதைக் கொண்டு காலம் மாறிவிட்டதாகத் தனக்குத் தானே ஒரு 'கால' உணர்வை ஏற்படுத்திக் கொள்கிறார். அதனால் காலத்தைக் கடப்பது என்பது அதைப் புரிந்துகொள்வதுதான். காலப் பிரக்ஞை எனப்படும் பரவலான பொதுப் பிரக்ஞை காலத்தைத் தனக்கு வெளியே நிகழும் ஓட்டமாகவும் அதை அறிபவராகத் தன்னையும் கண்டுகொள்கிறது. விடுபட்ட (பார்வை) பிரக்ஞை – 'இப்போதின்' – 'இந்தக் கண' அனுபவ வெளியாகவும் பார்வை வெளியாகவும் இருக்கிறது. பொதுவான காலப் – பிரக்ஞை – மனம் தனித்தனியாகப் பிரித்துப் பார்க்கும் முக்காலங்களும் விடுபட்ட – பார்வை – பிரக்ஞையில் ஒருங்கிணைந்த ஓரியக்கமாக இருக்கிறது. இங்கு அறிவு என்பதும் இரு நிலைகளில் பொருள்படுகிறது. காலப் பிரக்ஞையின் அறிவு வேறு. அது குறுகியது. அதிலிருந்து விடுபட்ட பிரக்ஞையின் பார்வை வேறு. விடுபட்ட பிரக்ஞையின் பார்வை அதன் அளவில் பேரறிவும்கூட.

இவையெல்லாம் தெரிந்து ஆகப் போவது என்ன? இந்த அறிதலின் விளைவுகள் என்ன? தென்னவரின் மேற்கண்ட வினாவிற்கு வியாசர் சொல்கிறார்: ஒரு விதத்தில் அறிவின் பார்வை ஒரு தனிப்பட்ட பரிமாணம். ஆனால் அந்த அறிவு அறிந்தவைகள் என்னும் வரம்புகளுக்குட்பட்டது. விடுபட்ட பிரக்ஞையின் பார்வை – இயக்கம் முற்றிலும் வேறுபட்டது. அப்படிப்பட்ட சுதந்திரமான பிரக்ஞையின் அனுபவத் தரமே வேறாகி அதற்கப்பாலான பார்வைப் பரிமாணங்களில் சஞ்சரிப்பதோடு, அறியப்படாத பார்வைக் கோணங்கள் அதன் வீச்சுக்குள் வருகின்றன என்கிற அளவில் வியாசரின் விளக்கம் நிற்கிறது. மறுநாள் தென்னவருக்கும் வியாசருக்கும் இடையிலான பேச்சு சுவாரஸ்யமானதாக இருப்பதாகத் திருதராஷ்டிரனிடம் சஞ்சயர் தெரிவிக்கிறார். உரையாடல் தொடர்கிறது. வியாசர் கேட்கிறார்: 'நான்' என்று நாம் குறிப்பிடுவது எதனை?

பிரக்ஞை தன்னை 'நான்' என்றே உணருகிறது. பிரக்ஞை உணர்வு பெற்ற அனைத்து உயிர்களும் பொதுவாக 'நான்' என்ற உணர்வு கொண்டுள்ளன. வியாசர் நம்முடைய (சம) காலத்து உதாரணங்களைக் கொண்டு தென்னவருக்கு 'நான்' என்பதன் பரிமாணத்தை மேலும் விளக்குகிறார். உதாரணமாக மின்சக்தியைக் குறிப்பிடுகிறார் வியாசர். மின்சாரம் என்ற ஒன்று எப்போதுமே இருந்து வந்திருக்கிறது. மனிதன் அப்படி யொன்று இருப்பதைக் கண்டறிந்தான். அதைக் கொண்டு பல பயன்பாடுகள். ஒளியை உண்டாக்கி வெளிச்சம் பெற, விளக்குகளை எரிய வைக்க மின்சாரத்தைப் பயன்படுத்து கிறோம். பல வடிவங்களில் பல வண்ணங்களில் விளக்குகள் எரியவைக்கிறோம். ஒவ்வொன்றும் தனித் தனியாக வெவ்வேறு வண்ணங்களில் வெவ்வேறு வடிவங்களில் வெளிச்சம் வீசுகிறது. ஆனால். அவை அனைத்திலும் மின்சாரமே சாரமாக உள்ளது. அது போலவே பிரபஞ்சமெங்கும் பரவியிருக்கும் பிரக்ஞையும் அது வெளிப்படும் பொறியின் தன்மைக்கேற்ப வெவ்வேறு விதங்களில் தன்னைக் காட்டிக்கொள்கிறது. எந்த விதமான சாதனமாக, கருவியாக இருந்தாலும், எல்லாவற்றிலும் அது தன்னை 'நான்' என்றே காண்கிறது. ஒரே ஒரு 'நான்'தான் எல்லா நானாகவும் எல்லா 'நானும்' ஒரே ஒரு 'நான்' ஆகவும்தான் இருக்கிறது. பிரபஞ்சம் முழுவதும் ஒரேயொரு 'நான்' தான் எல்லா உயிரின் ஊடாகவும் தன்னைத் தானே அறிந்துகொள்கிறது. அந்த 'நானின்' தன்மை தூய பிரக்ஞை உணர்வு. அந்த பிரக்ஞை உணர்வுக்கு உருவமோ உள்ளடக்கமோ எல்லைகளோ உள்ளே வெளியே என்றோ ஏதும் இல்லை.

இங்கு வியாசர் மனம் உருவாவதற்கும் முந்தைய, அதற்கும் அப்பாலான ஆதிப் பிரக்ஞை நிலையைக் குறிப்பிடு கிறார். தனிமனிதப் பிரக்ஞை பிரபஞ்ச பிரக்ஞையை அறிந்து கொள்ள, இன்னும் சொல்லப்போனால் அனுபவப்பட முடியுமா? ஆனந்தின் கட்டுரையில் மின்சாரமும் மின்விளக்கு களும் கொண்டு பின்வருமாறு இந்த விஷயம் குறிப்பிடப்படு கிறது. ஒரு மின்விளக்கில் ஒளியாகத் தன்னை அறியும் மின்சக்தி தன்னுடைய சொரூபம் ஒளியோ ஒளியை வெளியிடும் விளக்கோ விளக்கின் வடிவமோ வண்ணமோ மட்டுமே அல்ல. அடிப்படையில் அது அதன் சாரமான மின்சக்தி. பிரபஞ்சம் முழுவதும் நிறைந்திருக்கும் மின்காந்த சக்தி என்பதை உணர முடியும் என்று தென்னவருக்கு விளக்குகிறார் வியாசர். ஒளி தன்னுடைய குறுகிய வட்டத்திலிருந்து விடுபட்டுப் பேரண்ட மின்காந்த சக்தியாகத் தன்னை மீளக் காண்பதற்கும் உணர்வதற்கும் வழியேதும் இருக்கிறதா? தென்னவருக்கு அதற்கான தியானமுறையைச் சொல்கிறார் வியாசர்.

மெய்யான தியானம் வலிந்து மேற்கொள்ள முடியாது. தியானம் கால அமைப்பான மனதின் எத்தனம் அல்ல. அது வாழும் உயிரின் தணியாத தாகத்தின் போக்கு. தியானத்தில் மனதிற்கு இடமில்லை. எங்கு கால ஓட்டப் பிரக்ஞை – மனம் – நான் செயல்படவில்லையோ அங்கு தியானம் இயல்பாகவே நடைபெறுகிறது. தியானிப்பவர் இல்லாதநிலைதான் தியான நிலை.

அப்போது காரணமற்ற ஓர் அமைதியை உணரும் தென்னவர் வியாசருடனான உரையாடலை அத்துடன் முடித்துக்கொண்டு விடைபெற்றுக்கொள்ள, அடுத்த முறை தென்னவரின் கால(ஓட்ட)த்துக்கு தாமே வருவதாக அவரிடம் வியாசர் தெரிவிக்கிறார்.

இதுவரையிலான ஆறு கட்டுரைகளில் காலம் – வெளி, மனம், பிரக்ஞை, நான் என்பதன் தன்னிலை போன்றவை நுணுக்கமாக வரைந்து காண்பிக்கப்படுகிறது. அடுத்து வரும் சஞ்சயன் பார்வை கட்டுரை 7இல் திருதராஷ்டிரன், சஞ்சயர், வியாச மகரிஷி மூவரும் நம்முடைய தற்போதைய கால ஓட்டத்திற்குள் வந்து கடற்கரையில் ஓரிடத்தில் அமைதியாக உட்கார்ந்திருக்கும் தென்னவரைச் சந்திக்கிறார்கள். அவர்களுக் கிடையே மறுபடியும் உரையாடல் தொடர்கிறது.

வாழுகின்ற கால ஓட்டத்தின் பின்னணி இல்லை யென்றால் மற்றவர்களுடன் உறவாடுவதே இயலாது போய் விடும். வேறு கால ஓட்டத்திலிருந்து வந்திருக்கும் வியாசரும் மற்றவர்களும் இந்த உலகின் இந்தக் காலத்தின் இந்தக் கணத்தை எப்படிப் பார்க்கிறார்கள். தென்னவரின் பேச்சை அவர்கள் எப்படிப் புரிந்துகொள்கிறார்கள்? இந்தக் காலப் பதிவு இல்லையென்றால் தொடர்புகொள்வது என்பதே சாத்தியமில்லை அல்லவா? அவரவர் கால ஓட்டத்தின் பின்னணி தெரியாமல் அந்த அந்தக் கால ஓட்டத்தில் உள்ளவர் களுடன் தொடர்புகொள்வது எப்படிச் சாத்தியமாகும். வியாசர் எப்படித் தென்னவருடன் பேச முடிகிறது? வியாசர் சொல்கிறார்: 'கால ஓட்ட மனதாலான சுயப்பிரக்ஞை உருவாகி நிலைபெற அந்த அந்தக் கால ஓட்டப் பின்னணி அவசியமானது. இங்கே காண்கின்ற காட்சியான இந்தக் கடலோ மணற்கரையோ எல்லாம் எல்லோருக்கும் ஒன்றுபோல்தான் தெரியும். ஆனால் இங்கே, இந்தக் கால ஓட்டத்தில் வாழ்ந்திருக்கும் தென்னவரின் மனப் பதிவுகள் தமக்கு இல்லை, அதனால் அவர்கள் காண்கின்ற அனுபவங்களில் வேறுபாடுகள் இருக்கும். தென்னவருக்குள் இருக்கும் கால அனுபவப் பதிவின் மூலமாகத்

தான் தாமும் தென்னவருடன் தொடர்புகொள்வதாக', வியாசர் விளக்குகிறார்.

அது குறித்து வியாசர் மேலும் சொல்கிறார்; 'உங்கள் பிரக்ஞை என் பிரக்ஞை என்ற பிரிவுகளெல்லாம் மனவசதி களின் பொருட்டுதான்.' ஒவ்வொருவருக்கும் தனித்தனியான பிரக்ஞை என்கிற பிரிவுகளெல்லாம் சமூக செயல்பாட்டை ஒட்டி, ஒரு அடையாளத்திற்காகவும் மனதின் யதார்த்தமான நடைமுறைக் கால ஓட்டத்தைப் பராமரிக்கவும்தான். அப்படிப் பார்க்கும்போது ஒட்டுமொத்தமான ஒரு பிரக்ஞை மட்டுமே இருக்கிறது. அந்தப் பிரக்ஞையிலிருந்து யார் வேண்டுமானாலும் எவருடைய காலப் பதிவான அனுபவப் பதிவையும் அணுகி அடைய முடியும். 'முடியும், முடியாது' போன்ற பலப்பல, எதிரெதிரான நம்பிக்கைகள்தான் மனப் பிரக்ஞை அமைப்பைக் கட்டுமானம் செய்து 'நான்' என்பதான ஒருவித சுய பிம்பத்தை ஏற்படுத்தி நம்மைக் கட்டுப்படுத்துகின்றன. முன்னதாக இந்த நம்பிக்கைகள் நம்முள் சமூகம் நிரலமைத்தவை; நாம் ஏற்றுக்கொண்டுள்ளவை; நாமாக உருவாக்கிக் கொண்டவை. இவைகளெல்லாம்தான் பிரக்ஞையின் வரையறைகள். இவைகளி லிருந்து விடுபட்ட பிரக்ஞை தன் இயல்பில் வரையறைகளற்றது. முடிவில்லாத வெளி போன்றது. ஒளியும் ஆற்றலும் இந்தச் சுயமான பிரக்ஞையிலிருந்துதான் உருவாகின்றன.

ஒருவர் தம்மை மாற்றிக்கொள்ள இயலுமா? இந்த மனச்சுயப்பிரக்ஞையின் மேலோங்கிய சுயபிம்பத்தை, அதன் நம்பிக்கைகளை மாற்றிக்கொள்ள முடியுமா? அது முடியக் கூடியதா? தென்னவரிடம், 'ஆம், இவைகளை மாற்ற முடியும்' என்கிறார் வியாசர். சுயமனப் பிரக்ஞை தன்னைத் தானே மாற்றிக்கொள்வது எளிதானது ஆனால், அதில்தான் சிக்கலும் இருக்கிறது. நம்பிக்கைகளைக் கொண்டுதான் சுயமனபிம்பத்தின் கட்டமைவு உள்ளது. அந்தச் நம்பிக்கைகள் மாறினால் நம் சுயமனபிம்பமும் அத்துடன் மாறிவிடும். அந்த சுயமன பிம்பத்தையே 'நான்' என்று நாம் நம்பியிருப்பதால் அது மாறுவது என்பதைச் சுயமனபிம்பமான அந்த 'நானால்' ஏற்கவே முடியாது அல்லவா? இங்கு 'மாற்றம்' என்று நாம் எதைக் கூறுகிறோம்? ஒன்றின் முடிவும் வேறொன்றின் துவக்கமும் மாற்றத்தைக் குறிக்கின்றன. அந்த 'நான்' மாறுவது என்பது ஒட்டுமொத்த மனதின் மாற்றம். அந்த மாற்றம் அந்தப் பழைய கால ஓட்ட மனதின் பிம்பமான 'நானின்' முடிவு. அந்த 'நான்' வேறு 'மனம்' வேறு அல்ல என்பதால் மனமானது தன்னுடைய சுய – பிம்பமான 'நான்' இருப்பற்றுப் போய்விடும், அதாவது மனம் 'தானே' அற்றுப்போய்விடும், 'நான்' இல்லாது போய்விடுவேன் என்றுதான் பதற்றம்

கொள்ளும். இங்கு மாற்றத்தைத் தடைசெய்யும் அச்சம் பசைபோல் ஒட்டிச் செயல்படுகிறது. இல்லாது போகும் உணர்வும் அதையொட்டிய பயமும்கூட எண்ணம் தன்னைக் காத்துக்கொள்ளச் செய்யும் தந்திரமாக இருக்கக்கூடும்.

‘நான்’ என்பது அந்தச் சுயபிம்பம் அல்ல என்கிற முற்றிலுமான ஓர் உணர்தெளிவு அல்லது மெய்யுணர்தல் ஏற்பட்டாலன்றி நம்பிக்கைகளிலிருந்தோ அதன்மீது கட்டியெழும்பியிருக்கும் மனதின் ‘நான்’ என்ற சுயபிம்பத்திடமிருந்தோ விடுதலை அசாத்தியம். அந்த மெய்யறிதலின் நோக்கில் பார்த்தோமானால் அந்தச் சுயபிம்ப ‘நான்’ உண்மையான இருப்பு உள்ளதல்ல. இந்த மெய்யறிதல் யாருக்குச் சாத்தியம்? யாரால் இந்த ‘நான்’ என்கிற சுயபிம்ப தளையிலிருந்து விடுபட முடியும்? ‘யாராலும் முடியாது’, என்கிறார் வியாசர். ‘அது எல்லோராலும் முடியும்’ என்று முன்பு சொன்ன வியாச பகவான் தற்போது அது ‘யாராலும் முடியாதது’ என்கிறாரே? எவரால் என்னும்போதே அங்கு அதைச் சாதிக்கக் கூடிய ஒரு நபர், (அதாவது ஒரு ‘நான்’) இருக்கிறார் என்றே பொருளாகிறது. ஆனால், அந்த ‘நான்’ இருக்கிறவரை, அது செயல்பட்டுக்கொண்டுதான் இருக்கும், எவரால், எப்படி என்றெல்லாம் அது வினாவும் வரை அது தொடர்ந்து தன்னைத் தானே கட்டிக் காக்கும் செயலாகவே இருக்க முடியும். அதனால்தான் மேற்சொன்ன அந்த நேரடியான தெளிவு, அந்த மெய்யுணர்தல்தான் அதைச் சாத்தியமாக்கும் என்கிறார் வியாசர். தென்னவரைத் திறந்த மனதோடிருக்குமாறு வியாசர் உபதேசித்தருள்கிறார். ஒட்டுமொத்த மனதின் ஒரு காலக் கூறான மேல்மனதுக்கு இவைகளெல்லாம் உடனுக்குடன் புரிந்தாகவேண்டிய நிர்பந்தம் இல்லை. திறந்த மனம் கொண்டு விளங்கினால் மட்டுமே போதுமானது. புரிந்தாலும் புரியாது போனாலும் மேல்மனம் கவனத்துடன் இருந்தால் அது தன்னால் இயல்பான புரிதலைக் கொண்டுவரும்.

புரிதலில் இரண்டுவிதமான வகைமைகளைப் பிரித்துக் காண்பிக்கிறார் வியாசர். ஆழமான அறியாத, அறியப்படாத, மற்றும் அறியமுடியாத தளங்களைக் கொண்ட ஒட்டுமொத்த மனதின் (அல்லது ஒட்டுமொத்த பிரக்ஞையின்) புரிதலுக்கும் மேல்மனதின் மேலோட்டமான புரிதலுக்கும் வேறுபாடுகள் சொல்கிறார் வியாசர். முழுமையான மனதின் புரிதல்தான் முறையான புரிதல். மேல்மனதின் ஒரு பகுதிப் புரிதல் புரிதலே இல்லை. அது சொல், பொருள், கருத்துத் தெளிவு மட்டுமே. அது அன்றாட வாழ்க்கைப் பயன்பாட்டைப் பொறுத்தவரை அவசியமானது. ஆனால் அந்தப் புரிதல் போதுமானதல்ல.

முழு மனப் புரிதல் சொல், பொருள், கருத்துத் தெளிவு என்கிற அளவில் நின்றுவிடுவதில்லை. அவற்றையும் தாண்டிய ஆழ்மனத் தளங்களில் நிகழ்வது. எனவே ஒருமித்த பிரக்ஞையில் காலத்தின் சாரம் எல்லாமே இருக்கிறது. அதிலிருந்து தகவல்களை நேரடியாகப் பெற முடியும். தாம் அவ்விதமாகத் தான் தகவல்களை அறிவதாக வியாசர் விளக்குகிறார். அந்த ஒருமித்த பிரக்ஞை நிலையை அடைய நாம் வாழும் உலகத்தைத் தீர்மானிக்கும் நம்பிக்கைகளிலிருந்து விடுபட வேண்டும். அதற்குச் செய்ய வேண்டியதெல்லாம் முழுக் கவனமும் 'இப்போதின் இக்கணத்தில்' நிலைநிறுத்தப்பட வேண்டும். அது கைக்கொள்ளப்பட வேண்டியது. கடைபிடிக்கக் கூடியது. பிறவை தானாகவே நடக்கும். இந்தக் கணம் என்ற முடிவில்லாத வெளியில் சஞ்சரிக்கும் பிரக்ஞையின் சக்தியானது அப்போதுதான் முழுமையாகச் செயல்படும். இருப்பது ஒரே பிரக்ஞைதான். உலகின் சகல ஜீவராசிகளின் ஊடாகவும் எல்லா உயிருடல்களின் ஊடாகவும் அது தன்னைக் கண்டு கொள்கிறது. அவை எல்லாவற்றிலும் அது மட்டுமே இருந்து கொண்டிருக்கிறது. அதற்கு இரண்டாவதாக வேறு எதுவுமே இல்லை. அந்தப் பிரக்ஞைக்குப் புறம்பாகவோ அதற்கு உள்ளாகவோ எதுவும் இல்லை. உள்ளதெல்லாம் அந்த (அநாதி) பிரக்ஞைநிலை மட்டும்தான் என்று முடிக்கிறார் வியாசர். அவரைத் தென்னவர், திருதராஷ்டிரன், சஞ்சயர் எல்லோரும் வணங்கி நிற்கின்றனர். என்று சஞ்சயன் பார்வை கட்டுரைத் தொடர் முடிகிறது.

சஞ்சயன் பார்வை கட்டுரைத் தொடரில் முக்கியமான இதிகாச, புராண காலப் பாத்திரங்களை முன்னிறுத்திக் காலம் – வெளி – பிரக்ஞை – நான் – மனம் – பார்வை என்ற பின்னலான புரிதலை எளிதில் கிரகிக்கக்கூடிய வகையில் உருவகமாக்கிக் காண்பித்துள்ளார் ஆனந்த் என்றாலும் பழைமை யான, மரபார்ந்த தத்துவ தரிசனங்களின் ஒப்பீடுகளை முற்றிலுமாகத் தவிர்த்து நேரடியாகச் சமகால நவீன சிந்தனை வெளிப்பாட்டை அடிப்படையாகக் கொண்டு இக்கட்டுரைகள் எழுதப்பட்டிருக்கின்றன. அநாவசியமான விஞ்ஞான ஒப்பீடு களும் தவிர்க்கப்பட்டுள்ளன. சஞ்சயர், வியாசரின் உபதேசங்கள் அவர்களுடைய கால அமைப்பைத் தாண்டிய நம்முடைய நிகழ்கால அணுகுமுறையை ஒட்டியே அமைந்துள்ளது. ஆனால் சாரத்தில் பாரம்பரிய ஞானத்தைத் தக்கவைத்துக் கொண்டுள்ளது.

'சஞ்சயன் பார்வை' கட்டுரைகளில் பிரக்ஞையைப் பற்றியும் பிரக்ஞையின் பகுதியான கால ஓட்டங்களையும் அப்படிப்பட்ட ஒரு கால ஓட்டத்தை இயக்கும் மன அமைப்பை யும் மன அமைப்பின் நாயகனான 'நான்' என்ற சுயப்

பிரக்ஞையைப் பற்றியும் பல பரிமாணப் பின்னணிச் சித்திரத்தை வரைந்துகாட்டும் ஆனந்த் 'சரயுகுமாரன் கட்டுரைகள்' தொகுப்பில் 'நான்' என்பதை மேலும் நுணுகிய பார்வையில் அணுகியுள்ளார். பிரக்ஞையின் மெய்ம்மையை உணரவிடாது தடைபோடும் இந்த 'நான்' என்ற சுயப்பிரக்ஞை உணர்வு எப்படிப்பட்டது? அதன் கூறுகள் எவை எவை?

'நான்' பற்றிய தனித்தனியான தலைப்புகள் கொண்ட இந்தக் கட்டுரைகள் இந்த 'நான்' என்பதன் வெவ்வேறு கூறுகளை ஆராய்கின்றன. பிரக்ஞையின் மீது படரும் நான் என்று நாம் கருதிக்கொள்ளும் இந்த 'நம் சுய அடையாளம்' பல படலங்களைக் கொண்டதாக உள்ளது. தனிமனித வளர்ச்சியில் ஒரு கட்டம்வரை சமூகத்தால், அதாவது நம் தொடர்புடைய உலகம் மற்றும் உறவுகளால் நமக்குள் கட்டியெழுப்பப்படும் நம் சுய அடையாளம் என்ற கற்பனை நம்மால் முற்றிலுமாக அங்கீகரிக்கப்பட்டு மேற்கொண்டு நாமாக ஏற்படுத்தும் சுய மாற்றங்களுக்கு உள்ளாகிறது. அது நான் என்கிற ஒரு ஆளாகத் தன்னைக் கருதத் தொடங்குகிறது.

இந்த 'நான்' பற்றிய சரியான பார்வை மிகவும் அவசிய மானது. ஏனென்றால் ஆனந்த் அர்த்தப்படுத்துவது போல இந்த 'நான்' தான் பிரக்ஞையின் அறியப்படாத ஆழங்களை அறிவதை அசாத்தியமாக்குகிறது. கண் முன்பாக ஒரு சிறு தகட்டினால் பரிதியின் பிரகாசத்தையே பார்க்க முடியாமல் தடுத்து மறைத்துவிட முடிவதுபோல் இந்தச் சுயப்பிரக்ஞை 'நான்' பிரக்ஞையின் சொரூபத்தை, அதாவது நம்முடைய இயல்பான பிரக்ஞைநிலையை அறிவதற்கு, உணர்வதற்குத் தடையாக உள்ளது. இந்த 'நான்'ஐப் பற்றி உள்ளும் புறமும் அறிவது எல்லாவிதத்திலும் மிக அவசியமானதும் முக்கியமானது மாகும். ஆனந்தின் சரயுகுமாரன் கட்டுரைகள் இது குறித்த பல வெளிச்சக்கற்றைகளை ஊடுபாவுமாகப் பின்னுகின்றன.

சரயுகுமாரன் கட்டுரைகள்

'நான்' என்ற சுயமனப்பிரக்ஞை உணர்வு எப்படித் தன்னைத் தானே கட்டமைத்துக் கொள்கிறது என்பதைச் சற்று எட்ட நின்று பட்டுக்கொள்ளாமல் பார்ப்பது மிகவும் சுவாரசியமானது.

உடலின் கட்புலன்களின் ஊடாகக் காணும் உலகும் அந்தப் புலன்கள் பெறும் உள்ளீடுகளும் அவற்றை வகைப் படுத்த உதவும் மொழியமைப்பும் மொழியமைப்பின் சாரமான ஒலிக்குறிப்புகளும் சப்த அதிர்வுகளும் ஒத்திசைந்து உருவாகும் ஒரு பகுதி விழிப்புணர்வு அல்லது பிரக்ஞை தன்னைத்

தானே வேறுபடுத்திப் பிரிந்து செயல்படத் துவங்குகிறது. இந்த மேலோட்டமான பிரக்ஞை காண்பதை, அறிவதை, உணர்வதையெல்லாம் வகைப்படுத்தி அடையாளங்களிட்டுக் கால அமைப்பைக் கொண்டு வரிசைப்படுத்தி மொழி சார்ந்த, ஆனால் அடிப்படையில் ஒலிக்குறிப்புகளால், அதன் அதிர்வு களால் ஆன சொற்களையும் அவைகளுக்கான விளக்கமான பொருளையும் (அவைகளும் சொற்களே) கொண்டு, அது பெற்ற உள்ளீடுகளைக் கொண்டு அடையாளங்களையும் மேற்கொண்டு அதன் அடிப்படையில் சுய அடையாளங்களை யும் உண்டாக்குகிறது. இது பெயரிடுவதிலிருந்து துவங்கி உருவாகும் சுயமன அடையாளம். புலன்கள் காணும் உலகைப் பற்றிச் சமூகம் உள்ளீடு செய்து கட்டமைத்த அடையாளங் களுடன் ஒத்திசைந்து 'நான்' என்ற சுயமனப் பிரக்ஞை அடையாளமும் உண்டாகி வளர்கிறது. ஒருவர் ஆணா பெண்ணா என்கிற பால் அடையாளங்கள் முதற்கொண்டு சமூகத்தின் சகல தளங்களிலும் இந்த அடையாளங்கள் செயல்படுகின்றன. இந்த 'நான்' என்ற தன்னிலை ஒருமை அடையாளம் தன்னைத் தானே இன்னாரென்று அறியும் ஒரு மிக வலிமையான அடையாளமாகிவிடுகிறது. தான் இன்னாரென்று அறிய 'நான்' என்று தன்னைத் தானே வேறுபடுத்திக் காண வேண்டியதாகிறது. இங்கே இணையான ஒரு நிழலோட்டம் உருவாகிறது. ஒரு மெய்நிலைப் பிரக்ஞை மீது ஒட்டுண்டு வளரும் இந்தச் சுயமனப் பிரக்ஞை, தன்னைத் தானே விவரித்துக் கொள்வதன் மூலமாகத் தன் இருப்பை ஏற்படுத்திக்கொள்கிறது, வந்து போகும் தனது எண்ணங்களை அறியும் 'நான்' என்ற ஒரு பின்னணியாகத் தன்னை உறுதிப் படுத்திக்கொள்கிறது. இயற்கையான உடலுக்கும் அதன் இயல்பான மனதிற்கும் இடையே உருவாகும் கலப்பினமான இந்த 'நான்' உடலிருப்பிலிருந்தும் அதன் இயல்பான மன அமைப்பிலிருந்தும் சுரண்டிச் சுரண்டித் தன்னிருப்பை உறுதிசெய்துகொள்கிறது. உடலைத் தன் உடலென்றும் மனதைத் தன் மனமென்றும் திரித்து அதைக்கொண்டு தன்னிருப்பை ஏற்படுத்தி ஸ்தாபித்துக் கொள்ளும் இந்தப் பிரதிபிம்பப் போலியின் செயல்பாடுகள் சரயுகுமாரன் என்ற பெயரில் ஆனந்த் எழுதியுள்ள கட்டுரைகளில் ஆய்வுக்குட்படுத்தப் பட்டிருக்கிறது.

சரயுகுமாரன் கட்டுரைகள் பகுதியில் முதல் கட்டுரையான 'நம் சுய அடையாளம்' என்ற தலைப்பிட்ட கட்டுரையில் 'நான் என்கிற உணர்வு ஓர் அடிப்படை உணர்வு' என்று குறிப்பிடுகிறார் ஆனந்த். ஒருவர் எப்போதும் ஒரே ஒரு 'நான்' ஆகவே இருக்கிறார். இங்கு ஆனந்த் 'நான்' என்று

குறிப்பிடுவது கால ஓட்ட சுயப்பிரக்ஞை 'நான்' அல்ல. இருத்தலின் அடிப்படையான நிகழ்கணத்தின் 'நான்' அது. வேறுபடுத்தலுக்கு முன்னதான அறியப்படாத, அல்லது அனுபவதளங்களுக்குள் சிக்காத தன்னைத் தனித்துணராத, அசலான பிரக்ஞை உடலில் இயல்பானதாக விருத்தியடைகிறது. இந்த அசலான நான் என்ற உணர்வுக்குத் தன்னைத் தானே நிச்சயமாக உணரும் ஒரு போக்கு இருக்கிறது. அது அடிப்படையில் இயல்பானதாகவும் உள்ளது. ஒருவர் தம்மை 'நான்' என்று இயல்பாகவே உணர்கிறார். இது வெறும் கற்பிதம் என்று ஒட்டுமொத்தமாகக் கூறிவிட முடியாது.

ஆனால் அதில் கற்பிதமான ஒரு 'நானும்' வந்து அமர்ந்து விடுகிறது. ஆக்கிரமித்து விடுகிறது. ஏன்? அதேபோல் ஒருவருக்குத் தாம் இருப்பதான இயல்பான பிரக்ஞைவுணர்வு உள்ளது. அதில் கற்பிதமான பிரக்ஞைப் பிரதிபலிப்பு ஒன்றும் உருவாகி விடுகிறது. உடலுக்கே உரித்தான இயல்பான மன அமைப்பு உள்ளது. அதில் கற்பிதமான மனஅமைப்பு கட்டமைக்கப் படுகிறது. இதுதான் உடலுக்கும் மனதிற்கும் இடையில் குறுக்கிட்டுத் தன்னைத் தானே அடையாளப்படுத்தி விவரித்துக் கொள்வதன் மூலம் தன்னைக் கட்டியெழுப்பிக்கொள்ளும் கலப்பின 'நான்'. 'இந்த நான் எண்ணம்தான் தன்னையும் உலகையும் வெவ்வேறாகப் பிரித்துக் காட்டுகிறது.' இது ஒரு போலி 'நான்'. இவ்விதமாகத்தான் ஆனந்தின் கட்டுரைகளில் பிரக்ஞை, நான், மனம் போன்றவை வெவ்வேறு விதங்களில் பிரிக்கப்பட்டு அணுகப்பட்டிருக்கின்றன. இது புரியும்போது ஆனந்தின் கட்டுரைகள் புரிவது எளிதானதாக உள்ளது.

இதையே நாம் பின்வருமாறு காணலாம்.

நான் என்பது கால அடிப்படையிலான 'நான்' ஆகவும், கால அளவீடுகளுக்கப்பாற்பட்ட பார்வையை மட்டுமே, அதாவது தற்பொழுது என்கிற நிகழ்கணத்தை மட்டுமே சாரமாகக் கொண்ட 'நானா'கவும், மனம் என்பது சுயப் பிரக்ஞை மனமாகவும் சுயப்பிரக்ஞைக்கு அப்பாலான இயல் மனமாகவும் பிரக்ஞை என்பது இயற்கையான உடலை யொட்டிய பிரக்ஞையாகவும் 'தான்' என்று தன்னைத் தனிப்பட அறியும் 'நான்' ஆகக் குறுகிய சுயப்பிரக்ஞையாகவும் பிரித்துக் காண்பிக்கப்பட்டு இவையனைத்தின் ஒத்திசைவுகளை நிறுவும் விதமாகவும் ஆனந்த்தின் கட்டுரைகளில் விளக்கப்படுகிறது. இது விஷயத்தின் சாராம்சத்தைச் கிரகித்துக்கொள்ள உதவுகிறது.

சுருக்கமாகச் சொன்னால் இயல்பான பிரக்ஞை, மனம், நான் இதெல்லாம் ஒன்றையேதான் குறிப்பிடுகின்றன. அதன்

மீதாகப் போலிகளான பிரக்ஞை, மனம், நான் என்பவை தன்னைத் தானே கட்டியெழுப்புகின்றன. இந்தப் போலிக் கட்டுமானங்கள் ஒரு கண நேரம்கூடத் தன்னை நிலைநிறுத்திக் கொள்ள முடியாதவை என்பதால் தொடர்ந்து தம்மிருப்பை உறுதி செய்ய மீண்டும் மீண்டுமாக ஒரு தொடர் இட்டு நிரப்பலை முடிவின்றி மேற்கொள்ள வேண்டியதாக உள்ளது. அதாவது சுயப்பிரக்ஞை 'நான்' ஆனது தன்னைத் தானே இருப்பில் வைத்திருக்கத் தொடர்ந்து சுய அடையாளங்களை உண்டாக்க வேண்டியுள்ளது. எண்ணங்களைக் கொண்டு தன்னைத் தானே தோற்றுவித்துக் கொள்ள வேண்டியுள்ளது. இயல்பான பிரக்ஞை மனமானது இந்தச் செயல்பாட்டிற்கு அப்பாற்பட்டதாக இருக்கிறது. அது அடிப்படையான இயல்பெழுச்சியாக அமைகிறது.

'சஞ்சயன் பார்வை'யில் பிரக்ஞை, மனம், காலம், நான் பற்றிய பின்னணி அடிப்படைகளை நிறுவும் ஆனந்த், சரயு குமாரன் என்ற பெயரில் எழுதிய கட்டுரைகளில் மேற்கொண்டு 'நான்' என்ற சுயமனப்பிரக்ஞையின் தன்னைத் தானே கட்டியெழுப்பும் கட்டுமான முறைமை குறித்த பார்வைத் தெளிவுகளை நிறுவுகிறார்.

'நான்' என்று தன்னைத் தனிப்பட்ட ஒன்றாக அடையாளம் காணும் சுயமனப் பிரக்ஞையின் சேர்மானங்கள் எவை எவை என்று முதல் கட்டுரையான 'நம் சுய அடையாளம்' இனம் பிரித்துக் காண்பிக்கிறது. ஆனந்தின் வார்த்தைகளில் 'நான் என்ற உணர்வின் நேரடிப் பிரதிபலிப்பாக நம் மனதில் நான் என்ற எண்ணம் இருக்கிறது. மனச்சுயத்தின் மையமாக அது செயல்படுகிறது' இந்த எண்ணத்தாலான மனச்சுய 'நான்', ஒட்டுமொத்த சமூக மன அமைப்பில் பிறந்து, அதன் பகுதி யாகவே உருவாகிறது. அதே சமயம் சமூகம் எனப்படுவது தனித்தனி 'சுயமனப்பிரக்ஞை நான்'களின் கூட்டமைப்பு. இந்தக் கூட்டமைப்பை நாம் சமூகம் என்கிறோம். மாற்றாக, இந்தக் கூட்டமைப்பு சமூகம் தனித்தனி 'நான்'களுக்கான சில விதிமுறைகளை ஏற்படுத்தி, சில வரையறைகளை உண்டாக்கி அதன் படி நடத்தை விதிகளை நிரலமைத்துச் சில இலக்குகளை முன்வைத்துள்ளது. இதன்மூலம் ஒட்டு மொத்த நான் தன்னைத் தானே நிலைநிறுத்திக் கொள்கிறது. இந்தச் சமூக நிரலமைப்பின் கீழ் பணிந்து அதற்கு இணங்கிச் சுயப்பிரக்ஞை நான் சிந்திக் கிறது, செயல்படுகிறது. இது காலங்காலமாக நடைபெற்று வரும் நிகழ்வு. இதுதான் அதன் கலாசாரம். ஓரளவில் தினசரி வாழ்க்கையை ஒழுங்குபடுத்த இதற்கு ஒரு சமூகத் தேவை அதாவது ஒரு நடைமுறை தேவை உள்ளது.

ஆனால், இதைத் தாண்டிச் செல்ல முயலும் ஒரு 'தனி நானின்' யத்தனத்தை அந்தச் சமூகம் ஏற்பதில்லை. அந்த அசைவை நீர்த்துப் போக வைக்கவே சமூகம் முயல்கிறது. இந்தச் சுயப்பிரக்ஞை நானை விட்டு அடிப்படையான 'நான்' உணர்வுக்கு, அதாவது 'இக்கணம்' என்ற பார்வையாக மட்டுமே பிரக்ஞை கொண்டுள்ள 'நான்' என்ற தளத்திற்குப் பெயரும் ஒருவரின் போக்கிற்கு ஒட்டுமொத்த 'நான்' ஆன சமூகம் தடைபோடுகிறது. அதற்குத் தண்டனை, வெகுமதி, சமூக ஏற்பு, நிராகரிப்பு போன்றவைகளைத் துருப்புச் சீட்டு களாகப் பயன்படுத்துகிறது.

சமூகம் என்பதே தனித்தனி 'நான்'களின் ஒட்டுமொத்த மான ஒரு 'நான்'தான் என்பதால் தன்னில் ஒரு பகுதியே தன்னுடைய வரையறைகளைத் தாண்டுவதை இந்த ஒட்டு மொத்த 'நான்' விரும்புவதில்லை. அதே நேரம் சமூக வரையறை களைக் கடப்பது என்பது சமூகத்திற்கே எதிராகத் திரும்புவது என்று பொருளல்ல. அப்படிக் கடப்பது என்பது என்ன என்கிற தெளிவு மிகவும் அவசியம். தம் உண்மையான சுய அடையாளத்தைத் கண்டடைந்த ஒரு மனிதர் சமூகத்தை எப்படி எதிர் கொள்வார்? ஆனந்தின் கூற்றுப்படி, 'புறவயமாகச் சமூகத்தை எதிர்ப்பது என்பதும்கூடச் சமூகத்தின் ஆட்சிக்கு உட்பட்டு இருப்பதுதான்'. சமூக மனத்தளத்தின் பீடிக்கும் பிடியிலிருந்து விலகுதல் என்பது அந்த 'நான்' என்கிற அடித்தளமான பிரக்ஞை உணர்வும் அதன் இயல்பூக்கங்களும் அதனுள்ளேயே ஏற்படுத்தும் பிரதிபலிப்புகள் கொண்டு புரிந்துகொள்ளப்பட்டுத் தெளிவானாலன்றி நடைபெற முடியாது. அந்தப் பிரதிபலிப்புகளிலிருந்து விடுபட்டுதான் 'அவற்றின் தோற்ற மையமான 'நான்' உணர்வை' அடைந்து நிலைகொள்ள முடியும்.' அது தான் நம்முடைய மெய்யான சுய அடையாளம். அங்கே, 'அனைத்தும் முன்போலவே இருக்கிறது. ஆனால் ஏதோ ஒரு பொருளில் எதுவும் முன் போல அல்லாமல் புதியதாக, புதிய இருப்புணர்வுடன் அனுபவம் நிலைக்கிறது.' 'நம் சுய அடையாளம்' என்ற தலைப்பிட்ட இந்தக் கட்டுரையிலும் 'நான்' எண்ணம் என்கிற மனச்சுய அமைப்பு மற்றும் 'நான் உணர்வு' என்கிற நம் அடிப்படை அடையாளம் என இரண்டு பிரக்ஞை நிலைகளாக (ஒன்று நிஜம்; மற்றொன்று பிரதிபலிப்பு) வேறுபடுத்தி, அதே சமயம் 'நான்' உணர்வு, மனதில் 'நான்' எண்ணமாகப் பிரதிபலிக்காது போனால் 'நான்' இருக்கிறேன் என்ற அனுபவமே நமக்கு இருக்காது' என்றும் ஆனந்த் குறிப்பிடு கிறார். அதுவே பிரக்ஞை என்று கூறப்படுவதன் ஆதார

நிலையாக இருக்கலாம். அந்தப் பிரக்ஞை நிலை ஓர் 'அனுபவம்' அல்ல போலும்.

ஆனால், சுய அடையாளத் தேட்டம் கொண்ட மனம் கவனம் செலுத்தத் தக்க ஒரே ஆதாரம் இந்த 'நான்' எண்ணம் தான்'. அது தேடுதலின் ஆரம்பம் மட்டுமல்ல. இந்த 'நான்' எண்ணத்தின் மேல் கவனம் குவிந்து நிலைப்படும்போது அந்தக் கவனம் 'நான்' உணர்விலிருந்து இயங்குகிறது. அது ஒரு விதத்தில் தேடுதலின் முடிவும்கூட. ஏனென்றால் இந்த 'நான்' உணர்வு மேலோங்கத் துவங்கினால் அது இந்த 'நான்' எண்ணத்தைப் புரிந்து அதை ஒரு முடிவுக்குக் கொண்டுவந்து விடுகிறது. 'நம் சுய அடையாளம்' என்ற தலைப்புகொண்ட இந்தக் கட்டுரை அது கூற வந்த பொருளமைப்பின் பல முனைகளில் மிகவும் துல்லியமானது.

இந்தச் சுயப்பிரக்ஞை 'நான்' அது புழங்கும் ஒட்டுமொத்த நான்களின் தொகுப்பான சமூகத்தின் நிரலமைப்புக்கு ஒத்திசைந்து அதனுடனேயே உருப்பெற்றாலும் உடன் மரபணுவின் கூறுகளையும் அது உள்ளடக்கியிருக்ககூடும். உடலியல் சாயல்கள், உருவ ஒற்றுமைகள், நிற ஒற்றுமைகள மட்டுமல்லாது உள்ளத்து அளவிலும் சில குணாம்சங்கள், இயல்புகள் மரபணுவின் ஊடாகவும் உருவாகியிருக்கலாம். அப்படியிருந்தாலும் மரபணுக் காரணங்களுக்கு அப்பால் மன அளவிலான இந்தக் குணாம்சங்கள், காலங்காலமான எண்ண ஓட்டத்தின் மீளாக்கங்களாகவும் சுற்றுச் சூழலின் தாக்கத்தின் கலப்பினாலும் ஏற்படக்கூடும்.

எப்படியிருந்தாலும் ஒவ்வொரு 'நானும்' ஒவ்வொரு விதமான குணாம்சக் கலவையாகக் குணசித்திரமாக உருவாகி வளர்ந்து இயங்குகிறது. மீளாக்கம் பெறுகிறது. இந்தக் குணாம்சம்கள் ஒரு தனித்துவமான 'நான்' – ஆகச் சமூகத்தில் செயல்படுகிறது. முழுமையாக உருவாகிவிட்ட இந்தச் சுயப் பிரக்ஞை, 'நான் என்ற ஒரு நபராக' அல்லது 'ஒரு ஆள்' – ஆகச் சமூகத்தில் இயங்குகிறது. அடையாளங்களால் உருவாகும் 'நான்' என்ற சுயப்பிரக்ஞையானது 'நான்' என்ற 'ஆளாகவே' தன்னைக் கருதத் துவங்குகிறது. அந்தச் சுயப்பிரக்ஞை நானுக்கே அது ஓர் ஆளாகத் தெரிய ஆரம்பிக்கிறது. அது தன்னை ஓர் ஆளாக்கிவிடுகிறது. 'நான்' என்ற எண்ணம் கொண்டு விடுகிறது.

நமக்குள், 'நான்' என்னும் ஒரு உருவமற்ற பிரக்ஞை உணர்வு, சிந்தனையில்' 'நான்' என்ற எண்ணம் அல்லது எண்ண அமைப்பு, இரண்டும் இருக்கின்றன. இதில் எது ஆள்?' என்கிற கேள்வியை 'நான் என்னும் ஆள்' கட்டுரையில்

எழுப்பும் ஆனந்த் 'நான் என்கிற ஆளுமை' காண்பிக்கும் தோற்றத்தைப் பற்றி மேற்கொண்டு சொல்கிறார். 'மனித உறவுகளில்தான் 'நான் ஒரு ஆள்' என்பது உருவாகிறது. உண்மையில் தன்னியல்பான வெளிப்பாட்டைச் சமூகம் தன்வசப்படுத்த யத்தனிக்கும்போது தோன்றும் வலிதான் 'ஆள்' என்பதன் வித்தாக அமைகிறது.'

நம்முடைய இயல்பான பிரக்ஞை உணர்ச்சியின் மலர்ச்சி இவ்வாறாகச் சமூகத்தால் வளைக்கப்படும்போது, அதன் இயல்பிலிருந்து கட்டாயமாக மாற்றத்துக்குள்ளாவது 'நான் என்ற எண்ண அமைப்பு' உருவாக வழிவகுக்கிறது. அது பிற்பாடு சமூகத்தால் முற்றிலுமாக நிரலமைக்கப்பட்டு அதன் பகுதியாகவே மாறிவிட்ட 'நான்' என்ற எண்ணமாக, தான் என்று தன்னைக் கருதிக்கொள்ளும் ஓர் ஆளாகத் தன்னைப் பராமரித்துக்கொள்ளத் துவங்குகிறது. நமக்குள் 'நான்' என்ற எண்ணமான இந்தச் சுயப்பிரக்ஞை முழுமையாக உருவாகி, அதன் விளைவாக நம்மை நாம் எப்போதும் ஒரு ஆளாகத் தான் கருதிக்கொள்கிறோம். எல்லோருமே மற்றவர்களுக்கு ஆளாகவே இருக்கிறார்கள். அதைவிட நாமே நம்மை நம்மிடமிருந்து வேறுபட்ட, மற்ற ஆள்களைப் போல் நாமும் ஓர் ஆள் என்பதாகப் பார்க்கிறோம். நமக்கு நாமே ஒரு 'ஆள்' என்றால் நம்மையே நாம் நமக்கு வெளியே வேறொருவராகப் பார்க்கிறோம் என்றாகிறது.

இங்கு நம்முள் என்ன நிகழ்கிறது? ஆனந்தின் சொற்களில் 'நான்' என்ற உணர்வு இருக்கிறது. அது தவிர ஒரு சிந்தனை அமைப்பு இருக்கிறது. 'நான் ஒரு 'ஆள்' என்பது சிந்தனை அமைப்பில் பதிந்துவிட்ட ஒரு எண்ணம்.' 'நான்' உணர்வு என்பது அடிப்படையான ஒரு உணர்பிரக்ஞை அல்லது ஓர் உணர்வுவெளி. அது வார்த்தைகள் குறிப்பது அல்ல. மாறாக அதுதான் நம் பிரக்ஞையின் ஆதார நிலை. 'நான்' என்ற உணர்வுவெளி மன இயக்கத்தின் வழியாக வெளிப்படும் போது கால உணர்வு தோன்றுகிறது' என்று ஆனந்த் கூறுகிறார். அந்தக் கால உணர்வு அதனளவிலேயே ஓர் அனுபவமாகிறது மன இயக்கம் என்று ஆனந்த் இங்கு குறிப்பிடுவது சுயப் பிரக்ஞை நானின் செயல்பாட்டைத்தான். 'ஆனால் 'நான்' உணர்வின் சுயநிலையில் கால உணர்வு இல்லை. அது காலமற்ற, இடமற்ற நிகழ்கணமாக இருக்கிறது.' அதே சமயம், இது ஒரு 'அனுபவம்' அல்ல. வேறு நோக்கில், அது ஒரு கால – வெளி அனுபவம் அல்ல.

சுயப்பிரக்ஞை நானின் அனுபவம் என்பது எப்படிப்பட்ட தன்மை வாய்த்தது? சமூக அனுபவம் மற்றும் தனிமனித

அனுபவம் என்ற புரிதலின் அடிப்படையில் அனுபவம் என்று நாம் கூறுவது எதனை? அது எவ்வாறானது? அது தனித்துவ மிக்க அனுபவமா அல்லது எல்லோருக்கும் பொதுவான அனுபவமா? அனுபவம் எனப்படுவதன் வீச்சு என்ன?

'அனுபவம் பற்றி' என்கிற கட்டுரை மேற்கண்ட கேள்வி களை எழுப்பி அதன் தலைப்பின் கோணத்திற்கு உட்பட்டும் உட்படாமலும் அனுபவம் எனப்படுவதன் அடிப்படைக் கூறுகளான பொது அனுபவம், தன் அனுபவம் கால உணர்வு, சுயப்பிரக்ஞை, போன்றவற்றைப் பகுத்து, சீர்தூக்கிப் பார்க்கிறது. புலன்கள் காணும் உலகை அடையாளப்படுத்தி ஒருங்கிணைக் கும் எண்ண ஓட்டம் அனுபவத்தை உண்டாக்குகிறது. அனுபவம் என்பதே காலம் சார்ந்தது. ஏனென்றால் அந்த அனுபவத்தை அனுபவிக்கும் சுயப்பிரக்ஞை அங்கிருக்கிறது. அது என்ன அனுபவம் என்பதை அறியும் மனச்சுய மையம் இல்லாமல் ஓர் அனுபவம் இன்னதென்று அறிய முடியாது. 'பொது அனுபவம் என்பது அந்த மனச்சுயமையத்தின் மனோவசியம். பொது அனுபவம் ஒரு மாபெரும் பொய்', என்கிறார் ஆனந்த். 'அது உண்மை போலிருக்க காரணம் என்ன?'

பொது அனுபவம் என்பது சமூகம் எனப்படும் பலப்பல தனி 'நான்'களின் அனுபவம்தான். எல்லா 'நான்'களும் பொதுவாக அறிந்திருக்கும் அனுபவம். சுருக்கமாக அது சமூக அனுபவம். அதையே நம்முடைய அனுபவமாக அறிகிறோம். இவ்விதமாக நம்முடைய அனுபவத்தைத்தான் பொது அனுபவமாகவும் அனுமானித்து உறுதிப்படுத்துகிறோம். சமூகம் ஒன்றை எப்படி நோக்குகிறதோ அனுபவப்படுகிறதோ அதை அப்படியேதான் நாமும் பார்க்கிறோம், அனுபவப் படுகிறோம். அனுபவத்தைப் பொறுத்தவரை 'தன் அனுபவத்தைத் தான் பொது அனுபவமாகப் பார்த்து வருகிறோம் என்றுதானே அர்த்தம்!' என்று கேட்கிறார் ஆனந்த்.

அதேபோல் பொது அனுபவத்தைதான் தன் அனுபவ மாகவும் பார்க்கிறோம். சமூகம் எனப்படும் நாம் சார்ந்த மற்றும் நம்மைச் சார்ந்த மனிதர்கள் நிரலமைத்த அலைவரிசை களில்தான் நாம் உலகை அனுபவப்பட்டு வருகிறோம். நம்மை யும் 'நான்' என்ற சுயப்பிரக்ஞை மனமாக, அனுபவப்படு கிறோம். அதுவும் சமூகம் நம்முள் ஏற்றிவைத்திருப்பதுதான். அனுபவம் பற்றிய இந்தக் குழப்பத்துக்கும் மயக்கத்திற்கும் எது காரணமாய் உள்ளது? 'இந்த மனோவசியத்தின் அடிப்படை என்ன? கால உணர்வுதான் இந்த மாபெரும் மனோவசியத்தின் அடிப்படைப் பிறப்பிடம்', என்கிறார்

கட்டுரையாசிரியர். கால உணர்விற்கும் அனுபவத்திற்கும் இடையில் இப்படி ஒரு காரண – விளைவு உறவுமுறை இருக்கிறது.

காலம் பற்றிய பெரும்பாலான விஞ்ஞான மற்றும் தத்துவக் கருத்துகள் ஒரு சில விதிவிலக்காக, வெறும் நம்பிக்கைகள்தான் என்று எழுதுகிறார் ஆனந்த். ஆனந்தின் பார்வையில் – கால உணர்வு பற்றி யாரும் சிந்திக்க முடியாது. உண்மையில் எதைப் பற்றியும் யாரும் சிந்திக்க முடியாது. ஆனந்த் சொல்வதுபோல் எதைப் பற்றியும் சிந்திக்க வேண்டுமென்றால் முன்னதாக அது கருத்தாக மாற வேண்டும். கால உணர்வைப் பற்றி நாம் கொண்டுள்ள முடிவுகள் எண்ணத்தினால் நாம் கொண்டடைந்த கருத்துகள் மட்டுமே. ஒரு கருத்தாகக் கொண்டுதான் நாம் காலத்தைப் பற்றிச் சிந்திக்கிறோம். எதுபற்றியும் சிந்திக்கிறோம். ஆனால், 'விஷயம் கருத்தாக ஆன கணத்திலேயே அதன் உண்மை நிலையிலிருந்து பிறழ்ந்து' வெறும் கருத்துப் பிரதிபலிப்பாகிவிடுகிறது. காலம் குறித்த கருத்துகளை நாம் மேலும் மேலும் சிந்திக்கலாம். மிகச் சரியாகச் 'சிந்தனை என்பது ஓர் இன்ப மயக்கம்.' சிந்தனையால் எது குறித்த மெய்யறிவையும் அடைந்துவிட முடியாது. 'கால உணர்வு சிந்தனைக்கு உட்படாதது'. சிந்தனையே தான் கால ஓட்டம். 'சிந்தனையோட்டத்தின் பிறப்பிடமே இந்தக் கால உணர்வுதான்.' என்பதால் இந்தச் சிந்தனை என்பது என்ன, அதன் வீச்சு எதுவரை என்ற ஒரு சரியான பார்வை தெளிவு தேவைப்படுகிறது. 'சிந்தனையின் எல்லை என்பது என்ன? அனுபவத்தால், படிப்பால், கேள்வி ஞானத்தால் மனதின் அறிவுத் தளத்தில் ஏற்பட்ட சேகரம் தான் சிந்தனையின் எல்லை.' சிந்தனை என்பது பொதுவாக எண்ணங்களால் ஆனது. பல அடிப்படைத் தகவல்களையும் அடையாளங்களையும் உள்ளடக்கிய எண்ண ஓட்டத்தை அறிந்து அதன் ஒட்டுறவுகளை அலசும் மன ஓட்டம்தான் சிந்தனை என்பதாகும்.

'தன் எல்லைக்குள் மட்டுமே நிகழும் சிந்தனை ஓட்டம் கால உணர்வைத் தீண்ட முடியாது'. கால உணர்வைத் தூண்டுவது எது? எதைத் தளமாகக் கொண்டு கால உணர்வு முளைக்கிறது? 'கால உணர்வுக்கு அடிப்படை 'நான்' என்னும் உணர்வுதான்'. இங்கே ஆனந்த் குறிப்பிடும் 'நான் உணர்வு' சுயப்பிரக்ஞை உணர்வு அல்ல. அது 'நான் என்று தன்னைக் கருதிக்கொள்ளும் மனச்சுயம் அல்ல'. 'நான் உணர்வு' இந்த மனச்சுயத்தைத் தாண்டியது. 'நான் உணர்வின் சாரத்தில் காலம் இல்லை. ஆனால் நினைவுகளின் சாரத்தில் 'நான்' உணர்வு லயிக்கும்போது, கால உணர்வு உண்டாகிறது.'

அதிலிருந்துதான் 'என்னிலிருந்து வேறுபட்ட உலகமும் உலகிலிருந்து வேறுபட்ட நானும்' என்கிற பிரிவினை தோன்றுகிறது. இது சுயப்பிரக்ஞைக்கும் மனச்சுயத்திற்கும் முக்கால வேறுபாடுகளுக்கும் வழிவகுக்கிறது. 'மனச்சுயத்தின் கண்ணோட்டத்தில் தன் அனுபவம், பொது அனுபவம் என்ற பாகுபாடு உண்டாகிறது.'

வெவ்வேறு 'நான்'களின் ஒன்றே போன்ற அனுபவம், அந்த அனுபவத்தைக் கொள்பவர்களுக்கு வெளியே ஆன அனுபவமா? அது அனுபவிப்பவர் எல்லோருக்கும் பொதுவானதா? இந்த 'நான்களுக்கு'ச் சுயமான அனுபவம் இருக்கிறதா? என் தனிப்பட்ட அனுபவம் என்று ஏதாவது இருக்கிறதா? 'என் உடல், என் மனம் என்று இருக்கிறதா? அப்படியென்றால் அந்த 'என்' யார்?' அந்த 'என்' தன்னை ஒரு ஆளாக நம்பியிருக்கிறது. 'இந்த நம்பிக்கை பொய்யானது' என்று ஆனந்த் குறிப்பிடுகிறார். 'ஆள் ஒருவர் இருப்பதான நம்பிக்கையின் அடிப்படை கவனம் பகுதி பகுதியாகச் செயல்படுவதுதான்'. இந்தக் கவனம் பார்வையின் தன்மை. இது துண்டு துண்டாகச் செயல்படுவதுதான் சுயப்பிரக்ஞை மிக்க ஓர் ஆளாகத் தான் இருப்பதான உணர்வை ஏற்படுத்துகிறது. 'நாம் ஒரு காட்சியைப் பார்க்கும்போது 'நாம் பார்க்கிறோம்' என்பதும் அக்காட்சியின் ஒரு அங்கம் என்பதில் கவனம் கொள்ளத் தவறுகிறோம். 'நாம் பார்ப்பதை' நாம் பார்ப்பதில்லை'. நாம் ஒன்றைக் கவனிக்கிறோம் என்கிற கவனம் நமக்கு இல்லை.

இந்தப் பார்க்கும் சுயப்பிரக்ஞை நான் பற்றிய பார்வை நமக்கு இல்லாததால் நாமே ஆன இந்த 'நான்' பற்றி நமக்கே பெரும்பாலும் ஒன்றும் தெரியாமல் போய்விடுகிறது. 'பார்க்கும் 'நானை'யும் சேர்த்துப் பார்க்கும்போது 'நான்' என்று நாம் பொதுவாக நினைக்கும் ஒன்று இல்லவே இல்லை என்பது தெளிவாகிறது.' அந்தப் பார்வையில் 'பார்ப்பவர், பொருள் என்ற இரண்டு விஷயங்களும் இல்லை...' உண்மையில் அனுபவம் என்பதன் அடிப்படையே எல்லாப் பார்வையையும் கடந்து நின்று காணும் இந்தப் பார்வைச் சாரமாக உள்ளது. 'இந்தப் பார்த்தல்தான் அனுபவத்தின் முழுமை'. அது சுயப்பிரக்ஞை நானின் கூறுபட்ட அவதானிப்பு அல்ல. 'உண்மையில் தன் அனுபவம் என்றுகூட ஒன்றும் இல்லை'. 'உண்மையான அனுபவத்தில் அனுபவிப்பவர் என்ற தனிக் கூறு இருக்க முடியாது. அனுபவிப்பவர் என்கிற வேற்றுமை இல்லை யென்றால் ஆனந்த் சொல்வதுபோல் 'அனுபவம் என்ற ஒன்றுதான் இருக்கிறது. அங்கு யாரும் கிடையாது'.

நேரெதிராக, அனுபவிப்பவர் இல்லையென்றால் அனுபவம் என்பதும்கூடக் கிடையாது. அதனால் பார்த்தல் என்பது அனுபவம் அல்ல. அதனால் பார்வையானது 'அனுபவித்தல்' என்னும் நிகழ்கணம் என்பதாக மட்டுமே இருக்கிறது. அல்லது ஆனந்த் சொல்லி முடிப்பதுபோல், 'சக்தி நிரம்பிய எல்லையற்ற வெளியில் அனுபவம் தன்னை அனுபவித்தவாறு போய்க்கொண்டிருக்கிறது. 'அனுபவம் பற்றி' என்ற தலைப்பிட்ட இந்தக் கட்டுரை ஒரு பொலியும் பார்வை வெளிச்சத்தின் குவிப்பு.

அதேபோல் இந்தத் தொகுப்பில் 'மனிதன் பிறந்தாயிற்றா?' என்ற மற்றொரு கட்டுரை மிகவும் குறிப்படவேண்டிய ஒன்று. மனம், பிரக்ஞை, கால உணர்வு, சுயப்பிரக்ஞை நான் என்ற எண்ணம், அனுபவம் போன்றவற்றிற்கும் பரிணாம வளர்ச்சிக்கும் என்ன உறவு என்பதை விஞ்ஞானத் தடத்தை ஒட்டியும் ஒட்டாமலும் அலசும் இந்தக் கட்டுரை, பரிணாம வளர்ச்சித் சித்தாந்தத்திற்கு, விஞ்ஞானத்திற்கும் அப்பால் வேறு ஒரு கோணத்தை உருவாக்கிக் காண்பிக்கிறது. கட்டுரையில் மனிதப் பிரக்ஞை வளர்ச்சியும் மனிதப் பரிணாம வளர்ச்சியும் ஒப்பு நோக்கப்படுகிறது. 'மனிதன் இன்னும் முழுமையடையவில்லை' என்கிற கருத்தைக் குறிப்பிட்டுத் துவங்கும் கட்டுரையில் மனிதப் பரிணாம வளர்ச்சியின் இன்றைய நிலையில் 'மனிதன் முழுமையற்ற சுயப்பிரக்ஞையுடன் இருக்கிறான்' என்று குறிப்பிடுகிறார் ஆசிரியர்.

விஞ்ஞானத்தைப் பொறுத்தவரை பரிணாம வளர்ச்சி என்பது உடல், உயிரியல் வளர்ச்சி சார்ந்ததான பார்வையைக் கொண்டுள்ளது. பெரு வெடிப்பில் உண்டான பிரபஞ்சத்தின் பரிணாம வளர்ச்சிமுதல் பூமியில் உயிர்களின் பரிமாண வளர்ச்சிவரை பரிணாம வளர்ச்சியின் போக்கு மிக விரிவானது. அது பற்றிய சித்தாந்தங்களும் பல. பூமித் தளத்தைப் பொறுத்த வரை எளிமையான செயல்பாடுகள் கொண்ட உயிர்கள் காலப்போக்கில் மேலும் மேலும் சிக்கலான செயல்பாடுகளை நிறைவேற்றும் வண்ணம் தன் உடல், உயிரியல் தன்மைகளைத் தன்னால் மாற்றி அமைத்துக்கொள்ளும் இயற்கையின் போக்கு விஞ்ஞானிகளால் பரிணாம வளர்ச்சியின் போக்காகப் பார்க்கப்படுகிறது. பரிணாம வளர்ச்சி விஞ்ஞானம் கூறும் அந்த மேலும் மேலும் பின்னலான உடல், உயிரியல் மாற்றங்கள் மற்றும் செயல்பாடுகள் ஆனந்த் கூறுவதுபோல 'ஆழமாகப் பார்க்கும்போது பிரக்ஞையின் வளர்ச்சியாகவே தெரிகிறது.' இது பரிணாம வளர்ச்சிக்கு வேறுபட்ட ஒரு பார்வையைத் தருகிறது.

பரிணாம வளர்ச்சி என்று ஒன்று இருக்கிறதென்றால் அது பிரக்ஞை வெளிப்பாடு தீவிரப்படுவதுதான். 'பிரக்ஞையின் வெளிப்பாடு மேலும் மேலும் உச்சநிலையடைவதற்கேற்ப உடலின் வளர்ச்சி அதாவது நரம்பு மண்டலம், மூளை இவற்றின் நுட்பம் அதிகரிப்பதையே பரிணாம வளர்ச்சியாக நாம் காண்கிறோம்' என்கிறார் ஆனந்த். ஒரு தனி மனிதனிடத்தில் வளர்ச்சி எவ்விதமாக நிகழ்கிறது? முதலில் உயிர்க்கரு உருவாகிக் கருப்பையிலிருந்து வெளியேறிச் சுயமாய்ச் சுவாசிக்கத் துவங்கிப் பின் புலன்கள் மெல்ல விழிப்படைந்து பிரக்ஞை உணர்வு உருவாகிறது. இந்தப் பிரக்ஞை உணர்வு உடல் சார்ந்த அடிப்படைப் பிரக்ஞை. பின்பு வருகிறது சுயப்பிரக்ஞை. அடிப்படைப் பிரக்ஞையில் மன அமைப்பு கட்டமைக்கப்படும்போது அந்த அடிப்படைப் பிரக்ஞை சுயப்பிரக்ஞையாகிறது. இந்தச் சுயப்பிரக்ஞை தன்னைத் 'தன்மனம்' என்றாக்கிவிடுகிறது. இங்கிருந்து அது 'நான்' என்கிற தனிமனித பிரக்ஞையாகிவிடுகிறது.

வானரக் கூட்டத்தில் ஒன்று திடுமென்று இரண்டு கால்களால் எழுந்து நின்றபோது துவங்கிய இந்த மனிதப் பரிணாம வளர்ச்சி, தற்போது தானொரு தனிமனிதன், தனி ஒரு ஆள், ஒரு தனி நான் என்ற சுயப்பிரக்ஞை மிக்க இந்தக் கட்டத்தை வந்தடைந்திருக்கிறது. 'பரிணாமத்தின் ஒவ்வொரு புதிய அடியும் ஒரு தனி மனிதனிடத்தில்தான் நிகழ்கிறது'. மனிதனிடத்தில் பரிணாம வளர்ச்சியை உறுதி செய்வது எது? 'மனிதன் இந்தக் கணம் காணும் உலகம்தான் அவனுடைய பரிணாம வளர்ச்சிக்கும் சாட்சி; அத்தாட்சி. நிரூபணம்'. அந்தப் பரிணாம வளர்ச்சி தனி மனிதனிடத்தில் இப்போது எவ்விதம் செயலாற்றிக்கொண்டிருக்கிறது? 'நான் காணும் உலகின் தோற்றமும் என் பரிணாம வளர்ச்சியுடன் உடன்வளர்கிறது'.

இந்தப் பரிணாம வளர்ச்சி எதை நோக்கிச் சென்று கொண்டிருக்கிறது? இதன் அடுத்த கட்டம் எதுவாக இருக்கும் என்ற வினாவுக்கு விடை காண்பது எளிதல்ல. உயிரியல் பூர்வமான மனிதப் பரிணாம வளர்ச்சி மனிதப் பிரக்ஞை நிலையின் வளர்ச்சியைப் பொறுத்ததாக இருக்கக்கூடும். ஒற்றைத் உயிரணுவிலிருந்து துவங்கிய மனிதப் பரிணாம வளர்ச்சியின் 'இக்கண' அனுபவம்தான் 'நகர்ந்துகொண்டேயிருக்கும் அந்தப் பரிணாமப் புள்ளி'. இக்கண அனுபவம் என்ற எளிய நிகழ்வாக நகர்ந்தபடி இருக்கும் அந்தப் பரிணாமப் புள்ளியின் முதலும் முடிவுமான இலக்கு முழுப்பிரக்ஞை நிலைதான்.

அந்த முழுப் பிரக்ஞை நிலைக்கு ஒரு தனி மனிதன் காண்பித்துக் கொடுக்கப்படும் வரை பரிணாம வளர்ச்சி தொடர்கிறது. அந்த முழுப் பிரக்ஞைநிலை தன்னைத் தானே உணரும் அனுபவப்படும் தன்னுணர்வு. 'நான் உணர்வு, பிரக்ஞையின் சாரம் அதனால்தான் கவனம் என்னும் ஓர் அம்சம் மனிதனுக்கு வாய்த்திருக்கிறது. இந்தக் கவனம் புற உலகு மீதான கவனம் மட்டுமல்ல. அதைத் தாண்டித் தன்னில் தானே ஆழ்ந்து போன கவனம். கவனிப்பவரும் கவனமாகும் பொருளும் அற்ற தூய கவனம். 'தன்னில் குவிந்த கவனம்தான் இந்த உலகத்திலிருந்து வெளியேறுவதற்கான நுழைவாயில்.'

வெறும் எண்ணங்களாலான குறுகிய நான் என்னும் சுயப்பிரக்ஞையின் பிடியிலிருந்து விடுபடுவது பரிணாமத்தின் முடிவான கட்டமாக இருக்கக்கூடும். அதற்கு அந்தச் சுயப் பிரக்ஞைச் செயல்பாடுகள் குறித்த விழிப்பு, பார்வை, கவனம் எல்லாமே அவசியமாகிறது. இந்த அவசியம் இறுதியான ஒரு பரிணாம வளர்ச்சியைத் தூண்டுகிறது போலும். இந்தக் கவனம் அல்லது பார்வை அல்லது விழிப்புதான் சுயப் பிரக்ஞையின் கட்டுப்பாட்டிலிருந்து ஒரு தனிமனிதன் விடுபட வழி வகுக்கிறது. '...தனி அடையாளங்கள் அற்றுப் போய், சுயப் பிரக்ஞை என்னும் பரிமாணத்தையும் பிரக்ஞையின் அனைத்து உள்ளடக்கத்தையும் கடந்து, கவனமே தானாக நிலைத்து நிற்கும் பிரக்ஞையின் இந்தச் சாரத்திற்கு மேல் பிரக்ஞை அடைவதற்கு ஒன்றுமில்லை?' முழுமை பெற்றுவிட்ட பிரக்ஞைக்கு அப்பால் பரிணாம வளர்ச்சிக்கு இடமில்லை.

இந்தப் பேதமற்ற பிரக்ஞை நிலை பரிணாம வளர்ச்சியின் முடிவான ஒரு நிலை. ஒரு விதத்தில் அந்தப் பிரக்ஞைக்குப் பரிணாம வளர்ச்சி என்பதே இல்லை. ஏனென்றால் அந்தப் பிரக்ஞைக்கு ஆரம்பம் இல்லை, முடிவும் இல்லை. மனித பிரக்ஞையின் பரிணாம வளர்ச்சியை உயிரியல் பரிணாம வளர்ச்சிக்கு ஒப்பு நோக்கி எழுதப்பட்டுள்ள இந்தக் கட்டுரை உண்மையில் அபாயகரமான ஆழம் கொண்டது. ஏனென்றால் மிகக் கவனமாகப் பரிணாம வளர்ச்சியை முன்நிறுத்திச் சுயப்பிரக்ஞை நானின் முடிவைக் கோருகிறது கட்டுரை.

அவ்வளவு எளிதில் முடிவுக்கு வந்துவிடுமா அந்தச் 'சுயப்பிரக்ஞை நான்?' ஆயிரமாயிரமாண்டுகளை அலட்சிய மாகக் கடக்கும் அதன் சாரமான கால உணர்வு அதை அப்படி விட்டுவிடுமா? ஆனந்தின் கட்டுரைகளில் இந்தச் சுயப்பிரக்ஞை நான் என்கிற எண்ண அமைப்பு, அதன்

பிரதிபலிப்புகளான மனச் சுய மையம், நான் என்ற தனிப்பட்ட நபராகத் தன்னை அடையாளம் காணும் மனச்சுயமையத்தின் போக்குகள் போன்றவை தெளிவாகவும் விரிவாகவும் பல விதங்களில் எடுத்துரைக்கப்பட்டுள்ளன.

ஆனந்த் இவற்றைக் குறித்து விளக்க வெவ்வேறு வகையிலான அணுகுமுறைகளைக் கையாண்டுள்ளார். 'நான் உணர்வு' என்ற அடிப்படைப் பிரக்ஞை உணர்வின் சாரமான பார்வை, கால உணர்வின் ஊடான பார்வை, சுயப்பிரக்ஞை உணர்வின் ஊடான பார்வை, எண்ண அமைப்பின் ஊடான பார்வை, அனுபவத்தின் ஊடான பார்வை, வெறுமனே பார்த்தல் போன்ற அறிதல் வகைகள் அனைத்தும் அவருடைய அணுகுமுறையில் உள்ளன. ஆனந்தின் பார்வை அவசியமான இடங்களில் நுண்ணோக்கியாகவும் உருப்பெருக்கியாகவும் மாறுகிறது. ஒரே சமயத்தில் நுண்ணோக்கியும் உருப்பெருக்கியும் உள்ளபடியாகவும் பார்ப்பதும் பார்த்தலைப் பார்ப்பதும் மெய்யான பார்வையின் கூறுகள். அறிதலும் அறியாதிருத்தலும், புரிதலும் புரியாதிருத்தலும், பார்த்தலைப் பார்த்தலும் பார்த்தும் பார்க்காமலிருப்பதும் ஒரே சட்டகத்தினுள் இருக்கின்றன. காலமும் காலமின்மையும் அவ்வாறே அந்தச் சட்டகத்திற்குள் தான் இருக்கின்றன. பிரக்ஞை என்பதே எதிரெதிர்நிலைகளை உள்ளடக்கி அதற்கும் அப்பாலானதாக அறியமுடியாததாக இருக்கிறது. நிற்க.

'யாத்திரை' என்ற கட்டுரையில், 'வீடு கட்டி வெளியை அடைப்பதுபோலக் காலத்தைக் கட்டிப் பிரக்ஞையை அடைக் கிறோம்' என்கிறார் ஆனந்த். அந்த அடைபட்ட பிரக்ஞை சுயப்பிரக்ஞையாகிறது. '... மனித மனம் புலனுணர்வுகளையும் நினைவுப் பதிவுகளையும் வைத்து தன் கால வெளியைக் கட்டுகிறது.' அந்தக் கால வெளியில்தான் சுயப்பிரக்ஞை மையம் கொண்டிருகிறது. அதுவே சமூகப் பிரக்ஞையும்கூட. 'ஒட்டுமொத்த சமூகப் பிரக்ஞையின் உள்ளடக்கம்தான்' சுயப்பிரக்ஞையின் உள்ளடக்கம். இந்த உள்ளடக்கம் எதுவும் உண்மையானதல்ல. சுயப்பிரக்ஞையும் உண்மையானதல்ல. அதன் மனச்சுயமையம் உண்மையானதல்ல. நமக்குள்ளே தனிப்பட வேறுபடுத்தி உணரும் 'நான்' என்ற அகம்பாவம் உண்மையானதல்ல. இதற்கெல்லாம் காரணகர்த்தாவான கால உணர்வும் மெய்யல்ல. 'மனம் கட்டிய காலவெளி அமைப்புக்கு அப்பால் தன் இருப்பை ஓரளவுக்கேனும் உணர்ந்த சிலருக்கு மட்டும்தான் உள்ளே உண்மை சார்ந்த ஒரு சுயம் இருக்கிறது.' குறைந்தபட்சம் இந்த மெய்யான சுயத்தின் சாயையை உணர்வதிலிருந்து ஒரு தேடல் ஆரம்ப மாகிறது. ஆனால் இந்தத் தேடல் எதைத் தேடுகிறது? இந்த

நிலையில் தேடல் என்பது எதையோ நாடுவதோ தேடுவதோ அல்ல. தேடல் என்பது '...ஒரு ஆழ்ந்த சக்தி வாய்ந்த வேட்கை உணர்வு.' நான் என்கிற சுயப்பிரக்ஞை மனதின் கால ஓட்டத்தை அது ஒரு பொருட்டாகக் கருதுவதில்லை. ஆனந்த் சொல்வதுபோல் 'அதை மீறிச் செயல்படும் ஒரு இயக்கம் அது.' மனச்சுய நானிற்கு இந்த வேட்கை உணர்வு துன்பமாக இருக்கிறது.

தேடல் வேட்கை மனச்சுயமையத்திற்கு அதனுடைய இடத்தைக் காண்பித்துவிடுகிறது. அதனால் அது மனச்சுய நானின் கட்டுப்பாட்டைக் கடந்ததாக உள்ளது. மனச்சுய மையத்தால் தேடலுக்கு முட்டுக்கட்டை போட முடியாது. மெய்யான, தீவிரமான தேடல் மனச்சுயமையத்திற்கு முட்டுக் கட்டையிட்டு அதற்கே உரிய நடைமுறைப் பயன்பாட்டு மூலைக்கு (தளத்திற்கு) முடக்கிவிடுகிறது.

'யாத்திரை' என்ற இக்கட்டுரை பிரக்ஞையின் இயல்புணர் விற்கான தேடலை முன்நிறுத்தி எழுதப்பட்டுள்ளது. இந்தத் தேடலையும் நாம் எண்ணத்தின், சுயப்பிரக்ஞையின் சுய நலமான தேடலிலிருந்து வேறுபடுத்திப் பார்க்க வேண்டும். மனச்சுயத்தின் தேடல் தேடுபவர் என்னும் நிழலின் தேடல். அதன் தேடலுக்கு தேடுபவரைத் தக்க வைத்துக்கொள்வது தான் நோக்கம். அந்த மனச்சுயத் தேட்டக்காரர் மனச்சுயத்தி லிருந்து வேறானவர் அல்ல. அதனால்தான அதன் தேடல் நிழலின் தேடலாக உள்ளது. அது நிழல் தன் பொய்யிருப்பைத் தொடரப் பார்க்கும் தந்திரம்.

'இந்தத் தேடலில் மனச்சுய மையத்திற்கு எந்த விதப் பங்கும் இல்லை.' மேலும், 'இந்த மனச்சுயம் எவ்வாறு உருவாகிறது என்பதை நாம் புரிந்துகொண்டால், ஏன் உண்மை யான தேடலில் அதற்கு எந்தப் பங்கும் இல்லை என்பது புலனாகும்.' என்று எழுதுகிறார் ஆனந்த். மேற்கொண்டு இந்த 'மனச்சுயம் ஒரு ஆள் இல்லை. அது ஒரு மன அமைப்பு' எனக் கூறும் அவர் அந்த மனச்சுயம் எதன் விளைவு என்றும் விளக்குகிறார்; 'கணத்துக்குக் கணம் ஏற்படும் அனுபவங்களின் நினைவு வரிசையின் விளைவு அது.' கால அமைப்பாலான நினைவு வரிசை என்கிற ஞாபகக் கோர்வை, கணத்துக்குக் கணம் தாவும் கால அளவீடு அற்ற அனுபவத்திற்கு அனுபவிப்பவர் என்கிற இணையைக் கொண்டு வந்து சேர்க்கிறது. அந்த எண்ண ஓட்டத்தினூடாக அனுபவிப்பவர், அனுபவத்தை ஒரு சட்டகத்துள் வைத்துப் பார்த்து அனுபவப் படுகிறார். 'எண்ணங்கள் ஓடாத மனதில் 'நான்' என்று தன்னை நினைத்துக்கொள்ளும் ஆள் இல்லை.'

ஆனால் 'நான்' என்று தன்னைக் கருதிக்கொள்ளும் மனச்சுயத்திற்கு அதற்கேயான சுயப்பிரக்ஞை ஏதேனும் இருக்கிறதா? இருப்பதுபோல் ஒரு போலியான உணர்வை அது பிரதிபலிக்கிறது. நான் என்ற அடிப்படைப் பிரக்ஞையி லிருந்து பிரதிபலித்துப் போலி செய்த பொய்யான உணர்வு அப்படி ஒன்று இருப்பதான போலி உணர்வைச் சுயப் பிரக்ஞைக்கு தருகிறது. ஆழ்ந்த தேடல் இயக்கத்தில் மனச் சுயத்திற்கு எந்தப் பங்கும் இல்லை. 'அடிப்படையில் மனச்சுயம் உண்மைக்குப் புறம்பானது.' அதனாலேயே அந்த மனச்சுயத்தின் செயல்பாடு அடங்கினாலன்றி இந்தத் தேடல் தீவிரமாக முடியாது. இந்தத் தேடலை மேற்கொள்வது எது? அது மனச்சுயமாக இருக்க முடியாது என்று கண்டோம். 'உண்மை யில் நான் உணர்வுதான் இந்தத் தேடலை மேற்கொள்ள முடியும். ஆனால் அதற்கு முன் 'நான்' உணர்வு மனச்சுய அமைப்பிலிருந்து தன்னை ஓரளவுக்காவது விடுவித்துக்கொள்ள வேண்டும்' என்கிறார் ஆனந்த். இப்படிச் சொல்லும்போது அடிப்படைப் பிரக்ஞையான நான் உணர்வு மனச்சுய மையத்திடம் சிக்கியிருக்கிறது என்கிற அனுமானத்தை ஏற்படுத்தக் கூடும். இங்கு ஏதோ ஒரு முரண்பாடு உருவாவதுபோல் உணர்வு வருகிறது.

இதை நாம் வேறு விதமாகப் பார்க்க முடியும். நான் என்ற அடிப்படைப் பிரக்ஞை உணர்வு அனைத்திற்கும் அப்பாலானது என்பதாக நாம் முன்னதாகக் கட்டுரைகளில் காண்கிறோம். அது மனச்சுயத்திடம் அகப்படக்கூடிய ஒன்றல்ல. ஆனால் ஆனந்த் சொல்கிறார்; 'மனச்சுய அமைப்பில் அடைபட்ட 'நான்' உணர்வு தன்னை அந்த மனச்சுய மையமாக அடையாளம் கண்டுகொள்கிறது.' ஆம். அந்த மனச்சுயம், நான் உணர்வு என்கிற அளவீடுகளற்ற பிரக்ஞையை 'நான்' என்கிற மனச்சுய அமைப்பாகச் சிறுமைப்படுத்திக் குறுக்கி விடுவதால் உருவான கற்பனைதான். பிரதிபலிப்பால் உண்டாகும் பொய்த்தோற்றம் அல்லவா அது? எல்லா வற்றிற்கும் அடித்தளமான 'நான்' உணர்வுப் பிரக்ஞையி லிருந்து, பார்ப்பவர் தன்னைப் பிரித்து உணர்கிறார். உணர் வென்னவோ அடிப்படைப் பிரக்ஞையிலிருந்து இரவல் பெற்ற ஒரு துண்டு உணர்வுதான். முடிவில்லாமல் பிரக்ஞையை இப்படியாகத் துண்டாடுவதன் மூலம் நான் என்னும் உணர்வுக்கு இணையான ஒரு தொடர் ஓட்டத்தை உண்டாக்கி அதன் பார்வையாளனாக மனச்சுய மையம் தொடர்கிறது.

'மனதில் பதிவாகும் புலனுணர்வுகள், அனுபவங்கள், திரும்பத் திரும்ப நிகழும் சில அனுபவங்களின் பதிவுகள்,

ஒரு நிலைத்த தன்மையை மனதுக்கு அளிக்கிறது.' தனக்கு வெளியே நிலையான ஒரு உலகம் இருப்பதாகவும் அதை அனுபவப்படும் நிலையான பார்வையாளனாகத் தான் இருப்பதாகவும் அறியும் ஒரு மன அமைப்பு உருவாவதாக ஆனந்த் வாதிடுகிறார். 'சுவர்களில் அடைபடும் வெளியைப் போல் மன அமைப்பிற்குள் 'நான்' உணர்வு அடைபடுகிறது' என்பது ஆனந்தின் வாதம். ஆனால் அந்த மன அமைப்பே ஒரு போலியான தோற்றம்தான். 'உண்மையில் 'நான்' உணர்வு காலத்தின் பாற்பட்டதல்ல. கால உணர்வு மனதில் தோன்றுவ தற்கு முன்னாலேயே 'நான்' உணர்வு இருக்கிறது' என்பதை ஆனந்த் ஏற்கிறார். 'ஆனால் அதற்கு வியாபகம் இல்லை' என்று ஆனந்த் கூறுவதைச் சிந்திக்கவேண்டியதாய் உள்ளது. காலத்தின்பாற்படாத 'நான்' உணர்வுக்குப் பரவலான தன்மையோ நிறையோ இல்லை என ஆனந்த் கூறுவது போல உள்ளது.

மாறாக, கால உணர்வுக்கு முற்பட்ட 'நான்' உணர்வு தன் வியாபகம் குறித்து அறிய முடியாது என்றுதான் தோன்று கிறது. கால உணர்வைத் தாண்டிய 'நான்' உணர்வின் வியாபகமும்கூட அதனளவில் அறிய முடியாதது. ஆனாலும், 'மன அமைப்பின் வழியேதான் அது ('நான்' உணர்வு) முதலில் சுயப்பிரக்ஞை அடைகிறது' என ஆனந்த் கூறுவது மிகச் சரியாக உள்ளது. அந்த 'நான்' உணர்வைச் சுயப்பிரக்ஞை நான் உணர்வாகத்தான் அறியவருகிறோம். 'அதன் காரண மாகக் காலாதீதமான அது 'கால'த்திற்குள் அடைபடுகிறது' என்ற விளக்கம் தருகிறார் ஆனந்த். காலாதீதமான என்ற சொல்லை அவர் பயன்படுத்துவதைக் கவனிக்க வேண்டும். அதீதம் என்ற சொல் அளவு மிஞ்சிய அல்லது அளவு கடந்த என்ற பொருள் கொண்டது.

அடிப்படைப் பிரக்ஞையான நான் உணர்வு அளவுகளுக்கு உட்பட்டதல்ல. அதை எதனாலும் வரையறுக்க முடியாது. அது துண்டாடப்படவும் முடியாதது. உண்மையில் அது எதிலும் அடைபடவுமில்லை. அந்த மெய்யறிதலை நோக்கிய பயணம்தான் தேடல் எனப்படுவது. அந்தத் தேடல் மெய்ப்பட மனச்சுய அமைப்பின் பிடி தளர வேண்டும் என்பது சரிதான். வேறு வார்த்தைகளில் மனச்சுயம் அதன் வரையறைகளை உணர்ந்து அடங்க வேண்டும். அநாவசிய மனச்சுயச் செயல் பாடுகள் ஓய்ந்து அடங்குவது தேடலுக்கான வெளியைப் பிறப்பிக்கிறது. கட்டுரையில் ஆனந்த் கூறுவதன் சாரம் இதுதான்; 'நான்' தன்னை உணர்ந்தவுடன்தான் 'யாத்திரை' தொடங்குகிறது. தன் மூலத்தை, தன் தன்மையை, தன்

முழுமையை அது உணரும்போது 'யாத்திரை' முடிவடைகிறது. அதன்பிறகு நான் என்று தனியாக ஒன்றுமில்லை. 'யாத்திரை' என்ற இந்தக் கட்டுரை ஒரு மெய்யான தேடலின் கதை.

அதேபோல் 'தேடலும் தனிமையும்' என்கிற கட்டுரை பிரக்ஞை வெளியில் தேடலின் இயக்கம் எத்தகையது என்று காண்பிக்கும் ஆவணம். 'தேடல் என்பது இன்பமான விஷயமோ கௌரவமான அடையாளமோ இல்லை. மிகவும் சிக்கலான, துன்பமும் அயர்ச்சியும் தரக்கூடிய ஒரு பிரக்ஞை இயக்கம்.' தேடல் எனப்படுவது நம்முடைய சுயப்பிரக்ஞையின் அதிகார வட்டத்துக்குள் இல்லை. 'மேல் மனதின், மனச்சுயத்தின் கட்டுப்பாட்டில் இல்லாத ஒரு இயக்கம் அது'. முன்னதாக ஆனந்த் கட்டுரைகளில் நாம் கண்டிருக்கும் வகையிலான மேல் மனம் மற்றும் மனதின் ஆழமான தளங்கள் குறித்த வகைமையை இங்கு நினைவுகூர்வது புரிதலை மேலும் எளிதாக்கும். தேடுதல் என்பது ஒரு தீவிரமான வேட்கை உணர்வு என்று கண்டோம். இந்தத் தேடல் எப்படித் துவங்குகிறது? அதன் பிரக்ஞைபூர்வமான இயக்கம் என்ன? இதற்கு விடை கண்டறிய பிரக்ஞையை அது உள்ளடக்கிய தளங்களினூடாகப் பிரித்துப் பார்க்க வேண்டும். 'பிரக்ஞையின் மேல் தளத்தில் 'மனம்' என்று நாம் பொதுவாகக் குறிப்பிடும் 'மேல் மனம்' இயங்குகிறது.' இந்த மேலோட்டமான மனம் 'பெருமளவுக்கு; முழுவதும் அல்ல; வெளியிலிருந்து ஆக்கி, வளர்க்கப்படுவது.' அதாவது சமூகம் உள்ளீடு செய்த கலாசார மதிப்பீடுகள், பழக்கவழக்கங்கள், பொதுவான நம்பிக்கைகள் போன்றவைகளால் ஆனது. அந்தச் சமூகத்தில் வாழும் மனிதர்கள் எல்லோருடைய மனங்களும் மேலோட்டமான, ஒரு சில சிறிய வேறுபாடுகள் தவிர்த்து, 'ஒரே வாழ்க்கை முறையின் பிரதிகளாகத்தான் இருக்கின்றன.' பிரதிகளுக்குத் தனித்தன்மை இருப்பதில்லை. 'இவர்களது சுயமனப் படம் ஒரு வெறும் பிரதி.' சமூகம் என்ற 'ஒட்டுமொத்த 'பொதுமனப் படத்தின் பிரதியாகவே பிரதிநிதியாகவே ஒவ்வொருவரும் இருக்கிறார்கள்.' ஒன்றாக இவர்கள் பங்கிட்டுக்கொள்வது 'ஒரு கூட்டு உடன்பாட்டு உலகம்.' இந்தச் சமூக மனிதர்களைப் பற்றி ஆனந்த் மேலும் கூறுகிறார்; 'இவர்களுக்குச் சுயமனப் படம் இருக்கிறது. ஆனால் சுயமை இல்லை. இவர்களது மனச்சுயம், சமூக, ஜாதீய, கலாசார, மத, மொழி சார்ந்தது.'

இப்போது ஆனந்த் தேடல் விவகாரத்திற்கு வருகிறார். 'இந்த நிலையில் வாழும் மனிதர்களுக்கும் தேடலுக்கும் எந்தச் சம்பந்தமும் இல்லை. இவர்களுக்குத் தனிமை உணர்வு இருப்பதில்லை. அதே சமயம் தனிமை நிலை இவர்களது அனுபவ எல்லைக்குள் இல்லை.' எல்லாவற்றிற்கும் அடிப்படையான

பிரக்ஞையின் 'நான் உணர்வு' பற்றி மேலும் பல புரிதல்களைக் கோரும் ஆனந்த் மறுபடியும் 'நான் உணர்வின்' ஆழமான கூறுகளின் மீது பார்வை வெளிச்சத்தைச் செலுத்துகிறார்.

'நான் உணர்வு நிலைத்து நிற்கக்கூடிய மன அமைப்பு ஒரு குழந்தையின் பிரக்ஞையில் இல்லை. அதன் காரணமாகவே, குழந்தையின் பிரக்ஞையில் கால உணர்வு இல்லை. திரும்பத் திரும்ப நிகழும் அனுபவங்கள்; தாயின் முகம் போன்றவை', குழந்தையின் பிரக்ஞையில் உலகைப் பற்றிய பிம்பத்தை ஏற்படுத்துகிறது. மன அமைப்பு உருவாவதற்கு முன்னதான குழந்தையின் பிரக்ஞையில் 'நான் உணர்வு' கணத்திற்குக் கணம் தோன்றித் தோன்றி மறைவதாக உள்ளதென்று நாம் அனுமானிக்கலாம். 'தாய் இல்லாத நேரங்களில் குழந்தை தாயைத் தேடுகிறது; எதிர்பார்க்கிறது. கால உணர்வு தோன்றி விட்டது. இல்லாமை ஒரு அனுபவமாகக் குழந்தையின் பிரக்ஞையில் தோன்றத் தொடங்குகிறது.' குழந்தை தாயின் உருவப் பிம்பத்தை, தொடு உணர்வை, வாசனைகளைத் தொடர்ந்து அனுபவம் கொண்டு அடையாளம் கண்டுகொள்ளத் தொடங்கும்போதும் அதற்கு நேரெதிராக அவைகளின் இல்லாமையை அனுபவப்படும்போதும் அதற்கொரு மன அமைப்புத் தோன்றி நிலைபெற ஆரம்பிக்கிறது. 'இவ்விதமாக நிலைப்பட்ட ஒரு மனத்தில்தான் 'நான்' உணர்வு நிலை கொள்ள முடியும்.' தனிப்பட்ட மனக் கூறுகள் ஏதுமற்ற, அல்லது ஆனந்தின் வார்த்தைகளில், குணங்கள் ஏதுமற்ற 'நான்' உணர்வு, 'இப்போது 'நான்' என்று தன்னை அடையாளம் கண்டுகொள்ளும் மனச்சுயம் ஆகிறது.'

ஆனந்த் இதைப் பிரக்ஞையின் வளர்ச்சியில் தவிர்க்க முடியாத ஒரு கட்டமாகப் பார்க்கிறார். இந்தக் கட்டுரையின் பல கருத்துகளில் எதிர் மாறான முரண்பாடுகள் இருப்பது போலத் தோன்றுகிறது. 'மனச்சுயம் என்னும் அமைப்பு இல்லாமல் 'நான்' உணர்வு சுய உணர்வு அடையவே முடியாது' என்பது ஆனந்தின் கூற்று. 'சுய உணர்வு' என்று ஆனந்த் குறிப்பிடுவதை நாம் புரிந்துகொள்ள வேண்டும். குழந்தைப் பருவத்தின் உணர்ந்தும் உணராத பிரக்ஞையான 'நான்' உணர்வு, மனச்சுய அமைப்பு கட்டுமானமாகும்போது அதனுள் சிறியதாகக் குறுகி, நிலைபெற்று, தன்னிருப்பு குறித்த சுய உணர்வைச் சுவீகரித்துக்கொள்வதாகப் புரிந்துகொள்ள முடிகிறது.

மனச்சுய மையத்தின் அவஸ்தைகள் பலவாறாகக் கட்டுரை யில் எடுத்துக் கூறப்பட்டுள்ளன. 'மனச்சுயம் தன்னைப் பற்றிச் சிந்திக்கும்போது, சுய பச்சாதாபம் போன்ற உணர்ச்சிகளால்

அலைக்கழிக்கப்படும்போது, மனச்சுய அமைப்பில் முழுவது மாகப் பொதிந்து கிடந்து, கட்டுண்ட 'நான்' உணர்வு மெல்லத் தன்னைத் தனியே உணரத் தொடங்குகிறது.' பிரக்ஞை வளர்ச்சியின் அடுத்த கட்டம் ஆரம்பமாகிறது. 'வேதனை, துயரம் இவற்றின் உச்சத்திலும் அதிர்ச்சிகள் ஏற்படுத்தும் மனச்சுய உறைதலிலும், 'நான்' உணர்வு தன்னை நேரிடையாக அனுபவம் கொள்கிறது.' 'நான்' உணர்வின் தன்னனுபவம் நீடித்த தன்மை கொண்டதல்ல. அது எதிர்பாராத ஒரு நிகழ்வு. அந்த அனுபவம் மனச்சுய அமைப்பின் குறுகிய பிரக்ஞையைத் தாண்டிய நிகழ்வு. அந்த நிகழ்வு மகிழ்வும் மனத் தெளிவும் மிக்க ஒரு அசாதாரண அனுபவம் என்கிறார் ஆனந்த்.

இவ்வாறு நான் உணர்வு தன்னை அனுபவப்பட்டாலும் அவ்வனுபவம் நிரந்தரமாயிருப்பதில்லை. அந்த அனுபவம் கடந்து போன பிறகு மனம் 'ஆழமான வேதனை தரக்கூடிய தனிமை உணர்வை அனுபவிக்கிறது.' இது மேற்கண்ட அனுபவத்திற்கு நேரெதிரான அனுபவம். இனம்பிரிக்க முடியாத ஒரு ஏக்க உணர்வை இதற்குச் சமன்படுத்தலாம். தேடலுக்கான தூண்டுதல், வேட்கை இதிலிருந்து ஏற்படக் கூடும். 'இந்தத் தனிமை உணர்வு மேல்மனதை மட்டுமின்றி ஆழ்மனத் தளங்களையும் தாக்கக் கூடியது.' உண்மையில் இந்தத் தனிமை உணர்வு, வேதனை மிகுந்த ஒரு அனுபவம். 'ஆனால், இந்த வேதனை என்னும் வேள்வித் தீயில்தான் சுயமை பிறக்கிறது' என்று பிரக்ஞை வளர்ச்சியின் அடுத்த கட்டத்தை வந்தடைகிறார் கட்டுரையாசிரியர். அவர் கூறும் சுயமை எதைக் குறிக்கிறது?

பிறந்த குழந்தை முதலில் தன்னை, அதாவது தன்னுடைய 'நானை' ஒரு உடலாக உணரத் துவங்குகிறது. அதற்கு அடுத்த கட்டத்தில் மெல்ல சுயமனப்படம் உறுதியாகிறது. அப்போது தான் உடல் மட்டுமல்ல, அதிலிருந்து மாறுபட்ட மனமாகவும் மனச்சுயமாகவும் சுயப்பிரக்ஞை நானாகவும் தன்னைப் பிரதிபலிக்க ஆரம்பிக்கிறது. வாழ்க்கைப் போக்கில் ஏற்படக் கூடிய துக்கமும் அதிர்ச்சிகளும் அந்த மனச்சுயத்திற்குச் சவால் விடும்போது அந்த மனச்சுயம் ஆட்டம் காண்கிறது. மனச்சுயத்திற்கு விழும் அடிகளும் அதிர்ச்சிகளும் 'தான் மனமும் அல்ல' என்று புரிந்துணர்வுக்கு அதை நகர்த்தி விடுகிறது. அப்போதுதான் அது தன் சுயமை உணர்வுக்கு வருகிறது. ஆனால், இந்தச் சுயமையும் நிலைபெற காலம் பிடிக்கிறது. 'சுயமை நிலைபெறும் வரையில் புதிய புரிதல்களின் வெளிச்சம், பழைய மனப்பழக்கங்களின் இருள், இவை

இரண்டுக்குமிடையே சிக்கித் தவித்து, மெல்ல மெல்லப் புதிய சுய உணர்வுக்குப் பழகி நிலைக்கிறது.' அத்துடன் விஷயம் முடிந்துவிடுவதில்லை. 'சுயமை நிலைபெற்றவுடன் 'நான்' உணர்வு முழுவிடுதலை பெற்றுவிடுவதில்லை.' தான் உடலோ மனமோ அல்ல என்ற உண்மை பிரக்ஞையில் வந்திறங்குகிறது. மாறாக, 'நான்' உணர்வு ஒரு பிரக்ஞைபூர்வ மான தேடலைத் துவக்குகிறது. ஒரு மனிதன் மெய்யான தேடலில் ஈடுபடும்போது கூடவே தோழனாக வந்து சேர்ந்து கொள்கிறது தனிமை. 'சுயமனப்படத்திலிருந்து விலகி விடுபட்ட சுயமை, ஆழ்ந்த தனிமையுணர்வால் ஆட்கொள்ளப்படுகிறது. புதிய வெளிச்சங்களால், புதிய புரிதல்களால் கூட்டு உடன்பாட்டு உலகத்திலிருந்து விடுபட்ட மனம் எந்த ஒரு விஷயத்திலும் தான் காண்பது கூட்டு உடன்பாட்டு உலகத்தின் கண்ணோட்டத்திலிருந்து பெரிதும் மாறுபட்டிருப்பதை அறிகிறது.' மாறுபட்ட சுயமையின் கண்ணோட்டம் சமூகத் தளத்தில் பகிர்ந்துகொள்ளப்பட முடியாத காரணத்தால் சுயமை ஒரு தனிமை உணர்வை நோக்கித் தள்ளப்படுகிறது. 'சுயமனப்பட நிலையில் பொதுவான அறிவமைப்பில் இயங்கிய மனம்', புதிய வெளிச்சங்களால் உண்டான மாற்றங்கள் காரணமாகச் சுயமையை உணரத்துவங்கும்போதே அதற்கே உரித்தான சுயமான அறிவமைப்பும் இயங்க ஆரம்பிகிறது. ஆனாலும் அந்த இயக்கமும் ஏதோ ஓர் அறிவமைப்பைச் சார்ந்ததுதான் என்பதைக் கண்டுணர 'தனிமையுணர்வு பெரிதும் உதவியாக, ஒரு சக்தி வாய்ந்த உந்துதலாக உள்ளது.' தேடல் தீவிரமாகிறது. ஒரு கட்டத்தில் தனிமை உணர்வு நீங்கித் தனிமை நிலை ஏற்படுகிறது. இதுவும் வந்துபோவது தான். சுயமையின் அறிவமைப்பின் சார்பும் நீங்கித் 'தன்னில் தானே நிலைத்து நிற்க 'நான்' உணர்வு கற்கிறது.' ஆனாலும் தேடல் தொடர்கிறது. 'இப்போது தேடல் மனத்தின் சார்பின்றி அகவயமான கவனத்தில் நடக்கிறது.' இந்த இயக்கத்தின் விளைவாக 'மனிதன் அடிப்படையில் ஒரு பிரக்ஞை வெளியாகத் தன்னை அடையாளம் கண்டுகொள்ளத் தொடங்குகிறான். தன்னிருப்பு குறித்த விசாரணையில் இறங்கு கிறான். 'இந்த விசாரணையில் மனத்துக்கோ சிந்தனைக்கோ அறிவுக்கோ எந்தப் பங்கும் இல்லை' என்பது அவனுடைய அறிவமைப்புக்கு உறுதியாகிறது. 'அவன் தான் இருக்கும் அதிசயத்தை உணரத் தொடங்குகிறான்'. தன்னிருப்பின் அதிசயத்தை வியந்தபடி தொடரும் இந்த விசாரணை முடிவ தில்லை. தேடலும் முடிவதில்லை.

அந்த விசாரணையின் பாதையில் – 'உலகம் இருக்கிறது. மலைகள் இருக்கின்றன. மரங்கள் இருக்கின்றன. மனிதர்கள்

இருக்கிறார்கள். உணர்வு இருக்கிறது அனுபவம் இருக்கிறது. எல்லாம் இருக்கின்றன.

ஆனால் – 'நான் இல்லை'.

பின்னும் தேடல் தொடர்கிறது – 'ஆழமான தனிமை நிலையில்'.

தேடல் தொடரும் – 'தன் தோற்றுவாயை அடைந்து அடங்கும்வரை'.

தனிமையும் தேடலும் ஒன்றுடன் ஒன்று பின்னிப் பிணைந்தவை அல்லவா? தேடலும் தேடுபவரும் ஒன்றே யல்லவா? தேடலின் முடிவு தேடுபவரின் முடிவும்கூட.

இந்தக் கட்டுரை தேடலின் வழித்தடத்தைக் ஆரம்பம் முதல் முடிவுவரை விளக்கமாகக் காண்பிக்கும் வரைபடம். தேடலுக்கு முன்னதான மற்றும் தேடலின் விளைவான ஒட்டுமொத்த மனிதப் பிரக்ஞைப் பரிணாம வளர்ச்சியின் கட்டங்கள், ஒவ்வொரு கட்டத்திலும் அது அடையும் மாற்றங்கள், அந்தப் பிரக்ஞை மாற்றங்களின் பார்வை, அனுபவம், அதன் விளைவுகள் போன்றவை சீரான வரிசையில் விரிவாகவும் முழுமையாகவும் 'தேடலும் தனிமையும்' கட்டுரையில் பதிவாகியுள்ளன.

ஆனந்த் பிரக்ஞையை நோக்கும் விதங்கள், பிரக்ஞையை யும் அதன் இயக்கத்தையும் விளக்க அவர் மேற்கொள்ளும் அணுகுமுறைகள் ஒன்றுக்கு மேற்பட்டனவாக உள்ளன. ஒரே பொருள் கொண்ட சொற்கள், தொடர்புடைய சொற்கள், உதாரணமாக; நான் உணர்வு, சுயப்பிரக்ஞை உணர்வு, மனச்சுயம், மனச்சுயமையம், சுயமனப்படம், சுயமை, அடிப்படைப் பிரக்ஞை உணர்வு, முழுப் பிரக்ஞை உணர்வு, சுய உணர்வு, மேல் மனம், ஆழ் மனம் போன்றவை அவர் கூறவந்த பொருளமைப்பை ஒட்டி வெவ்வேறு இடங்களில் வெவ்வேறு விதங்களில் மாறுகின்றன. அவர் பயன்படுத்தும் சொற்களின் பொருள் பரவலானது. ஆனால் ஒன்றுடன் ஒன்று தொடர்புள்ளவை. அவர் உருவாக்கிக் காண்பிக்கும் விஷயங்களின் ஒட்டுமொத்த சாராம்சத்தை உள்வாங்கிக் கொள்ளும்போது இந்த அணுகுமுறை வேறுபாடுகளின் பின்னால் உள்ள ஒருமித்த தன்மையை உணர முடியும். அப்போதுதான் அவருடைய வாதங்களுக்குப் பின்னால் உள்ள தருக்கம் புரியும். அவர் கையாளும் சொல்லமைப்புகளின் பயன்பாடும் புலப்படும்.

'கலாசாரமும் பிரக்ஞையும்' என்ற கட்டுரையை எடுத்துக் கொள்வோம். மனித நாகரீகம், பண்பாடு, கலாசாரம் பற்றிக்

கூறத் துவங்கும் ஆனந்த் 'இவைகள் மனிதன் உண்டாக்கியது அல்ல' என்கிறார். 'மனிதன் என்று தன்னை அடையாளம் காணும் மேல்மனதின் சிருஷ்டி அல்ல அது.' ஆனந்த் கூறும் 'மேல்மனம்', பிரக்ஞையின் மேலோட்டமான ஒரு தளம். இந்த மேல்மனதின் உட்கரு மனச்சுயம். மனச்சுயத்தின் பிரதிபலிப்புதான் தன்னிருப்பு குறித்த சுயப்பிரக்ஞை 'நான்' உணர்வு. (மேல்மனத் தளத்தில் செயல்படும்) மனிதன், கலாசாரத்தை உண்டாக்குவதில்லை. 'ஆழ்மனப் பிரக்ஞை சார்ந்த சக்திகளின் இயக்கம்தான் நாகரிகமும் கலாசாரமும்' என்று கூறும்போது பிரக்ஞைக்கு ஆழ்மனம் என்கிற அறியப் படாத, ஒரு அகண்ட பரிமாணத்தைக் கூட்டுகிறார் ஆனந்த். அவர் குறிப்பிடும் சக்திகள் உருவாக்கிய நாகரிக கலாசாரங்கள் மனித சமூக அமைப்பை நிர்ணயிக்கின்றன. மனிதனின் மேல்மனம் இந்தச் சமூக அமைப்பினால் உருவமைக்கப்படுகிறது என்று ஆனந்த் கூறுவதைப் புரிந்துகொள்ள முடிகிறது. ஆனால், ஆழ்மனப் பிரக்ஞை சார்ந்த சக்திகள் என்று ஆனந்த் குறிப்பிடுவது எதனை? அவை நாகரிக கலாசாரங்களை உண்டாக்கியதன் குறிக்கோள் என்ன? மனிதப் பிரக்ஞைக்கு 'மேல்மனம்' என்னும் ஒரு சட்டகத்தை மாட்டவா? 'மனிதன் மேல் மனத்தில் மட்டுமே தன்னை 'நான்' என்று அடையாளம் கண்டுகொள்கிறான்' என்பதாலேயே மேல்மனம் மட்டும் பிரக்ஞைபூர்வமானது என்றாகிவிடாது. 'உண்மையில் ஆழ் தளங்களின் பிரக்ஞை, மேல்மனப் பிரக்ஞையைவிட ஆழமானது. வீரியம் மிக்கது. நுட்பமானது.' மேல்மனதை ஆட்டுவிப்பதே ஆழ்மன தளங்கள்தான். 'ஒரு விரிந்த காலப் பின்னணியில் பார்க்கும்போது, தனி மனிதர்களின், மனித சமூகத்தின் எண்ணங்களின்படியும் முடிவுகளின்படியும் எதுவும் நடக்க வில்லை என்பது புலனாகும்.' மனித சமூக அமைப்பை உண்டாக்கிய நாகரிக கலாசார தோற்றத்திற்குக் காரணமான பிரக்ஞையின் ஆழ்தள சக்திகள் அதை அனுமதிப்பதில்லை. 'தனிமனிதர்களின், மனித சமூகத்தின் எண்ணங்களும் முடிவுகளும்' வெளிப்பார்வைக்குப் புலப்படாத பல சக்திகளின் இயக்கமாகவே இருப்பது தெளிவாகும்,' முழு மனிதப் பிரக்ஞை உள்ளார்ந்த இணைப்புகள் கொண்டது. அது ஒன்றுக்கொன்று தொடர்புள்ள பலப்பல கூறுகளால் ஆனது. மனிதப் பிரக்ஞை யின் ஆழங்களில் இயங்கும் அந்தச் சக்திகளில் முக்கியமான ஒன்று தேடல் என்ற வேட்கை உணர்வு எனலாம். 'அது பிரக்ஞையின் அனைத்து அம்சங்களையும் பாதிக்கும் அளவு சக்தி வாய்ந்தது.'

வேட்கையின் விளைவுகளை ஆனந்த் இரண்டு நிலைகளில் வைத்துப் பார்க்கிறார். ஒன்று, அக விளைவு; அகம் கொள்ளும்

அனுபவங்கள். மற்றொன்று, புறவிளைவு; புதிய சமூக அமைப்பு களும் வரலாற்று மாற்றங்களும். இந்தத் தேடல் என்கிற வேட்கை உணர்வுக்கு வேறுபட்ட தளங்களும் வெளிப்பாடுகளும் உள்ளன. 'இந்த வேட்கை உணர்வு, மனிதப் பிரக்ஞையின் பல தளங்களில் வெவ்வேறு விதமாக வெளிப்படுகிறது. ஒரு தளத்தில் உண்மையை – அதாவது தன் மூலத்தைக் கண்டறிய விழையும் வேட்கையாகவும் மற்றொரு தளத்தில் அறிவு சார்ந்த விஞ்ஞான வேட்கையாகவும் அதன் பல்வேறு கிளைகளாகவும் வேறொரு தளத்தில் கலையுணர்வாகவும் அதன் வெளிப்பாட்டுக்கான உந்து சக்தியாகவும் இன்னொரு தளத்தில் சமூக அமைப்பின் குறைகளைக் களைந்து, புதிய சமூக அமைப்பை நிறுவி, நிலைப்படுத்த விழையும் வண்ண மாகவும் இது செயல்படுகிறது.'

பிரக்ஞையின் ஆழ்நிலைச் செயல்பாடுகளில் வலிமையான ஒன்று தேடல் வேட்கை. அது மேல் மனம் என்னும் கட்டமைப்புக்குச் சவாலாக இருக்கிறது. தேடல், மேல்மனதின் எல்லைகளைத் தாண்டி இயங்குகிறது. அதனால் இது பாதிக்கப் படுகிறது. மாறுதலுக்குள்ளாகிறது. பலவித வெளிப்பாடுகளில் தன்னை ஈடுபடுத்திக்கொள்கிறது. 'பிரக்ஞையின் ஆழ்நிலைகளில் பல பிரக்ஞைக் கட்டமைப்புகள் இருக்கின்றன. அவை தம் வெளிப்பாட்டுக்கான சூழல் உருவாகும்போது மேல் மனத்தை அடைகின்றன.' இவை மேல்மனத்தை மிக அடிப்படையான மாற்றங்களுக்கு உள்ளாக்குகின்றன. 'மேல்மன அமைப்பு மனிதனின் சுய அடையாளத்தின் பிம்பமாக இருப்பதால், அதில் ஏற்படும் எந்தவிதமான மாற்றமும் மேல்மனதின் மையமான மனச்சுயத்திற்கு ஒரு ஆழமான பய உணர்வைத் தோற்றுவிக்கிறது.' இதனால் மனச்சுயத்தின் இருப்பேகூடக் கேள்விக்குள்ளாகிறது.

மனம் இந்த மாற்றங்களைத் தன்னிருப்புக்கு நேரும் அபாயங்களாகப் பார்க்கிறது. அந்த அச்சத்தின் காரணமாக மனச்சுயம் இந்த மாற்றங்களை ஒரு பகை உணர்வோடு எதிர்க்கிறது. அந்த மாற்றங்களுக்குத் தடை போட முயற்சிக் கிறது. ஒரு சில விஷயங்கள் விதிவிலக்காக, 'சக்தி மிகுந்த ஆழ்தளங்களிலிருந்து மேலெழும் வெளிப்பாடுகளின் முன் மனச்சுயம் சக்தியின்றிப் போகிறது.' ஆழ்தள பிரக்ஞையின் ஆற்றல்களின் முன்பாக இவ்வாறு ஆதரவின்றி அடங்கிப் போகும் மனச்சுயம் தன்னிருப்பு, தனது பிம்பம் உண்மையல்ல என்றுணர்ந்து, அதன் இருப்பிற்கு மேலோட்டமான நடைமுறை வாழ்க்கையைப் பராமரிக்கும் பணி ஒன்று தவிர வேறு காரணம் ஏதுமில்லை என்று முழுப் பிரக்ஞை உணர்வின்

ஒரு மூலையில் ஒடுங்கும்போது ஒரு தனிமனிதன் மனச்சுயத்தின் ஆதிக்கத்திலிருந்து விடுபடுகிறான் எனலாம்.

அப்படியொரு விடுபட்ட கணம் அவனுக்கு வாய்த்தால் 'ஆழ்தளங்களிலிருந்து மேலெழும் புதிய சக்திகளை மனச் சுயத்தின் இடையூறின்றி உள்வாங்கிக்கொள்ள முடியும்.' உள்வாங்கிய புதிய சக்திகள் ஏற்கனவே ஒடுங்கிய மனச் சுயத்தைப் புதிதாக மாற்றி அமைக்கிறது. முன்பைவிட விரிவானதாக, ஆழமானதாகப் புதிய மேல் மன அமைப்பும் புதிய சுய அடையாளமும் உண்டாகின்றன. 'இவ்வாறு உருவான புதிய, விசாலமான, திறந்த அமைப்பு கொண்ட மேல்மன அமைப்புகளின் காரணமாகச் சமூகத்தில் விரும்பத் தக்க மாற்றங்கள் விளையக்கூடும்.'

மேலோட்டமான மனமாக நாம் அறியும் நம் மனச்சுயம், பிரக்ஞையின் பிரதிபலிப்புகளால் ஆனது. பிரதிபலிப்புகளின் சேகரமான பிம்பங்களால் ஆனது. நான் என்ற சுயப்பிரக்ஞை யும் ஒரு பிம்பமே. ஆழ்பிரக்ஞை தளத்தின் சக்திகள் இரக்க மில்லாமல் ஏற்படுத்திய மனச்சுயத்தின் மாற்றங்கள் அது தன்னைப் பிரதிபலிக்கும் முறைமையையும் மாற்றி விடுகிறது. மனச்சுய பிம்பமும் மாறிவிடுகிறது. மேலும் மாற்றங்களை நோக்கிய அடுத்தடுத்த கட்டங்களுக்கு நகர்கிறது. நகர்ந்தே ஆக வேண்டும்.

பிரக்ஞையின் மேலோட்டமான தளத்தில் மட்டுமல்லாமல் அதன் ஆழமானத் தளங்களிலும் பிம்பங்கள் உலாவுகின்றன. இவை ஆழ்மனப் பிம்பங்கள் என்று ஆனந்த் சுட்டிக்காட்டு கிறார். இது குறித்து அவர் பின்வருமாறு கூறுகிறார்: 'ஆழ்தளப் பிரக்ஞையின் இன்னொரு முக்கியமான அம்சம் ஆழ்மனப் பிம்பங்களாகும். இந்தப் பிம்பங்கள் ஒரு அர்த்தத்தில் உயிருள்ளவை. சுய வாழ்க்கை உடையவை. சக்தி வாய்ந்தவை. பலவீனமான மேல் மனங்களை ஆக்கிரமிக்கக்கூடியவை.' ஆனந்த் விஷயத்தை எப்படிப்பட்ட ஆழங்களை நோக்கி நகர்த்திச் செல்கிறார் என்பதைப் பாருங்கள்.

நாகரிக கலாசாரங்கள் ஆழ்தளப் பிரக்ஞை இயக்கத்தின் விளைவு என்று முன்பு நாம் கண்டோம். ஆழ்தளப் பிரக்ஞை யின் அறியப்படாத தளங்களில் இருந்து மேலெழும் இந்த அபாயகரமான ஆழ்மனப்பிம்பங்கள் எதனால் ஆனவை? அவை எங்கிருந்து புறப்பட்டு வருகின்றன? அவருடைய அடுத்தடுத்த வரிகள் இதற்கு விடை சொல்கின்றன. 'இருந்து முடிந்துபோன கலாசாரங்களின் பிம்பங்கள், கலாசாரம் முடிந்து மறைந்து போன பிறகும் முடிந்துவிடாமல் மனத்தின் ஆழ்தளங்களில் மூழ்கிப்போய், தொடர்ந்து அங்கு ஒரு

காலவெளிக் காடு 177

வாழ்க்கையை வாழ்ந்துகொண்டிருக்கின்றன. பல்லாயிர ஆண்டு மனித அனுபவத்தின் சாரம் இவை' என்று கூறும் போது முதுகெலும்பைச் சில்லிட வைக்கிறார் ஆனந்த்.

மேலும் புரிதலுக்கு நம் மனச்சுய அமைப்பைச் சூழ்ந்துள்ள மேல்மனதின் தன்மைகளை நாம் தெரிந்துகொள்ள வேண்டும். 'மேல்மனம் புலன் சார்ந்தது. ஒளியும் அனுபவப் பிரக்ஞையும் நிறைந்தது. இந்த ஒளியையும் அனுபவப் பிரக்ஞையையும் தேடி இந்த ஆழ்மனப் பிம்பங்கள் மேல்மனத் தளத்தில் வெளிப்பட விழைகின்றன' என்று ஆனந்த் கூறுவதைப் புரிந்து கொள்வது மேற்கொண்டு நடுக்கத்தை ஏற்படுத்தும். நல்ல காலமாக இவை பிரக்ஞைபூர்வமான மனதை வந்தடைவது எளிதில்லை.

'மேல்மன அமைப்பின் புறக்கட்டுமானம் காரணமாக இவை அவ்வளவு சுலபமாக மேல்மனத்தை அடைய முடிவ தில்லை.' ஒளியையும் அனுபவப் பிரக்ஞையையும் தேடும் ஆழ்மனப் பிம்பங்கள் என்று ஆனந்த் குறிப்பிடும் அந்த இருண்ட சக்திகள் ஊடுருவாமல் நம் மேல்மனதின் திண்மை யான ஓட்டமைப்பு தடைபோடுகிறது என்பது ஆறுதல் தரும். 'ஆனாலும் மேல்மனம் பலவீனமாக இருக்கும் கணங்களில் இந்தப் பிம்பங்கள் மேல்மனதை ஆக்கிரமித்துக்கொள்கின்றன; அனுபவமும் வெளிப்பாடும் கொள்கின்றன' என்பது விழிப்பைத் தூண்டும் ஒரு எச்சரிக்கை.

ஏற்கனவே நாகரிக கலாசாரத்தால் உருவாகி இருக்கும் சமூக அமைப்பின் திரளான மேல் மனத்தளங்களிலேயே வாழ்ந்து கொடுமை புரிந்துகொண்டிருக்கும் பலவிதமான பிம்ப அமைப்புகளுடன் ஒப்பிடும்போது ஆழ்மனத்தளப் பிம்பங்கள் சாதாரணமானவைதான்.

அரசியல், மத, வணிக அமைப்புகள் உள்ளிட்ட சமூக அமைப்பின் பல பகுதிகளில், வெவ்வேறு படிநிலைகளில், சுயநலத்தில் பித்த நிலைக்குச் சென்றுவிட்ட இந்தப் பிம்பங்கள் தான் கோலோச்சிக்கொண்டிருக்கின்றன. இந்த வகை மேல் மன அமைப்பு கொண்ட (பிம்பங்கள்) மனிதர்கள் சமூகத்திற்கு விளைவித்து வரும் தீங்குகள் ஒரு அளவிலடங்கக்கூடியதல்ல. இவைகள் ஆழ்மனத் தளத்தில் இருந்து வரும் பிம்பங்களுக்கு எதிலும் சளைத்ததல்ல. ஒருக்கால் இந்தப் பிம்பங்கள்தான் தற்போது உயிர் வாழும் மனிதர்களின் உடல்களில் மேல்மனம் என்னும் மனச்சுய மையமாக வந்து இடம் பிடித்து ஆண்டு கொண்டிருக்கின்றன போலும். ஆமாம், 'இந்தப் பிம்பங்கள்தான் காலத்தின் சாரம். மனிதப் பிரக்ஞையில் மனித உருக்கொண்டு இருப்பவை பெரும்பாலும் இந்தப் பிம்பங்கள்.'

மனித உடலைக் கைப்பற்றி மனிதப் பிரக்ஞையை ஆட்டிப் படைக்கும் இந்தப் பிம்பங்கள் அந்த உடல் இறந்தாலும் புதிய உடல்களை ஆக்கிரமிக்கின்றன. சமூகத்தின் பல்வேறு படிநிலைகளில் இந்தப் பிம்பங்கள் வாழ்ந்து வருகின்றன. மனிதப் பிரக்ஞைக்குள் நிரந்தரமாகக் குடியேறி, மேல்மன அமைப்பை முற்றிலுமாக ஆள்கின்றன. அந்தப் பிம்பங்களுக்குள் தன்னைத் தொலைத்துவிட்ட மனிதன், அந்தப் பிம்பங்களே தான் என்ற தோற்ற மாயைக்குள் விழுந்து சிக்குகிறான். அவனுடைய பிரக்ஞை அந்தப் பிம்பங்களின் பிரக்ஞையாகிறது. அவனுடைய மனச்சுயம் அந்தப் பிம்பங்களின் மனச்சுயம். அந்த மனச்சுயத்தை உள்ளடக்கிய மேல்மனம் அந்தப் பிம்பங் களின் வாழ்விடம் என்றாகிப் போகிறது. அந்தப் பிம்பம்தான் உங்களுக்குள் இருந்து 'நான்' என்கிறது. அந்த 'நான்' பிரக்ஞை மயக்கத்திலிருந்து விளைந்த ஒரு பொய்யுணர்வு. உங்கள் 'நான்' ஒரு போலி. இருப்பு இல்லாதது.

'கலாசாரமும் பிரக்ஞையும்' கட்டுரை நம் பிரக்ஞை அமைப்பில் செயல்படும் மேல்மன, ஆழ்மனப் பிம்பங்களை உள்ளவாறு துல்லியமாகப் பிரதிபலிக்கும் ஒருமித்த பிம்பமாக அமைந்துள்ளது. கட்டுரையினூடாக நாம் காணும் அந்தப் பிம்பம் நம்முடைய பிம்பம்தான். இந்த 'நானேயான' பிம்பத்திட மிருந்து விடுபட முடியுமா? கட்டுரையில் ஓரிடத்தில் ஆனந்த் அறிவுறுத்துகிறார்: 'கால உணர்வில் தன் பிரக்ஞை கட்டுண்டு கிடப்பதை உணர்வுபூர்வமாகத் தெளிவுறும் வரையிலும் மனிதன் இந்தப் பிம்பங்களின் ஆதிக்கத்திலிருந்து விடுபடுவதற்கு வழியேதுமில்லை.' ஆழ்பிரக்ஞையின் சக்திகள் படைத்த கலாசாரம் உண்டாக்கிய சமூக அமைப்பில் வாழும் மேல் மனங்களுக்கு அது ஒரு எச்சரிக்கையும் கூட.

கலாசார விவகாரத்தில் ஆழ்மனதின் இரண்டு கூறுகளை ஆனந்த் பின்வருமாறு கூறுகிறார்:

1. புதிய பிரக்ஞை அமைப்புகளை மேல் மனத்தில் வெளிப்படுத்தி, புதிய உலக அமைப்புகளை, சமூக அமைப்புகளை உருவாக்கும் ஆழ்மனச் சக்திகள்.
2. இருந்து முடிந்துபோன கலாசாரங்களின் எச்சங்கள், பிம்பங்கள்.

கடந்த காலக் கலாசாரங்களின் பிம்பங்களுக்கும் ஆழ் மனதின் சக்திகளால் உருவாகும் தற்போதைய புதிய கலாசார, சமூக, மேல் மன அமைப்பின் பிம்பங்களுக்கும் இடையே ஒரு ஆதிக்கப் போர் நடைபெற்று வருவதை மனிதப் பிரக்ஞை யின் தற்போதைய போக்கைப் பார்த்துப் புரிந்துகொள்ள

முடிகிறது. இந்த இரண்டு சக்திகளின் போர் எல்லாக் காலங்களிலும் நடந்து வரும் ஒன்று என்பதாகப் பார்க்கிறார் ஆனந்த். 'இந்த இரண்டு சக்திகளுக்கும் இடையே நிகழ்ந்து வரும் போர்தான் கலாசார அமைப்பின் உள் இயக்கமாக இருந்துவருகிறது' என்பது அவருடைய பார்வை. இது உருவாகி வரும் புதிய கலாசார அமைப்பிற்கும் முடிந்துபட்ட கலாசார மிகுதிகளுக்கும் இடையிலான பிரக்ஞை ஆக்கிரமிப்புப் போர்.

ஆனந்த் கூறுவதுபோல் இந்தப் போரின் வெற்றி தோல்விக்கு அர்த்தமேதும் இல்லை. இந்த இரு சக்திகளும் ஒன்றை ஒன்று வெல்லும் சாத்தியமும் இல்லை. 'மனத்தளத்தில் (அனுபவ தளத்தில்) இந்த இரண்டு சக்திகளை எப்போதும் இணைக்கவும் முடியாது. ஏதாவது ஒன்று மற்றதை முற்றிலுமாக வென்று முழுமையாகத் தன்னை நிலைப்படுத்திக்கொள்ளவும் முடியாது.' வேறு என்னதான் செய்ய முடியும்? ஆனந்த் சொல்கிறார்: 'இந்தப் போர் நிகழும் தளத்திலிருந்து அடிப்படைப் பிரக்ஞை ('நான்' உணர்வு) விடுபட்டுவிட முடியும்.' மறுபடியும் எப்படி? இந்தக் கேள்விக்கான ஆனந்தின் விடை எதிர்மறையாக வருகிறது. 'அவ்வாறு விடுபட்ட நிலையில் மன (அனுபவ) தளத்துக்குச் சுய இயக்கம் இல்லாது போகும்.'

வேறு வார்த்தைகளில் மனச்சுயத்தின் செயல்பாடு அதன் பயன்பாட்டு எல்லைக்குள் நிற்கும். மேல் மனம் தன் இடத்திற்குத் திரும்பும். விடுபட்ட 'நான்' உணர்வின் பார்வை கால உணர்வைக் கடந்து நிற்பது என்பதால் பார்வையே 'நான்' உணர்வின் இயக்கமாகிறது. மன (அனுபவ)த் தளம் கலாசாரம் செயலாற்றும் பிராந்தியம் என்பதால், 'விடுபட்ட 'நான்' உணர்வு, ஒரு பொருளில் கலாசாரத்திலிருந்தே விடுபடுகிறது.'

அப்படியானால் கலாசாரமென்பது அவசியமற்றதா? அதற்குப் பயனேதுமில்லையா? இந்த விஷயத்தில் ஆனந்தின் பார்வை அவசியமான இடங்களில் கலாசாரத்தை அனுசரித்துப் போவதாக உள்ளது. 'விடுபட்ட நான் உணர்வும் மன அனுபவ தளத்தில் பங்கு கொள்கிறது.' அதனால் அவசியமான கலாசார இயக்கத்தில் அதன் பங்கு தொடருகிறது. 'ஆனால் தன்னளவில் அது கலாசாரத்தின் கைதியாக இருப்பதில்லை' விடுபட்ட 'நான்' உணர்வுக்குக் கலாசாரம் ஒரு திறந்த அமைப்பாக இருக்கிறது. ஆனந்தின் சொற்களில், 'கலாசாரம் 'நான்' வசிக்க ஒரு வீடு போலத்தான்.' விடுபட்ட 'நான்' உணர்வு அங்கு மட்டுமல்ல, நீக்கமற எங்கும் வாழ்கிறது.

ஆனந்தின் எழுத்து

பிரக்ஞையின் மர்மீயம் என்ன? அதைப் புரிந்து கொள்வது என்பது அவ்வளவு எளிதல்ல. நமக்குள் கண்ணுக்கும் கருத்துக்கும் அறிவுக்கும் புலனாகாத பிரக்ஞையின் ஆழ்தள இயக்கங்கள் நடைபெறுகின்றன. நம் தனிப்பட்ட மனதின் செயல்பாடுகள் இந்த இயக்கங்களைச் சார்ந்தது. இந்த நிகழ்வுகளை எப்படிப் புரிந்துகொள்வது? மனிதப் பிரக்ஞையின் ஊடாகப் பல்லாயிரமாண்டுகளாகச் செயல்பட்டுவரும் இயக்கங்கள் இவை. இந்த இயக்கங்கள் மனிதப் பிரக்ஞையில் ஒரு தொடர் மாற்றத்தை ஏற்படுத்திக்கொண்டே இருக்கின்றன. இந்த இயக்கங்களின் விளைவுதான், இன்றைய கலாசாரம், இன்றைய சமூக அமைப்பு, இன்றைய மனித மனம், இப்போது இக்கணம் 'நான்' என்று உங்களை அறியும் நீங்கள் எல்லாமே.

இப்போது இந்தக் கணம் உங்களை இயக்கி வரும் பிரக்ஞை யின் சக்திகள் பற்றி உங்களுக்குத் தெரியுமா? உங்களை நீங்கள் 'நான்' என்பதாக அறிந்திருக்கிறீர்கள். அந்த 'நான்' எங்கிருந்து வந்தது? அது எதனாலானது? 'நான்' என்பதையே நம் மனமாகவும் உணர்கிறோம். அது நமக்குள் இயங்கும் பிரக்ஞை உணர்விலிருந்து பிரிந்த ஒரு தனிமைப்பட்ட உணர்வு. எண்ணங்களால் ஆனது. ஒரு பார்வையில் ஆனந்தின் கட்டுரைகள் 'நான்' என்ற அடிப்படைப் பிரக்ஞை உணர்வைப் பற்றிய உண்மைக் கதை. மனதின் கதை. சுயப்பிரக்ஞையின் கதை. மனச்சுயத்தின் கதை. அதன் தனியிருப்பின் கதை. 'நான்' என்ற உங்களின் கதை.

நான் என்பது என்ன? மனம் என்பது என்ன? அதன் செயல்பாடுகள் என்ன? அந்தச் செயல்பாடுகளுக்குப் பின்னணி யில் இருக்கும் எண்ண அமைப்பு எதனாலானது? எண்ணங்கள் எதன் ஓட்டம்? வாழ்விற்கும் இவைகளுக்கும் என்ன தொடர்பு?

இந்தக் கேள்விகள் எல்லாவற்றிற்கும் தனித்தனியாகவும் ஒட்டுமொத்தமாகவும் விடையளிக்கின்றன ஆனந்தின் கட்டுரைகள். மனம் என்கிற, சுயப்பிரக்ஞை என்கிற, 'நான்' என்கிற மனச்சுயத்தின் எண்ண ஓட்டக் கருத்துத் தளத்தில் கண்டடைந்த விடைகள் அல்ல அவை. அதிலிருந்து விலகி நின்ற பார்வையின் வெளிச்சத்தில் பிறந்தவை.

இந்த 'நான்' உணர்வின் தடத்தை, அதன் தோற்ற மூலத்திலிருந்து தற்போதைய கணம்வரை பின்பற்றிக் கண்டடை கின்றன ஆனந்தின் கட்டுரைகள். நமக்குள் செயல்படும் பிரக்ஞை உணர்வை, அக்கு வேறு ஆணி வேறாகப் பிரித்து

அலசி ஆய்ந்து மீண்டும் அதை ஒன்றாக்கிக் காண்பிக்கிறார் ஆசிரியர். பின்பு அந்த ஒன்றை ஒன்றுமில்லாமலும் ஆக்குகிறார்.

முதல் பார்வையில் ஆனந்தின் எழுத்து ஏமாற்றும்படி எளிமையானதாகத் தோற்றமளிக்கிறது. அவருடைய எழுத்தின் மொழியமைப்பு சாதாரணமானதுதான். அது மேலோட்டமான பார்வையில் சாதுவான தொனியைக் கொண்டுள்ளது. அவருடைய எழுத்துநடை எளிமையான வாசிப்புத்தன்மை, தடங்கலற்ற சரளமான ஓட்டம் கொண்டது. ஆனால், அவர் பயன்படுத்தும் சொல்லமைப்புகள் சிறப்பான பொருள் கொண்டவை. அவை அரூவமான உருவகங்களை விளங்கிக் கொள்ளும் வகையில் புலப்படுத்துகின்றன. விஷயங்களை அவர் கூறும் விதம், சிக்கலான தன்மைகளை அறவே தவிர்த் துள்ளது. அவருடைய எழுத்துநடையின் எளிமைக்கு அப்பால் அவர் கூறும் விஷயங்கள் அசாதரணமானவை. திகைக்க வைப்பவை. சுயப்பிரக்ஞை நானை உலுக்குபவை.

வாசக ஆர்வத்தைத் தூண்டுவதாகவும் தக்கவைத்துக் கொள்ளும் விதமாகவும் அவருடைய மொழிநடை அமைந் துள்ளது. அவருடைய எழுத்துகளின் மொழிநடை, சொல் அமைப்பு, பொருள் ஆழம் இவற்றின் தன்னியல்பால் ஒத்த சிந்தனைகளையும் இணையான சிந்தனைகளையும் மாற்றான சிந்தனைகளையும் தூண்டுகிறது. எதிரான சிந்தனைகளுக்கும் அது இடமளிக்கிறது.

கட்டுரைகளின் பொருளமைப்பில் தென்படும் சில இருண்ட பகுதிகள் வாசகர்களால் இட்டு நிரப்பிக் கொள்ளக் கூடியவை. இத்தொகுப்பை முழுவதுமாக வாசித்துப் புரிந்து கொள்ளும் மனப்பக்குவம் மிக்க வாசகர்கள் மேலும் மேலும் இதுபோன்ற கட்டுரைகளை அவரிடமிருந்து எதிர்பார்ப்பர்.

ஆனந்தின் கட்டுரைகள் பிரக்ஞை வெளியில் மேற்கொள்ளப் படும் ஒரு ஆழமான பயணம். பிரக்ஞையின் நெளிவு சுளிவுகள் மிக்க பலப்பல தளங்களில் ஆனந்தின் பார்வை வெளிச்சம் வழிநடத்துகிறது. எல்லைகளற்ற பிரக்ஞை வெளியில் எண்ணில்லாத தளங்களைக் கொண்ட முடிவில்லாத கால வெளிக் காடுகளை அவர் நமக்குச் சுட்டிக் காண்பிக்கிறார். அதில் ஒரு கால – வெளி அமைப்பான நம் உலகமும் அதில் வாழும் நாமும் நம்முள் வாழும் பிரக்ஞை உணர்வும் அதில் குடிகொண்டு இடத்தைக் காலி செய்ய மறுக்கும் நம்முடைய சுயப்பிரக்ஞை மனதின் மனசுயத்தையும் அதன் ஒட்டுமொத்த மான அகம்பாவ ‘நான்’ உணர்வின் ஆதிக்கப் பிரதேசத்தையும்

ஒரு இண்டு இடுக்கு விடாமல் அவர் நமக்குக் காண்பித்துக் கொடுக்கிறார். அவற்றின் வரையறைகளை உணர்த்துகிறார். அந்தக் குறைபட்ட பிரக்ஞையின் செயல்பாடுகளைச் சீர்தூக்கிப் பார்க்கிறார். அந்தச் சுயப்பிரக்ஞை 'நான்' எவ்வளவு நிழலானது என்று நம்மைப் பார்க்க வைக்கிறார். அவருடைய பார்வையி னூடாக மனச்சுய 'நானை' நிழல் போன்ற உருவகமாக்கி நம் மனக்கண் முன் நடமாட விடுகிறார். அந்த நிழல் நிஜமல்ல என்று நமக்குப் புரிகிறது. அந்த 'நிழல்' கலைந்துபோகிறது. அதிலிருந்து விடுபட்ட பிரக்ஞையின் இயக்கங்கள் நமக்குத் தெரியவருகிறது. அதற்கும் அப்பாலான பிரக்ஞையின் அடி யாளங்களை அவருடைய கட்டுரைகள் சென்று அடைகின்றன.

இந்தக் கட்டுரைகள் மூலமாக அவர் பிரக்ஞைவெளியின் அறியப்படாத தளங்களுக்கு உங்களைக் கொண்டு செல்கிறார். அதன் மூலை முடுக்குகள் ஒன்று விடாமல் தடம் காணப்படு கிறது. இறுதியில் உங்களை எல்லாத் தளங்களுக்கும் அப்பாலான முழுவிழிப்புப் பிரக்ஞைநிலைக்குக் கொண்டு நிறுத்துகிறார். உங்கள் முன் ஆதியும் அந்தமுமில்லாத வெட்டவெளியாகப் பரந்த பிரக்ஞை வெளி விரிந்து கிடக்கிறது.

நல்வரவு.

சென்னை – 5 ரா. ஸ்ரீனிவாசன்
08.05.2013